சகீனாவின் முத்தம்

சகீனாவின் முத்தம்

விவேக் ஷான்பாக் (பி. 1962)

கன்னட எழுத்தாளர். ஐந்து சிறுகதைத் தொகுப்புகளையும் நான்கு புனைவுகளையும் இரண்டு நாடகங்களையும் வெளியிட்டிருக்கிறார். இரண்டு கதைத் தொகுப்புகளைத் தொகுத்திருக்கிறார். ஒன்று ஆங்கிலத்தில் உள்ளது. இவருடைய பல சிறுகதைகள் சினிமாவாகவும் நாடகமாகவும் உருவாக்கப்பட்டுள்ளன. 2005–2012வரை *தேசகால* என்ற இலக்கியப் பத்திரிகையை நடத்திவந்தார். இவருடைய பல கதைகள் பிற மொழிகளில் மொழிபெயர்க்கப்பட்டுள்ளன. காச்சார் கோச்சர் என்ற நாவல் தமிழையும் சேர்த்து 16 மொழிகளில் மொழிபெயர்க்கப்பட்டுள்ளது.

ஆனரரி பெல்லோ அட் இன்டர்நேஷனல் ரைட்டிங் ப்ரோக்ராம், பால் 2016, லோவா பல்கலைக்கழகம்.

பொறியியல் பட்டதாரி. பெங்களூருவில் வசிக்கிறார்.

கே. நல்லதம்பி (பி. 1949)

மொழிபெயர்ப்பாளர்

மைசூரில் படிப்பு B.A. வரை. ஒரு தனியார் நிறுவனத்தில் வணிகப் பிரிவின் அகில இந்திய மேலாளராக 35 வருடங்கள் வேலை பார்த்து, ஓய்வு பெற்றவர். நிழற்படக் கலையில் ஆர்வமிக்கவர். உலக, தேசியக் கண்காட்சிகளில் இவரது நிழற்படங்கள் பார்வைக்கு வைக்கப்பட்டுப் பல பரிசுகளும் பெற்றிருக்கின்றன. இந்தியா லலித கலா அகாதெமியில் இவரது ஆறு புகைப்படங்கள் நிரந்தர அருங்காட்சியகத்தில் இருக்கின்றன. கன்னடத்திலிருந்து தமிழுக்கும் தமிழிலிருந்து கன்னடத்திற்கும் கவிதைகள், சிறுகதைகள், கட்டுரைகள் மொழிபெயர்த்துள்ளார்; அவை பல கன்னட, தமிழ் இதழ்களிலும் வெளியாகியுள்ளன.

குவெம்பு பாஷா பாரதி வெளியீடுகளான பெரியார் விசாரகளு (2017), தெங்கனமஹிளா லேககரு (2016) தொகுப்புக்களில் தமிழ்க் கட்டுரைகள் கன்னடத்தில் மொழி பெயர்த்து வந்துள்ளன. குவெம்பு பாஷா பாரதிக்காக - சங்கக் கவிதைகள் சிலவற்றைக் கன்னட எழுத்தாளர் லலிதா சித்தபசவய்யாவுடன் இணைந்து மொழிபெயர்த்திருக்கிறார். அவை 'நிச்சம் பொசது' (2016) என்ற தொகுப்பாக வந்துள்ளது. 2022ஆம் ஆண்டு மொழிபெயர்ப்புக்கான சாகித்திய அகாதெமி விருது பெற்றவர். பெங்களூருவில் வசிக்கிறார்.

மின்னஞ்சல்: kntt1949@gmail.com

செல்: 9880718541

விவேக் ஷான்பாக்

சகீனாவின் முத்தம்

கன்னடத்திலிருந்து தமிழில்
கே. நல்லதம்பி

காலச்சுவடு பதிப்பகம்

அன்பார்ந்த வாசகருக்கு,

வணக்கம்.

காலச்சுவடு நூலை வாங்கியமைக்கு நன்றி.

நூலின் உள்ளடக்கம், உருவாக்கம், அட்டைப்படம் இன்ன பிற அம்சங்கள் பற்றிய உங்கள் கருத்துகளையும் ஆலோசனைகளையும் காலச்சுவடு வரவேற்கிறது. தகவல், எழுத்து, வாக்கியப் பிழைகள் தென்பட்டால் கட்டாயம் தெரிவித்து உதவுங்கள். நூல் தயாரிப்பில் கடும் குறைபாடு இருப்பின் மாற்றுப் பிரதி உங்களுக்குக் கிடைக்கக் காலச்சுவடு ஏற்பாடு செய்யும்.

***மின்னஞ்சல்:* publisher@kalachuvadu.com**

காலச்சுவடு நாகர்கோவில் தலைமையகத்துக்கும் கடிதம் அனுப்பலாம்.

தங்கள்
எஸ்.ஆர். சுந்தரம் (கண்ணன்)
பதிப்பாளர் – நிர்வாக இயக்குநர்

சகீனாவின் முத்தம் ◆ நாவல் ◆ ஆசிரியர்: விவேக் ஷான்பாக் ◆ கன்னடத்திலிருந்து தமிழில்: கே. நல்லதம்பி ◆ © விவேக் ஷான்பாக் ◆ மொழிபெயர்ப்புரிமை: கே. நல்லதம்பி ◆ முதல் பதிப்பு: டிசம்பர் 2002 ◆ வெளியீடு: காலச்சுவடு பப்ளிகேஷன்ஸ் (பி) லிட்,, 669, கே.பி. சாலை, நாகர்கோவில் 629001

காலச்சுவடு பதிப்பக வெளியீடு: 1173

sakinnaavin muttam ◆ Novel ◆ Author: Vivek Shanbagh ◆ Tamil Translation from Kannada by K. Nallathambi ◆ © Vivek Shanbagh ◆ Translation © K. Nallathambi ◆Language:Tamil ◆ First Edition: December 2022 ◆ Size: Demy 1 x 8 ◆Paper: 18.6 kg maplitho ◆ Pages: 192

Published by Kalachuvadu Publications Pvt. Ltd., 669, K.P. Road, Nagercoil 629001, India ◆ Phone: 91-4652-278525 ◆ e-mail: publications@kalachuvadu.com ◆ Printed at Clicto Print, Jaleel Towers,42 KB Dasan Road, Teynampet Chennai 600018

ISBN: 978-81-960589-0-6

12/2022/S.No. 1173, kcp 4262, 18.6 (1) uss

அன்றைய பேச்சை அன்றே அறியக் கூடாது
— அல்லமா

1

“தற்செயல் என்பது கிடையாது. சில நிகழ்வுகளின்முந்தைய தொடர்பு விதிகள் நமக்குப் புலப்படுவதில்லை, அவ்வளவுதான்.”

நானே கிறுக்கிய இந்த வரிகள் பழைய புத்தகம் ஒன்றின் கடைசி வெற்றுத் தாளில் கண்ணில் பட்டது.முதல்நாள் வந்த கார்பெண்டர்கொடுத்த விசிட்டிங் கார்டைத் தேட பெட்ரூமுக்குள் நுழைந்தவனுக்கு அதைத் தவிர மற்றவை எல்லாம் கைக்குக் கிடைத்தன. அப்படிப் பார்க்கப் போனால் நான் கிளறுவதைத் தேடல் என்று சொல்லிவிட முடியாது. நேர்த்தியாக மடித்து வைத்த நியூஸ் பேப்பர் கிடைத்தால் அதை பத்திரப்படுத்தி வைத்தது எதற்காக என்று தலையைச் சொறிந்து கொண்டு பேப்பர் முழுதும் கண்ணை ஓட விடுவது, ஏதாவது பட்டறையின் போட்டோ கண்டால் அப்போதைய எனக்கும் இப்போதைய எனக்கும் இருக்கும் வேறுபாட்டைக் காண்பது, பிறகு பார்த்துக் கொள்ளலாம் என்று ஒதுக்கி வைத்த முதலீட்டுஃபாரம்களைக் கவனித்து கைநழுவிய வாய்ப்பின் நட்டத்தை மதிப்பிடுவது, இப்படிக் காலப்போக்கில் குவித்து வைத்ததைத் தேவையில்லாமல் சுத்தம் செய்வதால் தேடுவது கிடைத்துவிடும் வாய்ப்பில்லை. இதுஒன்றும் முதல் தடவை அல்ல. எதைத் தேடிப் போனாலும் இதே கதைதான். இன்று கூட இதுபோல தடுமாறி மெய்மறந்திருந்த போது, பழைய புத்தகத்தின் உள்ளே இருந்த இந்த வாக்கியங்கள் பிடித்து நிறுத்தின. வெகு காலத்திற்கு முன்பு, மனதிற்குத் தோன்றிய அல்லது வாசித்துக் கவனித்த இது போன்ற வாசகங்களைக் கண்ட கண்ட இடங்களில் எழுதி வைக்கும் பழக்கமிருந்தது. துண்டுச் சீட்டிலோ, புத்தகத்தின் கடைசி காலிப் பக்கத்திலோ, நோட் பேடிலோ அவ்வப்போது இவை தென்படும். இன்று

தற்செயலாகக் கண்ட இந்த இரண்டு வரிகளை விஜிக்குப் படித்துக் காட்ட வேண்டுமென்று அடுக்களைக்கு வந்தேன்.

சனிக்கிழமை மாலை ஏழு மணி சமயம். விஜி இரவு உணவின் சமையலை முடிக்கும் தருவாயில் இருந்தாள். கொதிக்கும் குழம்பின் மீது ஒரு கண் வைத்துக்கொண்டே சமையலறைத் திண்ணையை சுத்தப்படுத்திக்கொண் டிருந்தாள். "இதைப் படிக்கிறேன் கேள்" என்று அவள் கவனத்தை ஈர்த்தபோது "பிறகு ஓய்வாகப் படிப்பயாம், இப்ப எனக்கு உதவி செய்" என்றாள். மனைவியின் ஆர்வமில்லாக் குரலில் "நீயும் உன் அற்புதமான வரிகளும்" என்ற அலட்சிய வாக்கியம் தெளிவாகக் கேட்டாலும் அதை புறக்கணித்து, "சரியாக் கேள்" என்று கையில் இருந்த புத்தகத்தை நாடகப் பாணியில் எடுத்துப் படித்தேன். என் வற்புறுத்தல் அவள் கவனத்திற்கு வராமல் போயிருக்காது.

அதே சமயம் முன்கதவு தட்டப்படும் சத்தம் கேட்டு, சூழ்நிலைக்குப் பொருந்தத் தொடங்கிய அழுத்தம் உடனே தளர்ந்தது. மணியை அடிக்காமல் இப்படிக் கதவைத் தட்டுபவர்கள் யார் என்ற வியப்புடன், கையிலிருந்த புத்தகத்தை அங்கேயே சமையலறை மேடை விளிம்பில் வைத்துவிட்டு, கதவைத் திறக்க கூடத்திற்கு வந்தேன். வாசல் கதவை அடையும் முன், அழையா விருந்தாளியின் கண்ணில் வீட்டுக் கூடம் எப்படித் தெரியலாம் என்று மின்னலைப் போல கண்ணைச் சுற்றிலும் பாயவிட்டு, பரவிக்கிடந்த நாளிதழ்களை அவசரமாக மடித்து வைத்து, கோணலாக இருந்த நாற்காலியை நேர்செய்து, சோஃபா மீது வீசி எறிந்திருந்த கை துடைக்கும் சிறிய துண்டை அது அங்கே எப்படி வந்தது என்று வியந்துகொண்டே கையில் எடுத்தேன். அழுக்காக இருந்த துண்டை விருந்தாளிகளிடமிருந்து மறைத்து வைக்க சரியான இடம் தென்படவில்லை. கதவுக்கு அருகே இருந்த செருப்புகளை காலால் சரக் என்று மற்றொரு ஓரத்திற்குத் தள்ளி, கதவைப் பாதி திறந்து, துண்டைப் பிடித் திருந்த இடது கையை கதவுக்குப் பின்னால் நீட்டி மறைத்தேன்.

வெளியே இரண்டு இளைஞர்கள் நின்றிருந்தார்கள். ஒருவன் இருபது வயதிற்கு அக்கம் பக்கம் இருக்கலாம். வெள்ளைச் சட்டை அணிந்திருந்தான். கிரீம் போட்டு பளபள என்றிருந்த முடியை நெற்றி மீது கூர்மையாகத் தூக்கி வாரியிருந்தான். இவனை விடவும் கொஞ்சம் பெரியவன் போலத் தெரிந்த இன்னொருவன் நீல நிறத்தில் முழுக்கைச் சட்டை அணிந்து கொண்டு, சட்டைக் கையை மடித்திருந்தான்.

அவனுடைய முரட்டு முடி சிறிது கலைந்திருந்தது. இருவரும் ஜீன்ஸ் போட்டிருந்தார்கள். பேச முயன்று கொண்டு, தொடங்கத் தெரியாமல் பதட்டத்துடன் நின்றிருந்தார்கள்.

அவ்வப்போது அடைத்துக் கொள்ளும் சமையலறை சிங்க் குழாய்களை சரி செய்ய இப்படிப்பட்டவர்களை அழைப்பாள். இவர்களும் அப்படி வந்தவர்களாகத்தான் இருக்கலாம் என்று எண்ணி, கைச் சைகை செய்து காத்திருக்கச் சொல்லி, கதவருகே நின்றிருந்தவர்களுக்கு முதுகைக்காட்டி சமையலறைப் பக்கம் புறப்பட்டேன். அவர்களில் ஒருவன் "சார், சார்" என்று அழைத்ததற்கு நின்று, திரும்பிப் பார்த்தேன்.

நீலச்சட்டைக்காரன் "நாங்கள் ரேகா பிரெண்ட்ஸ்" என்றான்.

மகள் பெயரைக் கேட்டவுடன் என் முகபாவம் மாறி இருக்கவேண்டும். அதை கவனித்தவர்கள் போல வாசலில் நின்றவர்கள் இருவரும் தங்கள் முகங்கள் மீது பணிவான சிரிப்பை வரவழைக்க முயன்றார்கள்.

"அவள் இல்லையே" மறுபடியும் கதவருகே வந்தேன்.

"ஓ, எங்கே போயிருக்கிறார்?"

"ஊருக்குப் போயிருக்கிறாள்"

"எப்ப வருவார்?"

"தெரியாதுப்பா."

"உள்ளே வரலாமா சார்."

"என்னப்பா விஷயம்?"

"ரெண்டு நிமிசம் பேச வேண்டி இருந்தது."

"என்ன சொல்லுங்க."

"ரெண்டே நிமிசம் சார்,"

"வாங்க" அதிருப்தியை மறைத்துக்கொண்டு, கதவை முழுவதுமாகத் திறந்து பின்னால் நகர்ந்தேன்.

இருவரும் உள்ளே வந்தார்கள்.

இடது பக்கம் இருந்த கருங்காலி மர சோபாவின் மீது பையன்கள் இருவரும் உட்கார்ந்தார்கள். நான் எதிர் நாற்காலியில் உட்கார்ந்தேன்.

நடுவில் இருந்த கண்ணாடி மேசைமீது அப்போது தான் மடித்து வைத்த இன்றைய ஆங்கில நாளிதழ் இருந்தது. அதன் கீழ் தட்டில் கடந்த ஒருவாரத்துப் பேப்பர்களின் கத்தை.

வந்தவர்களில் நீலச்சட்டைக்காரன்தான் முன் வந்து பேசினான். "ரேகாவுடன் ஃபோனில் பேசமுடியுமா சார்?"

"அவள் எங்கள் ஊருக்குப் போயிருக்காப்பா. அங்கே வீட்டில் ஃபோன் இல்லை. மொபைல் சிக்னல் கிடைக்காது. அவள் கடைவீதிக்கு வரும்போது ஃபோன் செய்தால் மட்டும் பேசலாம். நீங்கள் யார்?"

இந்த பதிலால் அவர்கள் இருவருக்கும் சமாதானம் ஆனதுபோலத் தோன்றியது. நீலச்சட்டைக்காரன் கேட்டான், "அப்படித்தான் நினைத்தோம். ஃபோன் ஸ்விச் ஆஃப் வருது. மெசேஜுக்கும் பதிலில்லை. இவன் அவள் ஃப்ரெண்ட். பிரீ ஃபைனல் இயர். அவர்கள் இருவரும் ஒரே கிளாஸ். நான் சீனியர்."

ஃபைனல் இயரை விட சீனியர் என்றால் இவன் காலேஜில் இல்லை என்று எண்ணினேன்.

"அடுத்த டெர்ம் பிராஜெக்ட் வர்க் டிஸ்கஸ் செய்ய வேண்டியிருந்தது. அவரை காண்டாக்ட் செய்வது எப்படி?"

"சொன்னேன்தானே. அவளே ஃபோன் செய்ய வேண்டும். பண்ணுவாள். அழைக்கும்போது சொல்கிறேன்."

"அவசரமா இருக்கே"

"சொன்னேன்தானேப்பா. அவளாகவே ஃபோன் செய்தால் தான் உண்டு. உன் பெயரென்ன?" கேள்வி கேட்கும் தோரணையில் நான் பொறுமையை இழக்கும் அறிகுறிகள் இருந்தன.

அருகில் இருந்தவன் பக்கம் கையைக் காண்பித்தான். "இவன் மஞ்சு பிரகாஷ். பிரெண்ட்ஸ் எல்லாம் எம்பித்ரீ–ன்னு அழைப்பாங்க. அப்படிச் சொன்னாத்தான் தெரியும். ரேகா இவனுக்கு ஃபோன் செய்தால் போதும், அவகிட்ட இவன் நம்பர் இருக்கு. என் பெயர் ராஜகுமார். பிரெண்ட்ஸ் ஆர்கேன்னு கூப்பிடுவாங்க. இவன் பெயரைச் சொல்லுங்க போதும்."

"சரி சொல்கிறேன்" அக்கறையில்லாமல் தலையசைத்தேன்.

எம்பித்ரீ பதட்டமாக இருப்பதுபோலத் தெரிந்தான். கண்ணைப் பார்க்காமல் அங்குமிங்கும் பார்வையை ஓட விட்டுக் கொண்டு உட்கார்ந்திருந்தான். அதுவரை காதில்

எதுவும் விழாதது போல திடீரென்று வாய் திறந்து, "எப்போது வருவார்?" என்றான்.

"அவ்வளவு சீக்கிரமா வரமாட்டாப்பா" என்றேன். இம்சையாக இருந்தது. வந்தவர்களிடமும் பிறகு பேச்சில்லை. கையில் இருந்த துண்டை காலி நாற்காலி மீது அசட்டையாக வீசி எறிந்தேன்.

என் கண் கதவுக்குப் பக்கத்துச் சுவரில் பதிந்திருந்த அலமாரிக்குள் இருந்த புத்தகங்கள் பக்கம் உத்தேசமில்லாமல் புரண்டது. அங்கே லர்ன் சி++ என்பதிலிருந்து வாழ்க்கையை ஒரேநாளில் வழிக்குக் கொண்டுவருவது எப்படி, கெரியர் ஏணியை சுயமாக செயல்பட வைக்கும் வகை, அனுபவங்களை மற்றவர்களின் செலவில் அடைவது போன்ற புத்தகங்கள் இருந்தன. இடைவெளி இருந்த இடங்களில் என்னென்னவோ சின்னச் சின்னப் பொருட்கள். அங்கே எதிரிலேயே, பால்கனி யில் அவ்வப்போது உட்காரப் பயன்படுத்தும் இரண்டு ஃபைபர் நாற்காலிகள் ஒன்றன் மீது ஒன்று வைக்கப்பட்டிருந்தன. அவற்றின் மீது தினமும் காலை பாலுக்காக வீட்டு வாசலில் தொங்கவிடும் பழைய பை கோணல்மாணலாக விழுந்து கிடந்தது.

பேச்சைத் தொடராத என் சித்தம் எங்கேயோ அலைவதைக் கவனித்து, என் அக்கறையின்மையை அறிந்து, "வரட்டுமா சார்" என்று ஆர்கே எழுந்தான். எம்பித்ரீ அவனைப் பின்தொடர்ந்தான்.

தேவையில்லாமல் கடுமையாக நடந்துகொண்டேனோ என்று நினைத்து கதவைச் சாத்தும்போது "ரேகா ஃபோன் செய்தால் அவளுக்கு கண்டிப்பாகத் தெரிவிக்கிறேன்" என்றேன்.

"தேங்க்ஸ்." அவர்கள் இருவரும் லிஃப்டுக்குக் காத்திராமல் படியிறங்கிப் போனார்கள்.

கதவைச் சாத்திவிட்டு வந்து தகவலைத் தெரிவிக்கும் முன்பே அவர்கள் பேசிய பேச்சைக் கேட்டுக்கொண்டிருந்த விஜி குழம்பை அடிப்பிடிக்க விடாமல் கிண்டிக் கொண்டே சொன்னாள். "அவ்வளவு தெரியாதா? அவர்கள் இவளைக் கேட்டா பிராஜெக்ட் செய்வார்கள்? இந்தப் பசங்க அவளுக்கு பின்னாடி அலையராணுங்க. அவள் ஃபோன் ஆஃப் ஆயிருக்குன்னு குரங்குங்க இங்க தேடிக்கிட்டு வந்திருக்குங்க. இதெல்லாம் வயசுக் கோளாறு."

வந்த பையன்களுக்கு முட்டாள்தனமாக தேவைக்கு அதிகமாகத் தகவலைக் கொடுத்து விட்டேனோ என்று தோன்றியது. "கேட்டதைத் தவிர புதுத்தகவல்களைக் கொடுக்கக்

கூடாது” என்பதைப் படித்தது எங்கே என்று நினைவுகூறத் தடுமாறினேன். கரண்டியால் கிளறிக்கொண்டிருந்த விஜியின் முகத்தில் புன்சிரிப்பு தவழ்ந்ததுபோலத் தோன்றியது.

“ஊர் விலாசத்தை மட்டும் தரவேண்டாம். யார் ஃபோன் நம்பரையும் கொடுக்க வேண்டாம். கிறுக்கனுங்க பைக் ஏறிப் போனாலும் போவானுங்க” என்ற போது அவளிடம் ஆதங்கம் இல்லாமல் இருந்ததால் நிம்மதியானேன். அப்படி இருந்தும், செய்தியை முழுமையாகப் புரிந்துகொள்ளத் தோற்றதற்கு ஏமாற்றமாக இருந்தது. எடுத்து வைத்த வரிகளை விஜிக்கு படித்துச் சொல்ல உற்சாகம் போதாமல், மேடைவிளிம்பில் வைத்த புத்தகத்தை எடுத்துக் கொண்டு, அந்தப் பையன்கள் புறப்பட்டுப் போவதை பார்க்க பால்கனிக்கு வந்தேன்.

மூன்றாம் மாடியில் எங்கள் ஃபிளாட்டின் நடைக் கூடத்தின் ஒரு பக்கம் வாசல் கதவு, அதன் எதிர்கோடியில் பால்கனி இருந்தது. அங்கே இருந்து வலதுபக்கம் பார்த்தால் கட்டிடத்தின் முன் கேட்டும் அதன் வெளியே தெருவும் தெரியும். கீழே எட்டிப் பார்த்தால் மங்கலான ஒளியில் சுமார் பத்துப் பன்னிரெண்டு பையன்கள் கேட்டிலிருந்து வெளியே போவது தெரிந்தது. வந்தவர்கள் இருவரும் அந்தக் கூட்டத் திற்கு நடுவில் இருக்க வேண்டும் என்று ஊகித்தேன். அப்படி என்றால், இவர்கள் இருவர் மட்டும்தான் மேலே வந்தவர்கள். கீழே பெரிய கூட்டமே இவர்களுக்குக் காத்து நின்றிருக்கிறது. அவர்கள் நடையில் இருந்த ஒரு வகையான திமிரும், இளமையின் அலட்டலும் உளைச்சல் ஏற்படுத்தியது. இப்படிப் பட்ட பையன்கள் கும்பலைப் பார்த்தால் பொறுமை கெட்டு சிறிது எரிச்சலாக இருக்கும். அப்பா அம்மாக்களின் பணத்தை வீணடிப்பவர்கள், கற்பதை விட்டு ஊர் சுற்றுபவர்கள், சட்டத்தை மதிக்காதவர்கள், மூத்தவர்கள் மீது மரியாதை இல்லாதவர்கள், சமுதாய சமநிலையை நாசம் செய்பவர்கள் இப்படி எல்லாம் தோன்றினாலும் எதற்கும் வலுவான ஆதாரம் கிடைக்காமல் நிலைதடுமாறி இருந்தேன், ஆனால் முடிஅலங்காரத்திலோ, நடைமிடுக்கிலோ, நிற்கும் தோரணையிலோ, முகத்தின் மீது இருக்கும் அலட்சியத்திலோ, அணியும் சட்டையின் வடிவமைப்பிலோ வெளிப்படும் பணிவின்மையும், கிளர்ச்சித் தன்மையும் என்னை சிறிதாக சீற்றமடையச் செய்யும். இப்படிப் பட்ட உணர்வுகளை தர்க்க ரீதியாக விவரிக்க முடியாமல் போவதால் அவற்றை விழுங்கிக் கொள்ளாமல் வேறு வழி யிருக்கவில்லை.

கேட்டை விட்டு வெளியே போகும் கும்பலைக் குறித்து விஜியிடம் சொல்லலாமா வேண்டாமா என்று கணம் யோசித்து, "பார்த்தாயா விஜி இங்கே" என்று பால்கனியில் இருந்தே அழைத்தேன். அதே சமயம் அவள் தாளிக்கத் தொடங்கியிருந்ததால் அதை முடித்து விட்டு வரும் வேளை கூட்டம் கண்ணுக்கு வெளியே போயிருந்தது.

"அவர்கள் இருவர் மட்டுமல்ல, பெரிய கூட்டமே வந்திருந்தது."

"பசங்க வருவதே அப்படித்தான். தனியா வரமாட் டானுங்க. அதுக்கு எதுக்கு பயப்படறே?" அடுத்த பேச்சுக்கு காத்திருக்காமல் உள்ளே போனாள்.

"பயப்படலை. அவள் ஸ்கூல் காலத்தில் இருந்து எத்தனையோ பசங்க வீட்டுக்கு வந்திருக்கானுங்க. யாரும் இப்படி எதையோ மூடி மறைக்கிற மாதிரி இருக்கலை இல்லையா? வந்தவர்களை சரியாகப் பார்த்திருக்கணும் நீ"

"அய்யோ, ஸ்கூல் பசங்களே வேறமாதிரி, காலேஜுப் பசங்கள் வேற மாதிரி. உனக்குத் தெரியாது. இது இள வட்டங்கள். என் காலேஜிலும் இது மாதிரிப் பசங்கதான் இருந்தானுங்க. இத்தனை வருஷமானாலும் அதே குணம். வேஷம் மட்டும்தான் வேற."

"வந்த பையன்கள் ஏதோ சதி செய்கிறார்கள் என்று தோன்றியது. எங்களுக்கு இது மேல் நோட்டத்திற்குத் தெரியாமல் இருக்கலாம். பார், இப்போது அவர்களுக்கு நம் வீடு எது என்று தெரிந்து விட்டது. அவள் இல்லை என்பதும் உறுதியானது. என் முக அடையாளமும் தெரிந்து போனது."

விஜி பதில் சொல்லாமல் மீண்டும் சமையலறைக்குள் அடைந்து கொண்டாள்.

வந்தவர்களின் மிகையான பணிவில் இருந்த செயற்கைத் தனம், முகம் கொடுத்துப் பேசாத எம்பித்ரீயின் தயக்கம் எனக்குள் சந்தேக விதையை விதைத்திருந்தது. கண்ணுக்குத் தெரியவில்லை என்பதற்காக நம் அருகிலேயே இருக்கும் கருங்காலிப் பயல்களை இல்லை என்று எண்ணிவிட முடியுமா? "யாரையும் நம்பாமல் இருப்பதுதான் உன் உண்மையான சுபாவம்" என்று முன்பு ஒருமுறை விஜி சொன்னதை நான் ஒத்துக் கொள்வதில்லை. கொஞ்சம் அதிக எச்சரிக்கையாக இருப்பதால் நட்டமொன்றுமில்லை என்பது என் கூற்று.

புதியதலைமுறைகளின் சில விருப்பங்களையும், நிலைப் பாடுகளையும் குறித்து வீட்டில் பேசும்போது விஜியின் உட்பார்வை என்னை விடவும் அதிகக் கூர்மையாக இருக்கும் என்பதை ஒத்துக் கொள்ள எனக்கு எந்த சங்கடமும் கிடையாது. அவள் எடுத்துக்காட்டுகளையும், வாதங்களையும் ஒதுக்கி வைப்பது அத்தனை எளிதல்ல. ரேகா இருந்தால் அம்மா மகள் இருவரும் ஒரே கட்சி. அவை எல்லாம் உலகத்தின் மீது விளைவை ஏற்படுத்தாத வெறும் பேச்சுக் களாக இருப்பதால் தோல்வியை எளிதாகவும், பெருந் தன்மையுடனும் ஒத்துக் கொள்கிறேன். அரசியல் விஷயத்தில் எனக்கு உயர்ந்த எண்ணம் குறைவாகவே இருப்பது பொருந்தும் என்று எண்ணுகிறேன். இருக்கட்டும். ஆனால் இப்போது இது ஓய்வான கலந்துரையாடலாக இருக்காமல், விஷயம் வீட்டு வாசல்வரை வந்துவிட்டதால், அந்த உண்மை நிலைமையை வீட்டு ஆணாக, நானே முன் நின்று நிர்வகிப்பது கடமை என்று மனத்திற்குள்ளேயே முடிவெடுத்தேன்.

★

2

ஊர் பள்ளி ஆசிரியர் வாய்நிறைய, "வெங்கடரமணன்" என்று அழைத்த என் பெயர் என்ஜினியரிங் கல்லூரியில் வட இந்திய மாணவர்களின் நாக்குக்குச் சரியாகக் கிடைக்காமல் வெங்கடராமன் ஆகி, பிறகு சக ஊழியர்கள் வாயில் வெறும் வெங்கட் ஆனது. வாய்ப்புக் கிடைத்து நான் ஏதாவது அமெரிக்கா போய் நிலைத்திருந்தால் வெங்கி ஆயிருப்பேன் என்பதில் எனக்கும் சந்தேகம் இல்லை. இந்தப் பெயரின் உருமாற்றம் நான் கடந்து வந்த பாதையையும் அவற்றை மகிழ்ச்சியுடன் ஏற்றுக்கொண்ட என் தோரணையையும் குறிக்கிறது என்று சில சமயம் எனக்குத் தோன்றுவது அதிகத் தவறாக இருக்காது. அந்த விஷயத்தின் தொடர்பாக ஓரிரு நிகழ்வுகள் மனத்திற்குள் நுழைகின்றன.

என்ஜினியரிங் சேரும்போது எடுத்துச்சென்ற எங்கள் குலதெய்வ போட்டோ பையிலிருந்து வெளியே வரவில்லை. என்னுடன் அந்த நாள் கல்லூரியில் சேர்ந்த ஹரீஷனை அவன் மேசை மீது அடுக்கி வைத்திருந்த கடவுள் போட்டோக்களின் சாக்கில் கூட இருந்த மாணவர்கள் கிண்டல் செய்து அலைக்கழித்தார்கள் என்பதால் அவனுக்கு இருந்த "பட்டன்" என்ற வீட்டுப் பெயர் வாழ்க்கை முழுவதும் ஒட்டிக்கொண்டது. அந்தச் சூழ்நிலையில் என் கடவுளைப் பைக்குள் வைப்பதே நல்லது என்று தோன்றியது. நீந்தி மீள நீரில் குதிப்பவர்கள் சுமையைக் குறைத்துக்கொண்டு லேசாவது நன்று. ஆனால் பைக்குள் இருக்கும் போட்டோ என் கவனக்குறைவால் யார் கண்ணிலாவது பட்டுவிடலாம் என்பது சில காலம் என் ஆதங்கத்திற்கு காரணமானது. இதற்கு இடையே "ண" உச்சரிப்பைப் பற்றி நான் எப்படித் தலையைக் கெடுத்துக் கொள்ள முடியும்?

எஞ்சினியரிங் முடித்தபோது பன்னாட்டு நிறுவனம் ஒன்றில் வேலை கிடைத்தது. வேலையின் முதல் நாள் எச்ஆர் துறையின் புத்திசாலி ஒருவன் கம்பெனியின் கல்ச்சரைப் பற்றி இரண்டு மணி நேரம் பாடம் நடத்தினான். அங்கே வேலை கிடைத்த என் அதிர்ஷ்டத்திலிருந்து சாப்பாட்டு நேரத்தில் கடைப்பிடிக்க வேண்டிய ஒழுங்குமுறைகள்வரை அவன் பேச்சு இருந்தது. “மிக அவசரமாக இருக்கும்போது உன் முழுப்பெயரைச் சொல்லி அழைப்பதற்குள் விபத்து ஏற்பட்டு விடலாம். உன்னை வெங்கட் என்று அழைக்கட்டுமா?” என்று புளிச்ச ஜோக்கை சொல்லி அனுமதி கேட்டபோது, திருமணத்திற்குப் பிறகு பெண்ணின் பெயரை மாற்றுவது நினைவிற்கு வந்து “இந்த வேலையுடன் திருமணம் செய்து கொண்டது போலத் தோன்றுகிறது” என்று எதிர்ஜோக் செய்தேன். அதிபுத்திசாலியானதால் அவனுக்கு அது தெரியவில்லை. “அது அதிசயமான உணர்வு” என்று சிரித்தான். என்னை அலுவலகம் முழுதும் சுற்றிக்காட்டி “வெங்கட்” என்று எல்லோருக்கும் அறிமுகப் படுத்தினான். அந்தப் பெயர் நிலைத்து விட்டது. வீட்டிலும் ஊரிலும் வெங்கடரமணன் என்ற முழுப் பெயரை சொல்லியே எல்லோரும் என்னை அழைப்பது. வெங்கடரமணன் எங்கள் குலதெய்வம். தினமும் மாலை பஜனைக்குப் பிறகு, “கடவுளே வெங்கடரமணா” என்று என் அம்மா தீனமாக குடும்ப நலனை வேண்டி வழிபடுவது என் காதுகளில் இப்போதும் அதிர்கிறது. அப்படி யாக வெங்கட் என்று அழைக்கப்படும் போது கடவுளுடன் இருக்கும் உறவும் குறுகிப் போவதுபோல முதலில் எண்ணி இருந்தேன். வலுக்கட்டாயமான மாற்றமாக இருந்தாலும் நூறு தடவை கேட்ட பிறகு அதே பழகிப் போகும்.

கற்ற எலக்ட்ரிகல் என்ஜினியரிங்குக்கும் என் வேலைக்கும் சம்பந்தமே இல்லாமலிருப்பதை இன்னும் என்னால் சரியாக ஜீரணித்துக் கொள்ள முடியவில்லை. இருந்த பதவியிலேயே சம்பளம் அதிகமாகிக் கொண்டிருந்தாலும் நிறுவனத்தின் இயக்கத்திற்குத் தேவையான முக்கிய சக்கரமாக வேண்டும் என்ற நோக்கத்தில் வேலைகளை மாற்றியிருக்கிறேன். தூரத்து சின்னஞ்சிறு குன்றை அருகிலிருந்து பார்த்தவுடன் என்னைப் போன்ற நூற்றுக் கணக்கான சக்கரங்கள் இருப்பது கவனத்திற்கு வந்தன. சிறிய நிறுவனத்தின்ஏணியின் எத்தனை படிகள் பெரிய கம்பெனியின் ஒருபடிக்கு சமம் என்பதை சரியாக கிரகித்துக் கொள்ள முடியாமல் தடுமாறியதும் உண்டு. அதிக ஏமாற்றத் திற்கு வாய்ப்பில்லாமல் அவ்வப்போது ஊதிய உயர்வு கிடைத்தாலும் ஏறத்தொடங்கிய ஏணி என்றும் நிறுவனத்தின்

உச்சி வரை போகும் அறிகுறிகளைக் காட்டவில்லை. தற்போதெல்லாம் ஓய்வு பெறும் வயதுவரையிலான பாதையும் சரியாகத் தெரிவதில்லை.

மொத்தத்தில் விவரங்களில் வித்தியாசமே தவிர வேலை விஷயத்தில் விஜியின் கதையும் அதிக மாறுபட்டதாக இருக்க வில்லை. கணிதத்தில் எம்எஸ்சி முடித்தவுடன், பாகுபாடில்லாமல் எல்லா வகையான பட்டதாரிகளையும் ஆபோசனம் எடுத்துக் கொள்ளும் ஐடி துறையில் அவளுக்கு வேலை கிடைத்தது. மாறும் அலையின் மேல்தட்டில் இருக்கவேண்டும் என்ற முன் எச்சரிக்கையுடன் தன் தொழில்நுட்ப அறிவை அப்டேட் செய்துகொள்ளும் கோர்ஸ்களை அவ்வப்போது செய்துகொண்டிருப்பாள். ஐடி என்ற பரந்த கடலுக்குள் வசிக்கும் நூற்றுக் கணக்கான மீன், பாம்பு, ஐந்து, கிருமி போன்ற வகை வகையான உயிரினங்களையும் உப உயிரினங்களையும் பிரித்துப் பார்ப்பது முடியாததால் அவள் வேலை என்ன என்பதை சரளமான மொழியில் விவரிப்பது எனக்கு எளிதல்ல. அவள் வேலைக்கும் கற்ற கணிதத்திற்கும் இல்லாத உறவை நான் கிளறிக் கேட்பதும் கிடையாது.

சுருக்கமாகச் சொல்வதென்றால் நாங்கள், எங்களைப் போன்ற இலட்சக்கணக்கான மக்களின் வாழ்க்கை விதியின் எல்லா வகையான சராசரியையும் சிறிதும் குலைக்காமல், சிரமமின்றி அவர்களுக்குள் கலந்து விடுபவர்கள். ஒரே வித்தியாசம் என்றால் எங்களுடையது இரண்டு வருமானத்தின் இரட்டை மாட்டு வண்டி. அதனால் சில விஷயங்களில் சராசரியை விடவும் இரண்டொரு எட்டு முன்னால் வைக்கக் கூடியவர்கள். எடுத்துக்காட்டிற்கு, வீட்டிற்காக பெரிய கடனை வாங்கும் துணிச்சல், சின்னதானாலும் இரண்டு கார்கள், ஃபோன் மாற்றுவதில் இருக்கும் வேகம், விலையுயர்ந்த ரெஸ்டாரண்டிலும் பில்லின் விவரங்களைப் பார்க்காமல் கார்ட் எடுத்துக் கொடுக்கும் திமிர் – போன்றவற்றைப் பார்க்கலாம். எடுப்பாகத் தெரியும் முகக்கவர்ச்சிகள் இல்லாத, குரூபிகளும் அல்லாத, பேசவேண்டும் என்ற தீவிர ஆசையை ஏற்படுத்தாத, ஆனால் பேச உறுத்தாத இலட்சணங்கள் இருக்கும் ஜோடி எங்களுடையது என்றால் தவறில்லை. இருவருக்கும் சாதாரண மாநிறம். எங்கள் தோற்றத்தின் சிறப்புகளை பட்டியலிடும் பிடிவாதம் பிடித்தால் என் பரந்த நெற்றியையும், இப்போதும் செழிப்பாக இருக்கும் விஜியின் நீளமுடியையும் காட்டலாம். விருது, புகழ் இல்லாத மனிதர்களில் இப்படியான நுட்பங்களை மக்கள் அடையாளம் காணமாட்டார்கள் என்பதற்கு எங்கள் அபார்ட்மெண்ட்வாசிகளின் அலட்சியமான உரையாடல்களே

சாட்சி. அவர்கள் எங்கள் இருவரையும் சேர்த்து "சி–3 வீட்டுக்காரர்கள்" என்று அழைப்பார்கள். இதே மக்கள் முதல் மாடியின் பணக்கார வியாபாரி குப்தாவை "அவர்தான், அந்த குப்தா, முதல் மாடியின் உயரமான மனிதர்" என்பார்கள். இரண்டாம் மாடியின் ரிடைர்ட் கர்னலை பழங்காலத்து அழகான சினிமா நடிகர் சசிகபூருக்கு ஒப்பிடுகிறார்கள்.

எங்கள் நண்பர்களின், சொந்தங்களின் கண்களுக்கு எங்கள் வாழ்க்கை வெற்றிகரமானதாகத்தெரியும் என்று நம்பியிருக்கிறோம். அப்படி என்றால் என்னவென்று யாரும் வியாக்கியானம் செய்யப் போவதில்லை. சொந்த வீடு இருக்கிறதா, இருந்தால் எங்கே, எந்த பில்டர், எத்தனை பிஎச்கே, பிள்ளைகள் இருக்கிறார்களா, இருந்தால் எந்தப் பள்ளிக்குப் போகிறார்கள், கார் இருக்கிறதா, இருந்தால் எது இதுபோன்ற பல அபாயமற்ற எளிய கேள்விகளுக்குக் கிடைக்கும் பதில்களிலிருந்து முன்னேற்றத்தின் சிக்கல்களை அளக்கமுடியும் என்பது எல்லோரும் அறிந்தவிஷயம் தான். இவற்றை எல்லாம் வெற்றிகரமாகத் தாண்டி வந்த எங்களுக்கு கடைசியாக, பிள்ளைகளின் நடத்தையினாலும், வளர்ச்சியினாலும் நம்மை அளக்கும் ஒரு பரீட்சை எஞ்சி விடுகிறது. அதன் வாசலில் நாங்கள் இருக்கிறோம்.

நாங்கள் இருவரும் எப்படி ஒருவரைஒருவர் சகித்துக் கொண்டிருந்தோம் என்றால் ஆழமான விரிசல்களை சுயமாக எங்களாலேயே அவ்வளவு எளிதாகக் கண்டுபிடிக்க முடிவதில்லை. இலட்சிய தம்பதிகளின் போட்டியில் கேட்பது போல கணவனின் விருப்பமான நிறம் எது, மனைவியின் முதல் பள்ளியின் பெயர் என்ன போன்ற முட்டாள் கேள்வி களைக் கேட்டால் இருவரும் கண்டிப்பாகத் தேர்வடைந்து விடுவோம். தம்பதிகளின் உண்மையான பொருத்தத்தைக் கண்டுபிடிக்க அரசியல் நிலைப்பாட்டைக் குறித்த நுண்ணிய விவரங்களை இது போன்ற காலத்தில் கூட வெளிக்கொண்டு வரவேண்டுமென்பது யாருக்கும் தோன்றவில்லை என்பதே வியப்பு. அதிர்ஷ்டவசமாக, சமவிருப்பமொன்று தாம்பத்திய ஆரம்ப நாட்களில் எங்கள் சமரசத்திற்கு அடிப்படையாக இருந்ததென்றால் மிகத் தவறாகாது. ஆர்வம் என்ற சொல்கூட அதற்கு சுமைதான். நேரடியாகச் சொல்வதானால், நாங்கள் அந்த நாட்களில் இரகசியமாக வாசித்திருந்த வாழ்க்கைக் கலை நூல்கள் எங்களை அருகாமைக்குக் கொண்டு வந்தன. இது பரஸ்பர அறிவுக்கு வந்த விதமும் கேட்க வேண்டிய கதைதான். இதை திருமணத்திலிருந்தே ஆரம்பிக்கலாம்.

எல்லாப் பையன்களைப் போல நானும்கூட ஒரு பெண்ணுடன் சுற்றித் திரியும் கனவு கண்டிருந்தாலும் பெண்களைக் கவரும் திறமையும், அதிர்ஷ்டமும் கல்லூரி நாட்களிலிருந்தே இருக்கவில்லை. வேலைக்குச் சேர்ந்த பிறகு அலுவலகத்தில் காதல் விவகாரம் இருப்பது அத்தனை புத்திசாலித்தனமானதாகத் தோன்றவில்லை. முதலில், அங்கே பித்துப் பிடிக்க வைப்பது போலப் பெண்களும் இருக்கவில்லை. சின்னச் சின்ன சில்மிஷங்கள் செய்த இரு சக ஊழியர்களின் சாகசம் தவிர்க்க முடியாமல் கண் முன்னால் திருமணத்தில் முடிவடைந்த பிறகு எச்சரிக்கையாக இருந்தேன். மொத்தத்தில் ஒரு இளைஞனுக்கு வேண்டிய எல்லாத் தகுதிகள் இருந்தாலும் பெண்ணொருத்தியுடன் காதல் என்பது கனவாகவே எஞ்சிவிட்டது. அதனால் உறவுக்காரன் ஒருவனின் அக்கறையின் பேரில் விஜியின் கோரிக்கை வந்து அவளைச் சந்திக்கும் வாய்ப்பும் கிடைத்தபோது இல்லை என்று சொல்லவில்லை. விஜியின் அம்மா பள்ளி ஆசிரியராக இருந்தார். அப்பா வங்கியில் இருந்தார். டிரான்ஸ்ஃபர்களிலிருந்து தப்பித்துக் கொள்ள ஆஃபீசர் பரீட்சை கூட எழுதவில்லை என்று அதே உறவுக்காரர் என்னிடம் சொல்லி இருந்தார். "சொற்பத்தில் நிறைவடை பவர்கள் என்பது உண்மை. மிகவும் நல்லவர்கள், ஒரே மகள். பெங்களூரில் சொந்த வீடு இருக்கிறது."

விஜிகூட பெங்களூரில் வேலை செய்து கொண்டிருந்தாள். குடும்பத்தாரே எங்கள் சந்திப்பை ஏற்படுத்தியிருந்தாலும் அதை அரேஞ்ச்ட் மேரேஜ் என்று அழைக்க இருவருக்கும் மனமிருக்கவில்லை. முதல் சந்திப்பில், "நான் சம்பிரதாயவாதி யல்ல. சாதியில் எனக்கு நம்பிக்கை கிடையாது. குடும்பத்தில் ஆண்பெண் சமம் என்ற எண்ணம் உள்ளவன்" என்று என்னைப் பற்றி சொல்லிக்கொண்ட நாடகத்தனமான பீத்தலைப் பிறகு விஜி வேடிக்கை செய்ததும் உண்டு. இப்படியான பேச்சுகள் நாம் நாகரிகமானவர்கள் என்று எண்ணும், உத்தியோகம் செய்யும் பெண்களுக்குப் பிடிக்கும் என்று நினைத்திருந்தேன். அப்போது எனக்கு லிபரல் என்ற சொல் தெரிந்திருந்தால் பயன்படுத்தி இருப்பேனோ என்னமோ. சாதியில்லை என்பதில், சடங்குகளை அவமதிப்பதில் இருக்கும் அதிசய சுகமும், அது சரிசமமானவர்களிடம் கொடுக்கும் ஒரு வகையான உயர்வு மனப்பான்மையின் அனுபவமும் எனக்கிருந்தது. நம்பிக்கை இருக்கிறதோ இல்லையோ என்பதை விடவும் நீந்தி ஜெயிப்பது என்று சொன்னேனல்லவா அந்தப் பாத்திர அமைப்பிற்குத் தொடர்புடையது. அநேகமாக இதன் அடிப்படைகள் ஹாஸ்டலில்

கழித்த ஆண்டுகளில் இருந்தன. அங்கே இருந்த நண்பர்களின் சகவாசத்தில் இருந்தன. ஏற்றுக்கொள்ள வேண்டும் என்ற ஆர்வம் ஊரைவிட்டு வந்தவர்களிடம் சிறிது மிகையாகவே இருக்கும். உணவுமேசை மீது ஒரு வாதத்திற்கிடையே, "எளிதாக வேலை கிடைக்காமல், வேலையின்மை தரும் அவமானமும், இயலாமையும் அனுபவத்திற்கு வந்திருந்தால் உனக்கு செல்வாக்கின் தேவை தெரியவந்து சொந்த சாதிக்காரர்களிடம் அடைக்கலம் அடைந்திருப்பாய் அல்லது கடவுளிடம் நேர்ந்து கொண்டிருப்பாய்" என்று என் அலுவலக நண்பன் ஹேமந்தன் சொன்னது உண்மை என்று தோன்றுகிறது. அலுவலகத்தில் எல்லோரும் போட்டிக்கு நிற்பவர்கள் போல தாங்கள் உடுத்தியிருக்கும் நாகரிக சட்டையைக் காட்சிப்படுத்தத் துடிப்பவர்கள்தான். சமுதாயத்தில் சாதியே இல்லாதது போல நடப்பது, மிகப் பெருந்தன்மையான தோரணையில் பேச்சுகளைப் பேசுவது, ஆங்கிலத்தேர்ச்சி திறமையான தலைமையின் இலட்சணம் என்று எண்ணுவது சுற்றிலும்தெரியும்போது, அதைப் பின்பற்றுவது ஏணியில் ஏறும் எளிதான வழியாக இருந்தது. தற்போது போல நெற்றியில் எடுப்பாக குங்குமம் வைத்துக்கொண்டு அலுவலகத்திற்கு வரும் திமிரை யாரும் காட்டியதில்லை.

முதல் சந்திப்பிற்குப் பிறகு, நிச்சயதார்த்தத்திற்கும் முன்பு சில காலம் ஒன்றாகச் சுற்றித் திரிந்தோம். தொடர் சந்திப்புகளுக்கு நடுவிலும் "ஒருவரையொருவர் அறிந்து கொள்ள, திருமணத்தைப் பற்றி முடிவெடுக்க காலவகாசம் வேண்டும்" என்று இருவரும் தங்கள் வீடுகளில் சொல்லியதே புரட்சி என்று தோன்றி, அதையே மீள மீள பேச்சுகளில் வரவழைத்துக்கொண்டு, இந்தத் திருமணமும் எங்களுடைய சொந்த முடிவுதான் என்ற உணர்வில் ரோமாஞ்சனம் அடைந்திருந்தோம். "சந்திப்பு அரெஞ்ச்ட். மற்றவை எதுவும் அல்ல" என்பது எங்கள் கோஷவாக்கியமாக இருந்தது. இப்போதெல்லாம் ரேகாவுக்கு பழமை புதுமைகளின் இணைதல்களைப் பற்றி எடுத்துக்காட்டிச் சொல்லும் போதெல்லாம் எங்கள் திருமணத்தைச் சொல்லி இருந்தேன். ரேகா சிரிப்பை அடக்க முயன்று தோற்று "சாதிக்குள் திருமணம் செய்துகொண்டு நீங்கள்என்ன புரட்சி செய்தீர்கள்? அப்பா, நான் ஒன்றும் இன்னும் குழந்தை யல்ல" என்று என்னை சப்பையாக்கியிருந்தாள்.

உண்மை என்னவென்றால் இருவரும் முதல் சந்திப்பி லேயே ஒருவரைஒருவர் விரும்பி இருந்தோம்அல்லது அதுபோல நான் எண்ணி இருந்தேன். பெயர்களைச் சுருக்கி

அழைப்பது நெருக்கத்தைக் குறிக்கும் என்று படித்ததை நம்பி இரண்டாம் சந்திப்பில் அவளை "விஜி" என்றேன். அவள் ஆட்சேபிக்காமல் இருந்ததை சம்மதம் என்று எண்ணி மனஎழுச்சி அடைந்தேன். ஆனால் உலகமே அவளை விஜி என்று அழைப்பது அடுத்த நான்கே நாட்களில் தெரிய வந்தது. சிறப்பு என்னவென்றால் அது தெரிந்த பிறகும் அதைத் தவிர எனக்கு வேறொரு பெயர் தோன்றவில்லை. எப்போது தன் பெயர் விஜி ஆனது என்பது தனக்கும் நினைவில்லை என்பதை, பள்ளியில் விஜயா என்று ஆஜர் எடுக்கும் போதுதான் கையை உயர்த்தாமல் அட்டென்டன்ஸ் இழந்த நிகழ்வைப் பிறகு ஒருமுறை வர்ணித்திருந்தாள். நான் மற்றொரு செல்லப் பெயரைத் தேடாமல் விஜி என்றே தொடர்ந்ததற்கு ரேகா என்னை எத்தனை முறை கேலி செய்திருப்பாள். "ஜெயா என்று சொல்லியிருக்கலாம், விஜியைத் திருப்பி ஜிவி என்று அழைத்திருக்கலாம். போகட்டும், குருவி, கிளி, மயில் எதையாவது சொல்லியிருக்கலாம். அப்பா, உன் மூளைக்கு இது எதுவும் தோன்றாமல் ஆயிரம் பேர் அழைக்கும் பெயரையே ஏற்றுக்கொண்டாயே, த்தூ" என்று அவள் என்னைச் சீண்டினால் விஜி புன்சிரிப்புடன் கேட்டுக் கொண்டிருப்பாள். ரேகா விஜியையும் விடுபவள் அல்ல. "நீயும் தான் அம்மா, வெங்கட் என்று ஆஃபீஸில் அழைப்பவர்கள் போலவே அழைக்கிறாய். எத்தனை சப்பை."

எங்கள் அன்பை வாய்விட்டுச் சொல்லாமல், ஆம் இல்லை, வேண்டும் வேண்டாம் போன்ற நாடகங்களை எல்லை மீறாமல் விளையாடி, எங்கள் வாழ்க்கை எங்கள் கட்டுப்பாட்டில் இருக்கிறது என்ற சுகத்தில் மிதந்து கொண்டு ஆறுமாதங்கள் கழிந்தன. ஆனாலும் சிலசமயம் விஜியின் பேச்சைக் கேட்கும்போது அவள் அத்தனை எளிதில் என் கட்டுக்குள் சிக்கமாட்டாள் என்று தோன்றியது. எடுத்துக்காட்டிற்கு அவள் தன் சம்பளத்தை என்னிடம் சொல்லவில்லை. "ஆம், அப்பா அம்மாவுக்கே நான் சரியாகச் சொன்னதில்லை, உன்னுடையதையும் சொல்லாதே, நானும் கேட்கமாட்டேன்" என்று சொல்லிவிட்டாள். பிறகு என்ன தோன்றியதோ மறுநாள் சொன்னாள். என்னைவிடவும் கொஞ்சம் குறைவாகவே இருந்தது. இப்படி எல்லாம் நடக்கும் போது, திருமண பந்தத்தில் சீக்கிரம் விழாமல் போனால் இவள் என் கக்கத்திலிருந்து நழுவி விடுவாள் என்ற சிறிய ஆதங்கம் அந்த நாட்களில் வாட்டி இருந்தது. கல்வி, அந்தஸ்து, வேலை, சம்பளம் மொத்தத்தில் இவளை விடவும் நல்லவள் கிடைக்கமாட்டாள் என்ற எண்ணம் ஒரு பக்கம், இருவரின்

உழைப்பின் கவர்ச்சி மறுபக்கம். டபல் என்ஜின் போன்ற சொல்லாடல்கள் உடலைப் புல்லரிக்க வைத்தது. அரெஞ்சட் சொல்லை எவ்வளவு நிராகரித்தாலும், பொருத்தமும், எதிர்காலத்து வசதியின் சாத்தியக் கூறுகளும் நுட்பமாக முடிவெடுக்கத் தொடங்கின. நீந்தும்போது இரண்டு கக்கங்க ளிலும் சுரக்குடுக்கைகள் இருந்தால் இரட்டிப்பு பலமல்லவா?

இப்படி ஒரு உறவை நிராகரிக்க குடும்பத்தார்களிடமும் காரணம் இருக்கவில்லை. சாகரத்து அத்தை மட்டும் ஆட்சேபித்திருந்தார். “நிறையப் படிச்சவளை கலியாணம் கட்டிக்காதேடா, வேலையில் இருக்கும் பொம்பளைங்க புருசன் பேச்சைக் கேக்கமாட்டாங்க” என்று சொல்லி இருந்தார். நாங்கள் அதை வேடிக்கையாக நண்பர்கள் வட்டத்திலும் பகிர்ந்து கொண்டிருந்தோம். எங்கள் திருமணத் திற்கு வந்த அத்தையைக் காட்டி, “நீ கணவன் பேச்சைக் கேட்கமாட்டாய் என்றவர் இவர்தான்” என்று விஜியின் காதில் கிசுகிசுத்தேன். இருவரும் காலில் விழுந்தபோது “சண்டை போடுங்க, ஆனா ஒண்ணா இருங்க” என்று மனப்பூர்வமாக ஆசீர்வதித்திருந்தார். அதைப் பிறகொருமுறை நினைத்துக் கொண்டு விஜி, “எப்படிப்பட்ட பிராக்டிகல் ஆசீர்வாதம். அவர் எச்சரித்தது போலவே நடந்து விட்டதே. நான் இப்போது உன் பேச்சைக் கேட்பதில்லைதானே” என்று சிரித்தாள்.

நாங்கள் தேனிலவுக்கு கொடைக்கானல் போனோம். புது ஜோடிகள் ஊட்டியை அலட்சியப்படுத்தி கொடை திசையில் முகம் திருப்பிய நேரமது. சன்ரைஸ் பெயரின் புகழ்வாய்ந்த ஹோட்டலில் தங்கினோம். குன்றின் உச்சியில் இருந்த ஹோட்டல் அருகிலேயே அழகான பள்ளத்தாக்கு. இரவு முழுவதும் பேருந்தில் பயணம் செய்து விடிகாலை ஏழு மணிக்கு ஹோட்டல் வந்தடைந்தாலும் அறை கிடைத்து செக் இன் செய்யும்வரை முக்கால் மணி நேரம் காத்திருக்க வேண்டிய தானது. அறைக்கு வந்தவுடன் இருவரும் சிறிது நேரம் தூங்கி னோம். பிறகு சிற்றுண்டி சாப்பிட்டு விட்டு ஒரு சுற்று வெளியே போய் வரலாமென்று தயாராகத் தொடங்கினோம். நீ முதலில் போ என்று சில நிமிடங்கள் இருவரும் நீ நீ என்ற பிறகு தோல்வியை ஒத்துக்கொண்டு குளிக்கப் போனேன்.

குளியலறையில் நுழைந்து, ஆடையைக் கழற்றி டாய்லெட் கிட் திறந்த பிறகுதான் அதற்குள் ரேசர் இல்லை என்பதை கவனித்தது. கடைசி நொடியில் வாங்கிய ரேசரை சூட்கேசில் துணிக்குக் கீழே திணித்தது நினைவுக்கு வந்தது. கதவைப் பாதி திறந்து விஜியை அழைத்து ரேசர் கொடுக்கச் சொன்னேன்.

“துணிகளுக்கு கீழே இருக்கிறது. வலதுபக்க ஓரத்தில் பெட்டியின் அடியில் தேடினால் கிடைக்கும்”

இப்படி ஏதாவது ஒரு வகையில் அவளை சார்ந்திருப்பது மிக ரம்மியமாகத் தோன்றியது. திருமணத்திற்குப் பிறகு ஏதோ மாற்றம் ஏற்பட்டிருக்கிறது என்பதை அது குறித்தது. அவள் அதை விரும்புகிறாள் என்பதை ஊகிக்க முடிந்தது. முன்னிரவு பேருந்தில் வரும்போது என் பணப்பையை அவளுடைய கைப்பையில் வைத்துக்கொள்ள கொடுத்திருந்தேன். பேருந்து இடையில் நின்றபோது இருவரும் தூக்கக் கலக்கத்தில் சிற்றுண்டி சாப்பிட்டுக் கை அலம்பும் போது அவளிடமிருந்து கைக்குட்டையை வாங்கி கை துடைத்துக் கொண்டேன். பில் கொடுக்கும் போது என் பணம் எல்லாம் அவள் பொறுப்பில் இருப்பதாக “இருபது ரூபாய் கொடு” என்று அவளிடமிருந்து பணம் வாங்கினேன். இப்படிக் கீழ்ப்படிதலில் இருக்கும் நாடகத்தனம் இன்பமாகவும், இனிமையாகவும் இருந்தது.

ஷேவ் செய்து, குளித்து விட்டு வேட்டி கட்டி, உடம்பு மீது துண்டைப் போர்த்திக்கொண்டு வெளியே வந்தபோது என் சூட்கேஸ் மீதிருந்த புத்தகத்தைப் பார்த்து அதிர்ந்து போனேன். “சமரச வாழ்க்கை” என்பது அதன் தலைப்பு. வெளிர்நீல நிறத்துப் பின்னணியில் இரண்டு கைகள் ஒன்றை ஒன்று ஆதரவுக்காக இறுகப் பற்றிக்கொண்டிருக்கும் ஓவியமிருக்கும் அட்டைப் படம். அந்தப் பக்கமாகவிரைந்து, விஜியைப் பார்க்காமல், புத்தகத்தை எடுத்து சங்கடத்துடனும், அவரசரமாகவும் பெட்டிக்குள் சேர்த்தேன். ரேசர் கேட்டபோது என்ன நடந்திருக்கலாம் என்பதை ஊகிப்பது சிரமமாகவில்லை. ரேசரைத் தேடப் பெட்டிக்குள் கையை நுழைத்தபோது, துணிகளுக்கு கீழே புதைத்துவைத்திருந்த அந்தப் புத்தகம் அவளுக்குக் கிடைத்திருக்கிறது; ரேசரைக் கொடுத்துவிட்டு, புத்தகத்தை மூடிய பெட்டியின் மீது இயல்பாக வைத்திருக்கிறாள். இவ்வளவுதான் நடந்திருக்கும் என்று மகிழ்ச்சியடைந்தேன். இப்படிப்பட்ட புத்தகங்களை சகஊழியர்கள் அசட்டையாக கேலி செய்திருக்கிறார்கள். அதனால் என் விருப்பங்களை பொதுவாக வெளிக்காட்டிக்கொள்ள என்றும் முன்வந்த தில்லை. இதுவரை அதை விஜியிடம் சொல்லி இருக்கவில்லை. இப்போது இவள் ஏதாவது இடக்காகப் பேசினால் எப்படி எதிர்வினை செய்வது என்று புரியாமல் தவித்தேன். ஓரக் கண்ணால் என்னை கவனிக்கிறாள் என்று தோன்றி, அவளுக்கு முதுகைக்காட்டி நின்றுகொண்டு, என்ன செய்வதென்று தோன்றாமல் சட்டைக்காகப் பெட்டியைத் துழாவினேன்.

அதுவரை பேசாமல் உட்கார்ந்திருந்த விஜி, "இந்தப் பக்கம் திரும்பினால் ஒரு மேஜிக் காட்டுகிறேன்" என்றாள். அந்த குரலில் இருந்த உணர்ச்சி எதுவென்று அடையாளம் காணமுடியவில்லை. திரும்பிப் பார்த்தால் "இப்போது நீ வைத்த புத்தகத்தை இங்கே என் பையிலிருந்து எடுக்கிறேன் பார். இப்படிப் பட்ட தந்திரத்தை நீ எங்கேயும் பார்த்திருக்க மாட்டாய்" என்று அவள் அதே புத்தகத்தின் மற்றொரு பிரதியை வெளியே எடுத்துப்பிடித்து புன்னகைத்தாள். அந்த நொடி, அநேகமாக எங்கள் தாம்பத்திய வாழ்க்கையின் மகத்துவமான கணம் என்றும் அந்த மணித்துளியில் தோன்றிய நிம்மதியும்,நெருக்கமும் சிறப்பானதென்றும் பிறகு பலமுறை தோன்றியதுண்டு. அந்த ஒரேநொடியில், எதைத் தயக்கத்துடன் அடக்கி வைத்திருந்தேனோ அதே என்னிடம் இருக்கும் கவர்ச்சி யாக மாறிவிட்டது. இப்படிப்பட்ட புத்தகம் நம் கையில் இருக்கும்போது அடுத்தவர் கண்ணுக்கு நாம் எப்படித் தெரிவோம் என்பதைப்பற்றி இருக்கும் உறுத்தல், தயக்கம், தாழ்வு மனப்பான்மை போன்றவை சரியாகப் புரிவது இவற்றை வாசிப்பவர்களுக்கு மட்டுமே.

பேச்சே பாரமானது போல அவள் கையில் இருந்த புத்தகத்தையும், அவளையும் கூர்ந்து பார்த்து "ஓய்" என்றேன். நெஞ்சம் பொங்கிவந்து வாய் கட்டுண்டது. பிறகு எதுவும் தோன்றாமல் சட்டை அணிவதை விட்டுவிட்டு, தலை வாரிக் கொள்ள குளியறைக்குள் போனபோது எனக்குள் நுழைந்த உற்சாகமே எல்லாவற்றையும் வெளிப்படுத்தியது. துண்டை வீசி எறிந்து வெற்று மார்போடு கண்ணாடி முன்னால் நின்று தலைமுடியைப் பின்னால் தள்ளித்தள்ளி ஆசுவாசமாக வாரிக்கொண்டேன். பில்கிரீம் பயன்படுத்திய பிறகு டப்பியை அலட்சியமாக அங்கேயே எதிரில் வைத்தேன்.பற்களில் அழுக்குப் படிந்த சீப்பையும் கூட டாய்லெட் கிட்டிற்குள் மறைத்து வைக்க வேண்டுமென்று தோன்றவில்லை.

திருமணமாகி வாரத்திற்குப் பிறகும் எங்கள் இடையில் இருந்த அந்நியத்தின் மெல்லிய திரை சட்டென்று கழன்று விழுந்து இருவரும் தங்கள் பொருட்களை சீராக எடுத்து வைப்பதிலிருந்து மற்றவர் முன் ஆடையை மாற்றிக்கொள்வது வரை எல்லா சங்கோஜங்களையும் உடனடியாகத் துறந்தோம். அதே மதியம் என்றும் இல்லாத அக்கறையில் பேசிக்கொண்டே படுக்கை மீது சோம்பேறித்தனமாகப் புரண்டு கொண்டிருக்கும் போது, அவள் அலுவலகத்தில் எடுத்துக்கொண்ட புதிய பிராஜெக்ட் பற்றி சொல்லத் தொடங்கினாள். கேட்டுக்கொண்டே

நடுநடுவில் ஊக்கமளிக்க "எக்ஸலண்ட்" என்று புகழ்ந்தேன். நான் அதை மூன்றாவதுமுறை சொன்னபோது இந்த ஊக்கத்தையும் புத்தகத்திலிருந்து பெற்றது என்று இருவருக்கும் ஒரேநேரத்தில் தோன்றி சேர்ந்தே சிரித்தோம். எதற்கென்று வாய்விட்டுச் சொல்லாமல், வயிற்றைப் பிடித்துக்கொண்டு சிரித்தோம். சிரிக்கச்சிரிக்க அவளைப்பற்றி நன்மதிப்பு நிரம்பி வழிந்து "விஜி" என்று கிசுகிசுத்து அவள் கன்னத்தை மெல்ல விரலால் வருடினேன். அவள் தாழ்ந்த குரலில் "ஊம்" என்றது உன்மத்தத்தின் முணுமுணுப்பா, சம்மதத்தின் குரலா தெரியவில்லை. பிறகு வெகு காலம் "எக்ஸலண்ட்" என்ற சொல் காதில் விழும் போதெல்லாம் இருவரும் சிரிப்போம்.

அந்த சல்லாபத்திற்கும் இடையே "அதே புத்தகத்தை நாங்கள் இருவரும் இங்கே கொண்டு வந்தது, அதை பரஸ்பரம் கண்டுபிடித்தது இவை எல்லாம் விபத்து என்று எனக்குத் தோன்றுவதில்லை. இதில் நமக்கு வேறு ஏதோ செய்தி இருக்கிறது. இது பெரிய ஓவியத்தின் சின்னத் துணுக்கைப் போல" என்றேன்.

"கடவுளின் செயல் என்கிறாயா?" அவள் மெல்ல சொன்ன போது அந்தக் கணத்தின் லஹரி எப்படி இருந்தது என்றால் எப்படிப்பட்ட ரம்மியமான பேச்சும் பிடித்துப் போகும்.

"அதைத்தான் சொல்ல இருந்தேன். இது அவனுடைய வேலைதான். அதிருக்கட்டும் இத்தனை நாள் எதற்கு நீ அதை சொல்லவில்லை?" இது ஆட்சேபனை நிறைந்த கொஞ்சல்.

"அது கடவுள் விருப்பமாகவும் எதற்கு இருக்கக்கூடாது? இன்றே இப்படி நாடகத்தனமாக இது வெளிப்பட வேண்டு மென்பது அவனுடைய நோக்கம். நீ எதற்கு இத்தனை நாள் சொல்லவில்லை என்று நான் கேட்கலாம் அல்லவா?"

பதில்சொல்ல முயற்சித்துக்கொண்டே, யாருக்கும் சொல்லாத செய்தியை உனக்கு மட்டுமே திறந்து வைக்கிறேனே என்பதை தெரிவிக்கத் தவித்தேன். "இதற்கு பதில் சொல்வது மிகவும் சிரமம். ஒரு வார்த்தையில் சொல்ல முடியாது. நான் இதுபோன்ற புத்தகத்தை வாசிப்பதைப் பார்த்தவர்கள் என்னிடம் ஏதாவது குறையைக் காண்பார்கள் என்ற உறுத்தல் இருந்தது. எனக்கு இவற்றால் பயன் இருந்தது என்றாலும் இதுபோன்ற வற்றைப் படிப்பது பக்குவப்படாதவர்களின் இலட்சணம் என்று மனத்தில் நாட்டுவது போல சிலர் குத்தினார்கள். மொத்தத்தில் ஏதோ தயக்கம். இருக்கட்டும், நீ எதற்கு இத்தனை நாள் மூடிமறைத்தாய்?"

சகீனாவின் முத்தம் 27

"நான் மூடி மறைக்கவில்லை. சொல்லும் தருணம் வரவில்லை அவ்வளவுதான். நீ சொல்வது புரிகிறது. ஒருமுறை என் பையிலிருந்து இதுபோன்ற புத்தகத்தை வெளியே எடுத்தபோது என் கலீக் கீதா கிசுக்என்று பல்லை இளித்து எப்படிப் பார்த்தாள். அவள் சிரிப்பு இன்னும் என் கண் முன் இருக்கிறது. நான் அவளைப் பொருட்படுத்தவில்லை. ஆனால் நூறு பேர் இருக்கும் அலுவலகத்தில் தாழ்வு மனப்பான்மையை ஏற்படுத்த தாங்கள்தான் புத்திசாலிகள் என்று நினைக்கும் இதுபோல இருவர் இருந்தால் போதும். ஒரு துப்பாக்கி வைத்திருப்பவன் ஊரையே பயமுறுத்தலாமல்லவா, அதுபோல." படுக்கையிலிருந்து எழுந்து எதிரே இருந்த நாற்காலியில் உட்கார்ந்தாள்.

"புகழ்வாய்ந்த கல்லூரிகளில் பெற்ற பதவிகள்இருந்தால் போதும். அப்பா! எப்படிப்பட்ட உயர்வு மனப்பான்மை. அவர்களுக்கு மேல்சாதி என்று பெயர்சூட்டி இருக்கிறேன்."

"எவ்வளவு நல்ல பெயர் சூட்டி இருக்கிறாய். அவர் களுக்கெல்லாம் மேற்கே இருந்து வந்தால்தான் தீர்த்தம்."

அவள் பாராட்டிப் புகழ்ந்ததால் உள்ளே காற்று புகுந்தது போலானது. உற்சாகத்தில் மேல்சாதிக்காரர்களின் குணஇலட்சணங்களைப்பட்டியலிடத் தொடங்கினேன். "என்னைவிட மேலானவர்கள் இல்லை."

"பிராண்டட் ஈஸ் த பெஸ்ட்" விஜி கூடச்சேர்ந்து கொண்டாள்.

"ஒழுக்கமின்மையே படைக்கும் குணம். நியமங்களை உடைப்பதே நியதி."

"தான் ஒழுங்கு. உலகம் போக்கிரி."

"ஹ ஹா, சரியா இருக்கு. நம் பரம்பரையின் நாசமே எழுச்சியின் பாதை."

"அடடா, அவ்வளவு தூரம் போகவேண்டாம்" விஜி ஆட்சேபனை செய்தாள்.

"சரி விடு. இது எப்படி இருக்கு. வேலை குறைவு. பேச்சு அதிகம்."

"ஆங்கில ஒலி வேண்டியே வேண்டும்."

"ஃபிரெஞ்ச் சொற்களை ஃபிரெஞ்சுக்காரர்கள் போலும், கன்னடத்தை மட்டும் இங்லீஷ்காரர்கள் போலும் உச்சரிக்க வேண்டும்."

“ஓன்சாம்பல், ஓன்வலோப்.”

“மரத்ஹல்லி. மசால் டோஸா.”

விஜிக்கு சிரிப்புத் தாங்கமுடியவில்லை. அது எனக்கும் பரவியது. ஒருவர் சிரிக்கிறார் என்று மற்றவர். எதற்கு சிரிக்கிறோம் என்று அறிந்துகொள்ளும் குழப்பம் இல்லாமல் சிரித்தோம். நான் சிரித்துச் சிரித்து, மற்றொருவரை சிரிக்க வைக்கும்போது பிறக்கும் தன்னம்பிக்கையால் உப்பிப் போனேன்.

○

அன்று மாலை இருவரும் கொடைத் தெருக்களில் கண்டபடி சுற்றித் திரிந்தோம். விஜி குங்கும நிறத்து, பச்சைக் கரை போட்ட பருத்திச் சேலையை உடுத்தி இருந்தாள். அங்கே இருந்த ஏற்ற இறக்கப் பாதைகளில் நடந்துகொண்டே அரட்டை அடிக்கும்போது, காலை நடந்த புத்தக நிகழ்வை மீள மீள பேச்சில் கொண்டுவந்து, அந்த ஆர்வம் என்னிடம் ஏற்படக் காரணமான தருணத்தை சொற்களில் முன்வைக்க முயற்சித்தேன்.

“வேலைக்குச் சேர்ந்து ஒரு ஆண்டு கழிந்தபின், ஒரு வாரம் மேனேஜ்மெண்ட் கோர்ஸ் என்று என்னை மும்பைக்கு அனுப்பி வைத்தார்கள். அங்கே திவாரி என்பவர் தன் லெக்சருக்குப் பிறகு டீ பிரேக்கில் அவரைச்சுற்றி நின்ற கும்பலுடன் “மற்றொரு உலகம்” என்ற புத்தகத்தைப் பற்றி கவர்ச்சியாகப் பேசிக்கொண்டிருந்தார். அவருடைய அன்றைய சொற்பொழிவு அந்த புத்தகத்தின் அடிப்படையில்தான் இருந்தது என்று தெரிந்தபோது, அது எங்கே கிடைக்கும் என்ற மிக முட்டாள்தனமான கேள்வியைக் கேட்டேன். என்ன தோன்றியதோ தன் பையிலிருந்து அந்த புத்தகத்தை எடுத்து என் கையில் கொடுத்துவிட்டு “குட் லக்” என்று சொல்லிப் போய்விட்டார்.

“அன்றே அதைப்படிக்கத் தொடங்கினேன். நிறுத்த முடியவில்லை. அப்பாடா, எல்லாம் எவ்வளவு நன்றாக நினைவிலிருக்கிறது. அலுவலகத்தைத்தான் அவர் “மற்றொரு உலகம்” என்று சொன்னது. ஒவ்வொரு பிரச்சினையையும் எங்கள் அலுவலகத்தில் இருந்தே எடுத்து விவரித்தது போல இருந்தது. சின்ன ஊரிலிருந்து வந்த எனக்கு வேலையின் சூழலைப்பற்றி இனம்புரியாத ஆதங்கம் இருந்தது. மேற்குத் தீர்த்தம் குடித்து புனிதமான எம்பிஏ–க்கள், வெளிநாட்டு வாடிக்கையாளர்களுடன் தவிர்க்க முடியாத பழக்கம்,

மொத்தத்தில் என்னவென்று சொல்ல முடியாமல் மூச்சுத் திணறியது. இதுபோன்ற புத்தகங்களின் சிறகைக் கட்டிக் கொண்டு பறந்தால் எல்லாவற்றையும் தாண்டி விடலா மென்று தோன்றியது. ஒன்றன்பின் ஒன்றாக மற்ற புத்தகங் களைப் படிக்கப் படிக்க, தக்க தருணத்தில் மனத்தில் தோன்றத் தொடங்கிய புத்தகத்தின் மூதுரைகள் என் குரு திவாரியே என் காதுகளில் சொல்வதைப்போலத் தோன்றுமளவிற்கு அதில் மெய்மறந்து போனேன். அவருடைய கம்பீரமான, ஆழமான குரல் குருவுக்கு சோபையாக இருப்பது போலத் தோன்றியது. என் கூட இருப்பவர்களிடம் இதை எல்லாம் சொல்ல முயன்ற போது இரக்கத்துடன் பார்த்து "அதை எல்லாம் அப்படி கம்பீரமாக எடுத்துக் கொள்ள வேண்டாம்" என்றார்கள். சிட்டி பையன்களுடன் பேச்சு சிரமமாக இருந்தது. மெட்டாலிகா, ஜூதாஸ், ப்ரீஸ்ட் போன்ற அவர்கள் இளமைக் காலத்து மியூசிக் பெயர்களை எடுத்தால் என் பேச்சே நின்று போய்விடும்."

"அய்யோ, பாவம். நீ அதை எல்லாம் கேட்டதில்லையா? நல்லா இருக்கும். விடு, பரவாயில்லை, உனக்கு எதுக்குத் தெரியணும்."

அவள் நன்றாக இருக்கும் என்றதால் உறுத்தலாக இருந்தாலும் விஜியின் நிலைப்பாடுகள் என் சார்பாகவே இருக்கும் என்பதை கவனித்துஅவள் மீது செல்லம் பொங்கியது. என் எல்லா இரகசியங்களையும் திறந்துவிடவேண்டு மென்று தவித்தேன். என் வாழ்க்கையின் சின்னச்சின்ன விவரங்களுக்கு அவள் காட்டிய வியப்பு உணர்ச்சிப் பெருக்கை ஏற்படுத்தியது.

பேசிக்கொண்டே நடந்த விஜி தன் உலகிற்குள் என்னை அழைத்துச் செல்லத் தயாராக இருக்கிறாள் என்று தெரிந்த போது கேட்டேன். "உன் முதல் முதல் புத்தகம் எது?"

"அதன் பெயர் தனிமொழியின் சுகம். நம்முடன் நாமே பேசிக்கொள்வதைப் பற்றி இருப்பது. என் கதையைச் சொல்ல அதிக நேரம் தேவை. அது என் பால்யத்திலிருந்தே தொடங்கும்."

"அவசரமென்ன? இரவு முழுதும், பகல் முழுதும் வேண்டு மென்றால் சொல். கேட்க நான் தயார்."

விஜி கதையைத் தொடங்கிய போது இருவரும் தெருவோரத்து மரத்தடியில் இருந்த டீக்கடையில் தேநீர் அருந்திக் கொண்டே நின்றிருந்தோம். இளம்வெயில் அரை குறையாக அவள் முகத்தின் மீது படர்ந்திருந்தது. முடியை

பின்னால் எடுத்துச் சுற்றி, அதற்குப் பெரிய கிளிப் சிக்க வைத்திருந்தாள். சாக்லேட் வண்ணத்து அவள் உதடுகள், கன்னத்தின் மீதிருந்த பழைய பருவின் அடையாளம் வெயிலுக்கு எடுப்பாகத் தெரிந்தன. சப்பை நுனிமூக்கு மிகவும் கவர்ச்சியாகத் தெரிந்தது. அவள் பல் வரிசையாக உண்டா இல்லையா என்பதைப் போல முன்னால் துருத்திக் கொண்டிருந்தது. கொஞ்சம் எத்துப் பல் எவ்வளவு செக்ஸி. கொஞ்சமாக உதட்டை விரித்தாலே போதும், காதலை விரும்புவது போல வெளிப்படுகிறது. அவள் உதட்டை முன்னே தள்ளி கோப்பையின் விளிம்பிலிருந்து சூடான தேநீரை துளித் துளியாக உறிஞ்சுவதைக் கூர்ந்து பார்த்தேன். திருமணமான புதுச் சூட்டில் எல்லாம் பூதக்கண்ணாடியில் தெரியும். மேலுதடு கோப்பையின் விளிம்பின் மீது இருந்த தேநீர் சூட்டை அறிய மெல்ல நடுங்கி முன்னால் நீள்வதைப் பார்த்து ஊக்கம் கொண்டு "ஒரு நிமிசம் உன் கப்பைக் கொடு" என்றேன்.

"எதுக்கு?" அவளுக்கு குழப்பமானது.

"கொடு, சொல்கிறேன்."

பாதி காலியான என் கப்பை கடையின் முன் திண்ணை மீது வைத்து விட்டு, அவளிடமிருந்து வாங்கிக் கொண்ட கப்பை வலது கையில் பிடித்துக் கொண்டு, திருப்பி, அவள் உதடு படாத விளிம்பில் என் உதட்டை வைத்து, அவசரப்படாமல் ஒரு மொடக்குக் குடித்து சப்புக் கொட்டிய போது "ஆஹா, எவ்ளோ ருசி" என்றேன். அவளுக்கு என் பித்து விளையாட்டுப் புரிந்து ஒய்யாரமாக "இப்படிச் சொன்னா எப்படி?" என்றதற்கு "அப்... படித்தான்" என்று மிதக்கும் கண்களுடன் கோப்பையைத் திருப்பிக் கொடுத்தேன்.

தன்கதையை விரிவாகச்சொல்ல விஜிக்கு மேலும் உற்சாகமானது. என் கோப்பையை எடுத்துக் கொண்டு தேநீரைப் பருகத்தொடங்கினேன். அவள் பேச்சில் சொன்னது கண் முன்னால் தோன்றத் தொடங்கியது.

"நீ நம்ப மாட்டே. சின்ன வயசிலிருந்தே என்னோட நானே எவ்வளவு பேசிக்குவேன் தெரியுமா? மதியம் நாலு மணிக்கு பள்ளியிலிருந்து வீட்டுக்கு வருவேன். அம்மா வேலையிலிருந்து திரும்புவது அஞ்சு மணிக்கு. அதுவரைக்கும் வீட்டில நான் ஒருத்தி தான். அம்மாவின் ட்ரெஸ்ஸிங் டேபிள் கண்ணாடி முன்னால் நின்னுகிட்டு அபிநயத்தோட பேசுவேன். பல தடவை முகத்தை விகாரமா சுழிச்சுக்குவேன்.

எக்காளமா சிரிப்பேன். என் கிளாஸ் மெட் எதிரிகளைக் கிண்டல் செய்வேன். ஒருநாள் சினிமாவில் பாத்த டேன்சை ஆடிக்கிட்டே ஒவ்வொரு துணியா கழட்டிப் போட்டிருந்தேன்.

"ஒரு நாள் அம்மா சீக்கிரமா வந்துட்டாங்க. அவங்க வாசக் கதவைத் திறந்தது எனக்குத் தெரியவே இல்லை. நான் யார் கூடவோ இருக்கேன்னு நெனச்சு மெல்ல அடிஎடுத்து வைச்சுக்கிட்டே வந்தா யாரும் இல்லை. முகபாவங்களோட தனியா பேசிக்கிட்டு இருந்ததைப் பாத்து அவங்களுக்குப் பயமாயிடுச்சு. அவங்க பாத்துக்கிட்டு இருந்தப்ப என்ன செஞ்சுகிட்டு இருந்தேனோ நினைவில்லை. இது ஒரு மனநோயா இருக்கலாமுன்னு "எத்தனை நாளா இப்படி?" என்று தயக்கத்தோட கேட்டாங்க. வெட்கத்தில குறுகிப் போனேன். "இன்னைக்குத்தான்"னு பொய் சொன்னேன். நான் அதை எல்லாம் செய்யற நேர்த்தியைப் பாத்து அம்மா அதுதான் முதல் தடவைன்னு நம்பி இருக்க மாட்டாங்க. நான் தனியாக இருக்கும் வாய்ப்பைத் தவிர்க்க பள்ளிக்குப் பிறகு டியூஷன் கிளாசுக்கு சேத்தாங்க. அதனால் அது முழுசா நின்னுபோச்சு. அப்படிப்பட்ட சுபாவம் இருக்கிற எனக்கு அந்தப் புத்தகம் கிடச்சது எப்படிப்பட்ட விபத்து பாரு. அதைத் தவிர வேற எந்தப் புத்தகம் கிடைச்சிருந்தாலும் படிச்சிருக்க மாட்டேன்."

பேசப்பேச அவள் குரலில் உற்சாகத் தொனி ஏறியது. கடைசி மடக்கைக் குடித்துவிட்டு, காலிக்கோப்பையை கடைக்காரரிடம் திருப்பிக் கொடுத்துக் கொண்டே இன்னொரு தேநீர் சொன்னேன்.

"ஒண்ணு போதும் நானும் அதிலேயே குடிக்கிறேன்," என்றாள்.

"இப்படிச் சொன்னா எப்படி?"

"அப்...படித்தான்" ராகமாக என் தோரணையைப் பின்பற்றினாள்.

டீக்குக் காத்திருக்கும்போது சொன்னேன். "வீட்டில் நீ தலைகீழாக நடக்கிறேன் என்றாலும் என் அனுமதி இருக்கிறது. பேச ஒரு பெரிய கண்ணாடி வாங்கி வைக்கிறேன்."

"அய்யோ கண்ணாடி கிண்ணாடி எதுவும் வேண்டாம். பிறகு நான் எப்போதும் அதுபோலத் தனியாகப் பேசியதே இல்லை." என்று விஜி "உன் கண்ணின் கண்ணாடியில் …" என்ற பிரபலமான பழைய சினிமாப் பாட்டின் முதல்

வரியை முணுமுணுத்துப் பிறகு மெல்லச் சொன்னாள். "தலைகீழாக நடப்பது எனக்கு விருப்பம்."

இனி எதையும் அவளிடமிருந்து ஒளித்து வைப்பது அவசியம் இல்லை என்று தோன்றி மகிழ்ச்சியானது. பலவீனங்களை மூடி மறைக்காமல் வெளிப்படுத்துவது வெற்றிகரமான உறவின் அடிப்படை என்பதைப் படித்தது எங்கே என்பது புத்திக்கு எட்டவில்லை. இன்று அவள் சொன்ன எல்லாம் எனக்குப் புதிது. அந்தரங்கத்து அறைகளின் கதவுகளை எந்தச் சாவி திறக்கும் என்று சொல்லமுடியாது. ஆறு மாதங்கள் ஒன்றாகச்சுற்றித் திரிந்திருந்தாலும் அதன் வாசனை கூட எனக்கு வந்திருக்கவில்லை.

தேநீர்க் கடையில் பணம் கொடுத்து விட்டுப் புறப்பட்டோம். இறக்கமான பாதையில் நடப்பது சிரமமாக இருக்கவில்லை. விஜி கேட்டாள், "இந்த புத்தகத்தை நீ எடுத்து வந்தது எதற்கு? பேக் செய்யும்போது நான் பார்க்கவில்லையே."

"கடைசி நிமிடத்தில் உள்ளே சேர்த்தேன். ஆனால் அதை நீ கண்டுபிடித்தது மிகவும் எதிர்பாராமல். நடப்பது எல்லாம் நல்லதற்கே என்று நினைக்கலாம். நானாக அதை உனக்குக் காட்டும் துணிச்சல் வந்திருக்குமோ இல்லையோ. இருக்கட்டும், நீ எதற்கு எடுத்து வந்தாய்?" அவள் விரல்களுடன் விரல்களைக் கோர்த்தேன்.

"எங்கள் அம்மா வகையில் பெரியவர் ஒருவர் இருக்கிறார். அவர் புத்தகத்தைத்தான் பரிசாகக் கொடுப்பார். வாசிக்க ஆரம்பித்தேன். திருமண அவசரத்தில் முடிக்க முடியவில்லை." விரல்களை விடுவித்துக்கொண்டு தோள்களைப் பற்றிக் கொண்டாள். அணுக்கத்தின் சுகத்தை அனுபவித்துக் கொண்டு நடந்தேன்.

"உன் புத்தகங்கள் எங்கே இருக்கின்றன?"

"வீட்டில் இருக்கின்றன. இதுபோல அதிகம் இல்லை, ஏழெட்டு இருக்கலாம். மற்றவை எல்லாம் கணிதம் மற்றும் ப்ரோக்ராமிங் புத்தகங்கள். திரும்பிப் போனதும் எடுத்துக் கொண்டு வந்துவிடுகிறேன்." தோள் மீதிருந்த பிடியை இறுக்கிக் கொண்டாள்.

"அதில் என்ன இருக்கலாம் என்று எனக்கு ஆர்வம்."

"உன் புத்தகங்கள் எங்கே?" வீட்டில் பார்க்கவில்லையே."

"பார்க்க எங்கே நேரமிருந்தது? கட்டிலுக்குக் கீழே பெட்டியில் இருக்கின்றன. போன பிறகு காட்டுகிறேன்."

அரட்டை அடித்துக்கொண்டே குன்றிலிருந்து இறங்கித் தரையை அடைந்ததுகூடத் தெரியவில்லை. அங்கே மார்கெட்டில் அலைந்தோம். மற்றொரு கடையில் டீ குடித்து விட்டு, திரும்பி ஹோட்டலுக்குப் போக வாகனத்தைத் தேடினோம். எதுவும் கிடைக்கவில்லை. சரி, நடந்தே போகலாம். கைகோர்த்துக் கொண்டு நடந்தால் அலுப்புத் தெரியாது என்று நடக்கத் தொடங்கினோம்.

○

ஹோட்டல் அறையை அடைந்ததும் சிறு ஓய்விற்குப் பிறகு "இருவரும் ஒன்றாக வாசிக்கலாமா?" என்று கேட்டேன்.

இருவரும் ஒரே பக்கத்தை சேர்ந்து படிக்கும்போது ஏற்படும் மன உணர்வுகளைத் தொடும் கற்பனை புல்லரிக்க வைத்தது. வெளியே மாலை இறங்கி இருளத் தொடங்கியது.

இருவரும் எங்கள் பைகளிலிருந்து புத்தகத்தை எடுத்து, கட்டில் மீதிருந்த தலையணை மீது சாய்ந்துகொண்டு, அக்கம் பக்கமாகத் தோள்மீது தோள் சாய்த்து உட்கார்ந்து கொண்டோம்.

"எந்தப் பக்கம்?" கேட்டாள்.

அவளை மேலும் அழுத்தி உட்கார்ந்தேன். "நீ இன்னும் பக்கமாக வந்தால் பக்கத்து எண் தெரியும்."

"அவ்வளவு நெருக்கமாக உட்கார்ந்தால் ஒரே புத்தகம் போதும்." விஜி அப்படி சொன்னதுதான் தாமதம், என் புத்தகத்தை ஓரமாக வைத்து விட்டு அவள் தோள் மீது தலை வைத்தேன். அவள் புத்தகத்தைத் திறந்தபோது அது எண்பத்தி ஆறாவது பக்கத்தைக் காட்டியது.

பக்கத்தின் மீது தடித்த எழுத்துக்களில் தலைப்பு இருந்தது. 'அன்பு செலுத்துபவர்களிடம் எல்லாவற்றையும் சொல்ல வேண்டுமா?'

"ஊம், போரிங். கபடத்தன வெடி" விஜி பக்கத்தைப் புரட்டினாள். அந்தப் பகுதியை நான் பாராட்டியதால் ஏமாற்றமானாலும் எதுவும் சொல்லவில்லை. ஏழெட்டுப் பக்கங்களுக்கு பிறகு சமீரா, சுஷ்மா ஜோடியின் கற்பனைக் கதையொன்றை எடுத்துக்காட்டாக எடுத்துக் கொண்டு தினசரி வாழ்க்கையில் ஒருவரைப் பற்றி மற்றவருக்கு இருக்கும்

விவேக் ஷான்பாக்

குறையாத ஆர்வமும் சமரசத்திற்கு முக்கியமென்று சர்ச்சை செய்யப்பட்டிருந்தது. "மூடி மறைப்பதல்ல, திறந்து வைப்பது" என்பது அந்தத் துணுக்கின் கோஷ வாக்கியமாக இருந்தது.

திறந்த புத்தகத்தை மார்பின் மீது சாய்த்துக்கொண்டு மெல்லச் சொன்னாள். "நீ இன்று என் தேநீர்க் கோப்பையி லிருந்து குடித்தாயே, அது உனக்குத் தோன்றியதா திவாரி சொன்னதா?"

இப்படிப்பட்ட சந்தேகமே மர்மஅடியாக இருந்தது. எப்படியோ சுதாரித்துக்கொண்டேன். "என்ன நினைக்கிறாய்? கோபப்படவும் அன்பு செலுத்தவும் புத்தகத்தைப் பார்க்கும் பண்டிதனா? என் திறமையைக் காட்டவா?"

அவள் கேள்வி என்னை வருந்தச் செய்யவில்லை என்று காட்டிக்கொள்ள முழங்கையால் அவள் இடதுதோளை உரசினேன். ரவிக்கைக்கு கீழே அவளுடைய வெற்று விலா எலும்பைத் தொட்ட முழங்கை புல்லரிக்க வைத்தது. செல்லம் கொஞ்ச புதிய இடம் கிடைத்த மகிழ்ச்சியிலும், என் தனித் தன்மையை உறுதி செய்யும் ஆதுரத்திலும், "காட்டட்டுமா?" என்று மறுபடியும் சொன்னேன்.

"எதை?" என்று அவள் போதை ஏறியவளைப் போலக் கேட்டாள். அந்தக் கேள்வியால் கிறுக்குத்தனமாக மலர்ந்த கற்பனைகளை சொற்களில் இறக்குமளவிற்கு பொறுமை எனக்கு இருக்கவில்லை. தாடையை அவள் தோள் மீது அழுத்தினேன். "என்னவென்று இப்போது தெரியும்" தடுமாறி னேன். "மூடி மறைப்பதல்ல திறந்து வைப்பது. வா கடைப் பிடிப்போம்" என்றேன்.

அவள் மேலும் மெல்லிய குரலில், ராகமாக "எ... ன்... ன" என்றாள். அந்த பாணியே மிகவும் பிடித்திருந்தது.

"திறந்து வைப்பது" என்று மெல்லச்சொல்லி விரல் மார்பின் மீதிருந்த முந்தானைப் பகுதியைத் தொட்டதும், பழக்க தோஷத்தால் அவள் கை சட்டென்று அதைத்தடுத்தது. அரை நொடிக்குப் பிறகு என் விரலை நுழையவிட்டாள். அவள் முதுகுக்கும் தலையணைக்கும் நடுவில் சிக்கியிருந்த முந்தானையை நாசூக்காக விடுவித்தேன். கண்ணை மூடிக் கொண்டாள். முந்தானை இல்லாத மார்பைப் பார்த்து, வேண்டியதைச் செய்யலாம் என்ற சுதந்திரக் கற்பனையால் சிறிது குழம்பி இதயத் துடிப்பு அதிகமானது. அவள் அவசரம் காட்டாமல் மெல்ல கொஞ்சம் கொஞ்சமாக முன்னால்

சரிந்து, படுக்கைமீது மல்லாக்காகப் படுத்து கைகளை இரண்டு பக்கமும் பரப்பிக் கொண்டாள்.

“எல்லாவற்றையும் கழட்டுவேன். நமக்கு நடுவில் எதுவும் இருக்கக் கூடாது, என்ன”

“நான் கண்ணை மூடி இருக்கிறேன்.”

ஆடைகள் மீது கைவைக்கும் முன் நகைகளிலிருந்து ஆரம்பித்தேன். முதலில் மிஞ்சி, பிறகு கொலுசுகள். பிறகு ஒவ்வொரு வளையல்கள். வலிக்காமல் வளையல்கள் வெளியே நழுவுவது எளிதாக இருக்கவில்லை. இடதுகைக்குள் அவள் முன்கையை சேர்த்து அழுத்திக்கொண்டே, வளையலுக்கு வழிவிடச்சொல்லி விரல் முட்டிகளை இதமாக வருடும்போது கிடைத்த ஸ்பரிச சுகத்தால் இருவரும் மெய்மறந்து போனோம். அவள் “அய்” என்ற மெல்லிய அலறல் வலியின் துடிப்பா, இன்ப முனகலா தெரியாமல் போனது.

அறிவுக்கு எட்டும் முன்பே கைகள் வெறுமையாயின. இனி காதுத்தோடுகளின் வாய்ப்பு. அது மிகவும் நுணுக்கமான வேலை. காதைத் தொட்டதும் அவளுக்கு கிச்சுக் கிச்சு மூட்டியது போலானது. தோடைக் கழற்றி பக்கத்து சிறிய மேசை மீது வைத்தேன். மூக்குத்தியைத் தானே கழற்றி, திருகாணியைப் போட்டு என் கையில் கொடுத்தாள். அப்போதும் அவள் மூடிய கண்களைத் திறக்கவில்லை.

விரல் மோதிரங்களை எளிதாகக் கழற்றிய பின் அவள் கழுத்தில் கைபோட்டு தாலியை எடுக்கத் தேடினேன். அவள் தடுத்தாள். “ஊகூம்” என்று சொன்னதன் பொருள் புரியாமல் கொஞ்சம் பின் நகர்ந்து அவள் முகத்தைக் கூர்ந்து பார்த்தேன். வெறுமையான காது, மூக்கு மற்றும் மொட்டைக் கைகளால் வேறு மாதிரித் தெரிந்தாள். முழு நிர்வாணத்தை ஊகித்துக்கொண்டு கழுத்துத் தாலிக்கு மறுபடியும் கைபோட்டேன்.

“வேண்டாம், வேண்டாம்.”

எதுக்கு? இடையே எதுவும் இருக்கக் கூடாது. நான் நீ. இருவர் மட்டுமே.”

“ச்சீ அமங்கலமாக பேசவேண்டாம். ஒருமுறை கட்டிய பிறகு முடிந்தது. எடுத்தால் கணவனுக்கு அசுபம்.”

அந்தப் பேச்சால், அந்த நொடியில், எங்கள் இடையில் இடம் கண்டு காலூறத் துடிக்கும் ஆண் ஆதிக்கத்தின் மெல்லிய ஊற்றொன்று ஆழத்திலிருந்து சில்லென்று பாய்ந்து வந்தது.

அடுத்த கணமே, அவள் ஆடைகளைக் கழற்றும் சுதந்திரமும், தோளில் ஒட்டியிருந்த ரவிக்கையைக் கழற்றும்போது அக்கறையற்ற வலுக் கட்டாயமும் என் கவனத்திற்கு வராமல் இல்லை.

முக்கால் பாதையைக் கடந்த பிறகு மெல்லிய குரலில் "விளக்கு" என்றாள்.

"கண்ணை மூடிக்கொண்டிருக்கும் போது அணைத்தால் என்ன, விட்டால் என்ன?"

"இருட்டில் கண் திறக்கிறேன்."

விளக்கை அணைத்தேன்.

முழுமையாக இருண்டு போனது. கண் இருட்டுக்குப் பொருந்திக்கொள்ள சன்னலிலிருந்து உள்ளே வரும் ஒளியால் அறைக்குள் பொருட்கள் தெளிவில்லாமல் தெரியத் தொடங்கின.

கடைசியாகக் கொண்டையின் கிளிப்பைக் கழற்றி, கை நீட்டி அதை இருட்டில் வீசிவிட்டேன். அது எங்கேயோ விழுந்தது. எதன் மீதோ விழுந்து மெல்லிய ஒலி எழுப்பியது.

என் உடம்பில் இருந்த ஒரே நகையான மோதிரத்தைக் கழற்றினேன்.

எனக்குள் வெள்ளம் பொங்கி வந்தது. அவளும் அதே மயக்கத்தில் இருந்தாள். இன்னும் கண்ணை மூடியே இருந்தாள். அவளுக்குள் புகுந்து வெளிவந்த மெல்லிய முக்கல், முனகல் பின்னணி ஓசையில், நான்கு கால்கள் காதலிக்கும் போது இருவரின் பாரத்திற்கு ஸ்பாஞ்ச் படுக்கை அழுந்திக் குதித்தது. இயக்கத்தின் வேகத்திற்கு அவள் நிர்வாணக் கழுத்திலிருந்த தாலி அசைந்தாடியது. சன்னலிலிருந்து நுழைந்து வந்த சன்ன ஒளியில் அதன் சின்ன தங்கத்தாலிப் பொட்டு அவ்வப்போது ஒளிரியது. தாலியைக் கழற்றாத காரணத்திற்கு அவள்மீது அதிக மோகம் பொங்கியது. நான் கையால் கட்டிய கறுமணிச்சரம் லயமாக அசைவதைக் கண்டபோதெல்லாம் அது லகானைப் போலத் தோன்றி மேலும் உற்சாகமடைந்தேன். இது என்னுடையது என்ற உரிமையை நிலைநாட்டும் உன்மத்தம் போல மற்றொன்றில்லை.

அவளாகவே அன்று என்கையில் கொடுத்த அந்த கண்ணுக்குத் தெரியாத லகான், எந்தக் காரணத்திற்கும் கைவிட்டுப் போகக்கூடாது என்ற நம்பிக்கையில் தளர்வாக

விட்டிருக்கிறேன். மற்றொரு நுனி வெறுமையாக இருக்கிறதோ என்ற சந்தேகம் சில நேரம் வருத்தத்தை ஏற்படுத்துகிறது. ஆனால் எப்போதும் இழுத்துப் பிடித்து சோதனை செய்யும் துணிச்சலைக் காட்டவில்லை.

அந்த காதல் விளையாட்டிற்கு "தாலி பாக்கியம்" என்று பெயர் வைத்தேன். அப்படி அதை லேசாக்கிவிட்டேன் என்று எண்ணிய விஜிக்கு அது பிடிக்கவில்லை. அவளுக்கு வருத்தம் ஏற்படுத்தக் கூடாது என்று அந்த இரட்டைச் சொற்களை நான் மீண்டும் பயன்படுத்தவில்லை. அப்படி ஒரு இணைதல் மீண்டும் நடப்பது சாத்தியமில்லை. அது அன்றைய தேநீரைப் போல. பிறகு எத்தனை முறை அவள் கோப்பையிலிருந்து தேநீரை உறிஞ்சினாலும் அதற்கு குன்றின் கீழே இருந்த கடைக்கு வெளியே நின்று குடித்த தெய்வீக ஸ்பரிசம் இல்லை. அவை எல்லாம் நிகழ்வது ஒருமுறை. ஒருமுறை மட்டுமே. வாழ்க்கை ஒருமுகமாகப் பாயும் நதியைப் போல என்பதைக் கேட்க இதமாக இருக்கும். புரிந்துகொள்வது சிரமம் ஆனாலும். எனக்கு அது பிரமை விலகியது போலானாலும் அடிக்கடி ஹோட்டல் அறைக்கு ஒரே கோப்பைத் தேநீரையே தருவிக்கிறேனே?

மறுநாள் நடந்த நிகழ்வொன்று நினைவுகூற வேண்டியது. வெளியே சுற்றித்திரியப் போகும் முன் தன் பெட்டியி லிருந்த ஸ்கர்ட்டையும் அதற்குப் பொருந்தும் சட்டையையும் எடுத்துக் காட்டினாள்.

"அட, உன்னை ஸ்கர்ட்டில் எப்போதும் பார்த்ததே இல்லையே" என்ற உரத்த குரலுடன் அவளை வியப்பாகப் பார்த்தேன்.

"என்றும் போட்டதில்லை. இன்று, நீ சரி என்று சொன்னால் மட்டுமே."

நான் பர்சைக் கொடுத்து அனுபவித்த கீழ்ப்படிதலின் சுகம் நினைவிற்கு வந்தாலும் அவள் அனுமதி கேட்டதால் பெருமிதம் கொண்டேன்.

"சரி என்று சொல்லாமல் என்ன? இதில் நீ மாறுபட்டுத் தெரிகிறாய்."

கொடையின் வானிலை ஸ்கர்ட்டுக்கு உகந்ததாக இருக்கவில்லை. ஆனால் அணிவதற்கான நோக்கம் வெறும் வானிலையாக மட்டுமே இருப்பதில்லை.

உண்மை சொல்ல வேண்டுமென்றால் கல்லூரி நாட்களிலிருந்தும் நாகரிக உடை உடுத்தும் பெண்களுடன் பழகும் பையன்களைப் பொறாமையுடன் பார்ப்பேன். முடி திருத்தங்களில், ஆடைகளை அலட்சியமாக உடுத்துவதில், பியர் மக்கைப் பிடிக்கும் தோரணையில், கூச்சமில்லாமல் சிகரெட்டிற்கு நெருப்புப் பற்றவைத்து, குச்சியை உஃப் என்னும் நொடியில் அது ஏதோ கவலையற்ற தன்மையும், புரட்சியின் வெளிப்பாடும் அந்தப் பையன்களிடமிருந்தன. வெளியே இருக்கும்வரை மிகக் கவர்ச்சியாக இருக்கும் அதை உள்ளே வரவிட்டால் சமாளிக்க முடியாதென்று அப்படிப்பட்ட கனவுகளை நான் துரத்தவில்லை. பகல் கனவிலும் கூட திருமணத்திற்கு இவள்தான் நிரந்தரமாக என் பெண்ணென்று காணத் துடிக்கும் எனக்கு, அந்தப் பையன்களுக்கு சாத்தியப்படும், தற்போதைய கணத்தை ருசிக்கும் தனித்த சுதந்திரம் என்றும் எட்டாது என்ற அனுமானமிருந்தது.

முழங்காலை மூடத்தயங்கிய அவள் ஸ்கர்ட் இவ்வளவு சின்னதாக இருக்குமென்று எனக்குத் தோன்றி இருக்க வில்லை. அந்த ஆடையால் கால்களுக்கு கிடைத்த சுதந்திரம் அவள் சரள நடைக்குத் தடையாக இருந்தது. ஆனாலும் பிடிவாதமாக நாள் முழுவதையும்அதிலேயே கழித்தாள்.

○

கொடையிலிருந்து திரும்பி வந்ததும் இருவரும் செய்த முதல் வேலை என்னவென்றால் எங்கள் புத்தகங்களை ஒரு இடத் திற்கு எடுத்து வந்தது. விடிகாலை திரும்பிய பின் சீக்கிரம் குளித்து விட்டு, பத்து மணியளவில் அம்மா வீட்டிற்குப் போய் புத்தகங்கள் இருந்த அட்டைப் பெட்டியை எடுத்து வந்தாள். அதை கூடத்தில் வைத்து விட்டு, நானும் என் பொக்கிஷத்தை அங்கே கொண்டு வந்தேன். இருவரும் தரை மீது உட்கார்ந்தோம்.

விஜி பெட்டியைத் திறந்தவுடன் முதலில் இரசக் கற்பூரஉருண்டைகளின் வாசனை வந்தது. புத்தகங்களை வெளியே எடுக்கத் தயாராகிக்கொண்டே வாசனைக்கு விவரணைகளைக் கொடுத்தாள். “இனி எப்போது இதை திறப்பது என்று தெரியாததால் நேஃப்தலின் உருண்டை களைப் போட்டுவைத்தேன்.”

“அட, பார். நானும் நேஃப்தலின் உருண்டைகளைப் போட்டு வைத்திருக்கிறேன்.”

இருவரும் அக்கம் பக்கம் உட்கார்ந்து எதிரே இருந்த பெட்டியிலிருந்து ஒவ்வொரு புத்தகமாக வெளியே எடுக்கத் தொடங்கினோம். முதலில் கணிதத்தின் சில புத்தகங்கள் அவள் பெட்டியிலிருந்து வெளியே வந்தன. பிறகு வந்தவற்றை வெறும் பெயர் படித்து அடையாளம் காண்பது என்னால் முடியவில்லை. பிரிக்காமல் நிரப்பி வைத்திருந்ததால் எல்லாம் கலந்திருந்தன. “தனித்துப் பேசும் சுகம்” என்ற புத்தகத்தை எடுத்தவுடன் “இது தானே?” என்று உரக்க கத்தினேன். நான் அதை நினைவு வைத்துக் கொண்டிருந்ததால் அவளுக்கு மகிழ்ச்சியானது.

இருவரும் உட்கார்ந்து கொண்டு குழந்தைகளைப் போல எங்கள் சேகரிப்பைப் கொண்டாடும்போது அவள் எழுந்து போய் தேநீர் போட்டு எடுத்து வந்தாள். அவள் உள்ளே இருக்கும்போது என் சில புத்தகங்கள் பக்கம் கண்புரண்டு அவற்றை விஜி பார்க்காமல் இருந்தால் நல்லது என்று தோன்றியது. “உத்தியோக வாழ்க்கைப் படிக்கு தன்னியக்கமே ஏணி”, “உங்களை அறிமுகப் படுத்திக் கொள்ளும் கலை” போன்ற வற்றைப் பார்த்து வார்த்தைக்குக் கிடைக்காத ஆதங்கம் ஒன்று தலைதூக்கியது. ஹேமந்தன் திருமணத்திற்கு வந்தபோது “ஹனிமூனுக்கு சரியான புத்தகத்தை எடுத்துப் போ” என்று காதில் முணுமுணுத்தது நினைவிற்கு வந்தது. ஒன்றன் மீது ஒன்றை அடுக்கி வைத்து சில புத்தகங்களை மறைத்தேன். என் பெட்டியில சில என்ஜினியரிங் புத்தகங்களும் இருந்தன. மூன்றாவது செமிஸ்டரில் படித்த “பேசிக்ஸ் ஆஃப் எலெக்ட்ரிகல் என்ஜினியரிங்” என்ற அரைஅடி தடித்த புத்தகம் இருந்தது.

“இதை எதுக்கு வைச்சிருக்கேடா?” தேநீர் எடுத்துக் கொண்டு வந்த விஜி அதைப் பார்த்து வியந்தாள்.

“யாராவது புத்தி கெட்டவன் இன்டர்வியூல மிக பேஸிக் கேட்பானோன்னு பயந்து போய் வைச்சிருந்தேன். இத்தனை வருஷத்தில ஒரு தடவையும் திறந்து பாக்கலைனாலும் கொடுத்து விடும் துணிச்சல் இன்னும் வரலை.”

தேநீர் பருகிக்கொண்டே அவளைக் சுவர்ந்து பார்த்தேன். சேலை முந்தானையை இடுப்பில் தாறுமாறாக சிக்க வைத்துக் கொண்டு வலது கையில் கோப்பையைப் பிடித்துக் கொண்டு, இடது கையிலிருந்த புத்தகத்தின் ப்லர்ப் வாசித்துக் கொண் டிருந்தாள்.

“அது என்ன புத்தகம்?” என்று கேட்டேன்.

"புகழ் வாய்ந்த கணிதப் புத்தகம். மஜாவா இருக்கு இது. எப்பவோ படிச்சது" என்றாள்.

திருமணத்திற்கு முன்பு மாதக் கணக்கில் ஒன்றாகத் திரிந்திருந்தாலும் அவளைப் பற்றி தெரியாத சங்கதிகள் இப்போது சில நாட்களில் அறிவுக்கு வந்திருந்தன. அவளுக்கு நெருக்கமாக இருக்கிறேன் என்ற நம்பிக்கையில், உணர்ச்சிப் பெருக்கில் சொல்லிவிட்டேன். "உனக்கு எல்லாம் சொல்லிவிட்டேன். உன்னிடம் மூடி மறைக்க என்ன இருக்கிறது? நீயும் எல்லாம் சொல்லலாம்."

முன்பின் இல்லாத, எதிர்பாராத என் கோரிக்கையால் குழப்பமடைந்து, அரை நொடி மௌனத்திற்குப் பிறகு, "ஏதாவது இருந்தால் சொல்லலாம். அப்படி என்ன இருக்கப் போகிறது?" என்றாள்.

"ஏதாவது இருக்கும் தானே. எனக்குத் தெரியாதது."

"அய்யோ அப்பா. சும்மா இரு. உனக்குத் தெரியாது என்று பாகுபாடில்லாமல் சொல்லமுடியாது. எல்லாம் தெரிந்து கொண்டு என்ன செய்வது? வாய்ப்பு இருக்கும் போது யார் கூடவோ உட்கார்ந்து தேநீர் குடித்தது மகத்துவமான விஷயமா."

நானாக வரவழைத்துக் கொண்ட இக்கட்டான சூழ்நிலையால் விருந்தில் உணவு தொண்டையில் சிக்கிக்கொண்டது போலானது. இரகசியங்கள் இருக்கின்றன. ஆனால் உனக்குச் சொல்ல வேண்டியதில்லையென்று மனைவியாக அதை விழுங்குவது எவ்வளவு சிரமம். என் குழப்பத்தைக் கவனித்தவள் போல "இப்ப சும்மா இரு. நச்சரிக்க வேண்டாம்." என்று ஆறுதல் சொல்லி கையிலிருந்த புத்தகத்தில் மூழ்கிப்போனாள்.

அவளை பேச்சுக்கு இழுக்கும் தந்திரமாக புத்தகத்தில் படித்ததை நடைமுறைக்குக் கொண்டுவர திணறித் தவிக்கும் போது சின்னச் சின்ன நிகழ்வுகளை விவரிக்கத் தொடங்கினேன். "வாழ்த்தும் கலை" புத்தகத்தைப் படித்து சகஊழியர்களை அவ்வப்போது புகழ வேண்டுமென்ற பரிந்துரையைக் கடைப்பிடிக்கப் புறப்பட்டு கேலிக்கு ஆளான நிகழ்வுகளையும், "சேஞ்ஜ் ஏஜெண்ட்" புத்தகத்தை வாசித்து விட்டு தாடி வளர்த்தி, முடி அலங்காரத்தை மாற்ற முயன்றதையும் ருசிகரமாக வர்ணித்தேன். என் நடிப்பு நகைச்சுவைக்கு சிரித்துச் சிரித்து, "அய்யோ, இனி என்னால முடியாதுப்பா" என்றாள். இரகசிய விஷயத்தில் தான் பேசிய பேச்சின் கூர்மையைக்

குறைக்க தாராளமாகச் சிரித்திருக்கலாம். ஆனாலும், அவள் சிரிப்பால் ஊக்கமுற்று என்னையே மேலும் கேலிக்கு ஆளாக்கிக் கொண்டேன். மனைவியே ஆனாலும் கூட, பெண்ணின் சிரிப்பிற்கு ஆணை அதிக ஊக்கம் பெறவைக்கும் வலுவிருக் கிறது என்று கண்டுகொண்டேன்.

இவற்றுக்கு நடுவில் விஜி தான் பெட்டியிலிருந்து எடுத்த ஏதேதோ புத்தகங்களை மீள மீள புரட்டிப் பார்ப்பதில் காட்டும் உற்சாகத்தை என் புத்தகங்கள் மீது காட்டவில்லை என்று தோன்றி, எங்களுக்கு இடையே இருக்கும் ஒரு முக்கியமான வேறுபாடு புரிந்தது. வாழ்க்கைக் கலைகளின் புத்தகங்களை அவள் பொழுதுபோக்கிற்குப் படிக்கிறாளே தவிர அங்கே இருக்கும் எதையும் நடைமுறைக்குக் கொண்டு வரும் சிந்தனையைக் கூட செய்வதில்லை. அவளுக்கு அதில் நம்பிக்கையும் இருப்பதாகத் தெரியவில்லை. நான் அப்படி அல்ல. அந்தப் பரிந்துரைகளை பழக்கப்படுத்திக் கொண்டால் பயனளிக்கலாம் என்று விரும்பி நம்பியவன். கற்று எதையாவது பழகிக்கொள்வது புத்திசாலித்தனமென்று நான் எண்ணிய தில்லை. ஏதாவது புத்தகத்தின் வாக்கியங்களை திவாரி அவ்வப்போது என் காதில் முணுமுணுத்தால் நான் அதற்கு நன்றிக்கடன் பட்டவனாக இருப்பேன். ஒருமுறை ஹேமந்தன் சொல்லி இருந்தான். “நீ எதற்கு யாரோ ஆகத் தவிக்கிறாய்? வெளியே இருந்து கொண்டு வந்து நிரப்ப நீ காலி டப்பாவா என்ன?” அவளும் அப்படியே நினைத்தால்? அந்த சந்தேகத்தை அவள் தலையிலிருந்து நீக்குவது எப்படி?

திவாரி அறிவுரை: தளரவிட்டு ஆழம் பார்.

“இவை எல்லாம் படிக்க நன்றாக இருக்குமே தவிர கடைப்பிடிக்க அல்ல.” கம்பீரமாகச் சொன்னேன். மாறாக என் குரலின் வலுவை நானே பாராட்டிக் கொண்டேன்.

“ஓஹோ, மனைவியை வசப்படுத்த உன் கருத்தை மாற்றிக்கொண்டாயே மிஸ்டர் சேஞ்ஜ் ஏஜெண்ட்” சிரித்தாள்.

“தெரிந்து விட்டதா உனக்கு, கள்ளி.”

❍

இப்போது நாங்கள் வசிக்கும் இரண்டு படுக்கையறை அபார்ட்மெண்ட் வாங்கியது திருமணமான மறு ஆண்டு. எல்லா வீடுகளுக்கும் இருப்பதுபோல எங்கள் வீட்டிற்கும் ஒரு கதை இருந்தது. இதுவும் கூட அதிர்ஷ்டத்தால் மட்டுமே கிடைத்த, யாருக்கும் கிடைக்காத குறைந்த விலையில்

கிடைத்த, மிகச்சிறந்த பொருட்களையே பயன்படுத்திக் கட்டிய கட்டிடமாக இருந்தது. "தரைக்கு உபயோகித்திருக்கும் மொசைக்கைப் பார்த்தாலே போதும் தெரியும்". "இரண்டு டைல்களுக்கு இடையே விரிசல் இருக்கிறதா பாருங்கள்", "இப்போதெல்லாம் யார் இப்படி சன்னல்களுக்கு தேக்கு மரத்தில் பிரேம் போடுகிறார்கள்?" போன்ற பெருமையின் தாளிப்புடன், இனி என்ன விற்றுப் போய்விட்டது என்ற போது, வாங்க விரும்பியவனின் சின்ன துரதிர்ஷடத்தால், வாய்தாவிற்குள் பணத்தை ஏற்பாடு செய்யமுடியாமல் அப்படியே தங்கிவிட்டது. அதே நாள் நான் வீட்டைப் பார்த்தது, பார்த்ததும் சரி சொல்லி, மற்றவை எல்லாம் விறுவிறு என்று நடந்து, யாருக்கும் ஒரு பைசா லஞ்சம் கொடுக்காமல், எந்த செல்வாக்கும் இல்லாமல், கடவுளே கையில் கொடுத்தது போல வீடு எங்கள் பங்கிற்கு வந்தது என்ற கதையை இரண்டு மூன்று ஆண்டுகள் அவ்வப்போது சொல்லிக் கொண்டிருந்தோம். அதுமட்டுமல்ல, பேசேஜ் என்று எந்த இடத்தையும் வீணடிக்காத வீட்டு வடிவத்தையும், எல்லா அறைகளிலும் இருக்கும் தாராளமான ஸ்டோரேஜ் இடங்களையும், முன்யோசனையுடன் நாங்கள் வாங்கிய இரண்டு பார்க்கிங் இடங்களையும் வீட்டிற்கு வந்தவர்கள் பாராட்டினார்கள். காலப்போக்கில் வீட்டில் இருந்த பொருட்களும் பழசாகி, அதைவிட நாகரிகமானதும், அற்புதமானதும் ஆன, நீச்சல் குளங்களைப்போல வசதிகள் நிறைந்த அபார்ட்மெண்ட்களில் நண்பர்களும் உறவினர்களும் வசிக்கத் தொடங்கி இப்போது இதுபோன்ற வீட்டை விற்றால் எவ்வளவு கிடைக்கலாம் என்ற சந்தையின் தற்போதைய விலை மீதுதான் அதன் மதிப்பும் இருக்கிறது. அமோகமான கடந்தகாலம் மெல்ல மறைந்து எதிர்காலத்து வருவாயின் சாத்தியக்கூறுகளே வீட்டின் பெருமையாக இருக்கிறது.

திருமணமாகி இரண்டு ஆண்டுகளுக்குப் பிறகு ரேகா பிறந்தாள். திருமணம், வீடு மற்றும் இப்போதுதான் திட்டம் போட்டது போல ரேகாவின் வருகையையும் கவனித்து, "உங்களுடையது பர்ஃபக்ட் பிளானிங்" என்று நண்பர்கள் வாழ்த்தினால் "அப்படி ஒன்றுமில்லை" என்று புன்னகை பூத்து அதைப் பெருமையுடன் ஏற்றுக்கொள்வேன். குழந்தை வேண்டாம் என்று இருவரும் சொல்லாமல் இருந்தாலும் வேண்டும் என்பதையும் கூட கலந்து பேசி முடிவு செய்ததல்ல. ஒரு ஞாயிற்றுக்கிழமை பாதிவழி கடந்த பிறகு காண்டோம் வாங்கி வர எழுந்தேன். "வேண்டாம் விடு" என்றாள்.

"ஏதாவது ஆனால்?"

"ஆகட்டும்."

"பெறுவது நீ."

"வேண்டுமென்றால் நீயும் முயற்சி செய்."

"உனக்கு வேடிக்கை. வாங்கி வரவா?"

"வேண்டாம் விடு."

பேச்சுகளால் ரசபங்கம் ஏற்பட்டாலும் தொடர்ந்து பாதையைக் கடந்தோம்.

அதேமாதம் "வேண்டாம் விடு" பலனளித்தது. பிந்தைய நாட்களில் அதைச் சொன்னது அவள்தான் என்பதை அவ்வப்போது லகுவான நகைச்சுவை தொனியில் கூறிக் கொண்டே முடிவை எடுத்த நொடியின் நினைவை உயிர்ப்புடன் வைத்திருந்தேன்.

ரேகா பிறந்த புதிதில் என் அம்மா, "பெண்ணானால் என்ன ஆணானால் என்ன நமக்கு எல்லாம் ஒன்றுதான்" என்று உறவினர்கள் முன்னால் சொல்லிக் கொள்வார். அதே தோரணையில் "அக்கா இருந்தால் தம்பி ஒழுங்காக இருப்பான்" என்றும் கூட சொல்லி எதிர்காலத்து புத்திர சந்தானத்தின் விருப்பத்தையும் குறிப்பார். இது போன்றவைகளுக்கு எதிர்வினை செய்துகொண்டே "எங்களுக்கு மகளும் மகனும் இவள்தான்" என்று ஒருமுறை நான் சொல்ல, "அவள் மகளாக இருந்தால் போதாதா" என்று விஜியிடமிருந்து வசை வாங்கியிருந்தேன்.

கூடப்பிறந்தவர்கள் இல்லாமல் பிறந்த நானாகட்டும், விஜியாகட்டும் இப்படி ஒரு குட்டிஜீவனை என்றும் இத்தனை அருகாமையிலிருந்து பார்த்ததில்லை. கொசுவலை கட்டுவதிலிருந்து குழந்தையை சுத்தமாக வைத்துக் கொள்வது வரை பல கைங்கரியங்களால் என் அம்மாவும் என்னை இப்படித்தான் பகல் இருள் வளர்த்திருக்க வேண்டும் என்ற சிந்தனை தோன்றி சிறிது தடுமாறினேன். ரேகா தவழ்ந்து கொண்டிருந்தாலும் புரண்டு மல்லாக்காகப் படுக்கத் தாமதிக்கிறாள் என்று நாங்கள் ஆதங்கத்தில் இருந்தபோது, நானும் புரண்டு படுக்க வெகு தாமதம் செய்ததை அம்மா நினைவு கூர்ந்தார். அவர் குலதெய்வமான வெங்கடரமணனுக்கு நூத்தியெட்டு தேங்காய்களை நேர்ந்து கொண்டாள். ஒருமுறை புரண்டதும் நான்கே நாட்களில் ஒத்தாசை இல்லாமல் எழுந்து உட்கார்ந்திருந்தேனாம். ரேகாவும் அதே சுவடில் நடந்து, புரண்டு

எழுந்து உட்கார்ந்தபோது எங்கள் இருவரையும் கண்ணுக்குத் தெரியாத இழையொன்று இணைத்ததுபோல இருந்தது. அம்மா இந்தப் பொருத்தத்தை எப்படி மிகப்பெரிய செய்தியாக்கி இருந்தார் என்றால், அங்கே இங்கே சந்திக்கும் எங்கள் உறவுக்காரர்கள் மட்டுமல்ல ஊருக்குப் போகும்போது வேலையாட்களும் கூட இதைப் பற்றி வியப்புடன் கேட்பார்கள். விஜிக்கு இது குடும்ப உரிமையின் போட்டியாகத் தோன்றியதென்று எனக்குத் தெரிய வந்தது, ஒருமுறை ரேகா எங்களுக்குத் தெரியாமல் உடம்பெல்லாம் பீயை அப்பிக்கொண்டபோது விஜி, "இதுவும் உன்னிடமிருந்து தான் வந்திருக்க வேண்டும். கேட்டுப்பார்" என்று சொல்லி இருந்தாள்.

ரேகா பிறந்தபிறகு எங்கள் தினசரி தாறுமாறானது வெளியாட்களுக்குத் தெரியாது. சமையல்காரியை வைத்துக் கொள்ளலாம் என்றதற்கு விஜி சுத்தமாக சம்மதிக்கவில்லை. "என் அம்மாவும் வேலைக்குப் போய்க் கொண்டிருந்தவர்தான். ஆனாலும் வைத்துக் கொள்ளவில்லை. அது மட்டுமல்ல யாரும் நிரந்தரமாக இருக்கமாட்டார்கள். அடிக்கடி சமையல் ருசி மாறிக்கொண்டிருந்தால் ரகளையாகும். நிறைய எண்ணெய் ஊற்றாமல் அவர்களுக்கு சமைக்க வராது. உடல்நலம், பணம் இரண்டும் வீண். ஒரு தடவை வந்து போனால் போதும், பிறகு எனக்கு சமையல்கட்டில் எந்த சாமானும் கைக்குக் கிடைக்காது." இப்படிப் பொருத்தமில்லாத வாதங்களை முன்வைத்தாள். ஆனாலும், பிறகும் நான் சமையல்காரியை வைத்துக்கொள்ள பரிந்துரை செய்வதும், அவள் அதை நிராகரிப்பதும் பழக்கமாகி விட்டது. "அதற்கு பதில் நீயே உதவி செய்தால் நல்லது. டீ ஒன்று மட்டும் போடுகிறாய். மற்றதையும் கற்றுக்கொள்" என்றவளின் பேச்சிற்கு "அது ஆகாது என்பதற்குத் தானே இந்தப் பரிந்துரை செய்வது" என்பேன்.

ஆண்டு முழுதும் வீட்டில் இருந்ததால் விஜியின் கெரியருக்குக் கூட சிறிது சேதம் ஏற்பட்டது. மொத்தத்தில் அந்தத் தருணம் குடும்பம் என்பது எங்களை அரைக்கத் தொடங்கியது. ரேகா சின்னச் சின்ன விஷயங்களுக்கும் பிடிவாதம் பிடிப்பாள். மீண்டும் வேலைக்குச் சேர்ந்துகொண்ட போது, விஜியின் வேலை அதிகமானதே தவிர மற்ற எந்தப் பெரியவளர்ச்சியும் ஏற்படவில்லை. பகலில் பிள்ளையைப் பார்த்துக்கொள்ள ஒரு வேலைக்காரியை நியமனம் செய்திருந்தாலும் நான் ஒருவனே சமாளிப்பது சிரமம் என்று மூன்று மாதம் வெளிநாடு போகும் வாய்ப்பை விட்டுக் கொடுத்தாள். "போ, எப்படியாவது நடக்கும்" என்று நான் சொன்னாலும் அதிகமாக வற்புறுத்தவில்லை. ஆனால்

சகீனாவின் முத்தம் ❋ 45 ❋

போகாமலிருக்கும் முடிவு அவளுடையது தான். அதையும் நான் மிகச்சிறப்பானதென்று பார்க்காமல் அதைப்பற்றி நான் அதிகம் பேசவில்லை. இரண்டு என்ஜின் வண்டி மூச்சிறைக்கத் தொடங்கியது. தொழிலில் அதிகமாக உயராவிட்டாலும் என் ஊதியம் படிப்படியாக அதிகமானதால் தடுமாறாமல் சமாளித்தோம். அந்தத் தருணத்தில் முதலில் என் அம்மாவும், வருடத்திற்குப் பிறகு அப்பாவும் இறந்து விட்டார்கள்.

ரேகா பள்ளிக்குச் செல்லத் தொடங்கிய பிறகு இனி எங்கள் கவலைகள் முடிந்ததென்று இருவரும் பெருமூச்சு விட்டோம். குடும்பத்தில் கஷ்டங்கள் மறைந்துவிடுவதில்லை. அவை வேறுவடிவம் பெற்றுவரும் என்பது எங்களுக்கு அப்போது தெரிந்திருக்கவில்லை.

★

3

மறுநாள் ஞாயிற்றுக்கிழமையானதால் பதினொரு மணியானாலும் குளிக்காமல், தொள தொள என்ற சட்டை பைஜாமா இரவு உடுப்பில் கூடத்தில் உட்கார்ந்துகொண்டு கிரெடிட் கார்ட் விவரங்களை மடிக்கணினியில் சரிபார்த்துக் கொண்டிருந்தேன். மதியஉணவிற்கு வெளியே போவது ஞாயிற்றுக்கிழமையின் உறுதியான நிகழ்வானதால் விஜி ஓய்வாக உட்கார்ந்து கொண்டு அன்றைய நாளிதழைப் படித்துக் கொண்டிருந்தாள்.

"கடையின் பெயர் ஒன்றிருந்தால் பில்லில் மற்றொரு பெயர்" எனக்குள் நானே முனங்கிக் கொண்டு கணக்கை சரிபார்த்துக் கொண்டிருந்த போது கதவைத் தட்டும் சத்தமானது. முதல் நாள் மாலையின் கதவு தட்டல் நினைவிற்கு வந்து, விஜிப் பக்கம் பார்த்து "மறுபடியும் வந்தார்கள் போலத் தெரிகிறது" என்றேன். "நான் பார்க்கவா?" என்றவளிடம் வேண்டாம் என்று சைகை செய்து கதவைத் திறக்க எழுந்தேன்.

கதவைத் திறந்தால் அவர்கள்தான். நீலச் சட்டையின் ஆர்கே இன்றும் அதே சட்டைதான் போட்டிருந்தான். எம்பித்ரீ பழுப்புநிறச் சட்டையிலிருந்தான்.

"ஃபோன் வந்ததா சார்?" ஆர்கே கேட்டான்.

திடீரென்று கோபம் வந்தது. "நேற்றே சொன்னேனல்லவா. அவள் ஃபோன் வந்தால், வரும்போது சொல்கிறேன். செய்யவேண்டும் என்றால் அவளே ஃபோன் செய்வாள். பெயர் என்ன சொன்னீர்கள்? எம்பித்ரீ தானே? இனி தொந்தரவு கொடுக்க வேண்டாம்."

"விஷயம் கொஞ்சம் அர்ஜெண்ட்"

சகீனாவின் முத்தம்

"என்ன அர்ஜெண்ட்? யாருக்கு அர்ஜெண்ட்? என்ன பிராஜக்டோ இன்னும் எங்களிடம் சொல்லவில்லை. உங்களுக்கு வேண்டியதை நீங்கள் செய்துகொள்ளுங்கள்." இது வெறும் பிராஜக்ட்–க்கு சம்பந்தப்பட்டது அல்லவென்ற விஜியின் கருத்து சரியாக இருக்கலாம் என்று தோன்றியது. அதற்கும் அதிகமாக இருப்பதை வெளியே கொண்டுவர முயற்சிக்க வேண்டுமா வேண்டாமா என்று தெரியாமல், அதை அறிந்துகொள்ள வேண்டுமென்றால் அவர்களை உள்ளே அழைக்க வேண்டி இருக்குமென்று அமைதியானேன்.

அதற்குள் ஆர்கே வாய்விட்டான். இன்று எல்லாப் பேச்சும் அவனுடையது தான். "பிராஜக்ட் மட்டுமல்ல, வேற பிராப்ளம் கூட இருக்கு."

"என்ன பிராப்ளம்?"

"எங்கள் அங்கல்ஸ் வந்திருக்காங்க. கீழே இருக்காங்க. அவர்களை அழைக்கிறோம். அவர்கள் எல்லாம் சொல் வார்கள்." பதிலுக்கும் காத்திருக்காமல் பக்கத்தில் இருந்த எம்பித்ரீயைப் பார்த்து, "வா, அழைத்து வரலாம்" என்றான். அடுத்த கணம் இருவரும் படிகளை நோக்கி விரைந்து தடதடவென்று இறங்கி கண் மறைந்தார்கள்.

குழப்பத்தில் கதவை சாத்தாமலே உள்ளே திரும்பினேன். விஜியின் முகத்தின் மீதும் ஆச்சரியமிருந்தது. இது, ரேகா ஏதோ சிக்கலில் மாட்டிக் கொண்டிருக்கும் உறுதியான அறிகுறி என்று அவளுக்கும் தோன்றியதோ என்னமோ. ஏதோ கெட்டது நடக்கப் போகிறது என்று தோன்றி தவிப்பானது. நான்கைந்து நிமிடங்களுக்குப் பிறகும் யாரும் வராமல் இருந்த போது கதவை சாத்திவிட்டு, மடிக்கணினியை டைனிங் மேசை மீது வைத்து அங்கே இருந்த எல்லாவற்றையும் ஒழுங்குபடுத்தினேன். உள்ளே போய் சட்டை, பேண்ட் அணிந்தேன். "முதலில் என்ன விஷயம் என்று தெரிந்து கொள்வோம்" என்ற விஜியின் பேச்சை அனுமதித்தேன்.

லிப்ட் கதவு திறக்கும் சத்தம் மெல்லியதாகக் கேட்டது. பிறகு காலடி ஓசை. தொடர்ந்து வாசல் கதவின் வெளியே கொக்கியை மெல்லத் தட்டும் சத்தம். "வீட்டு அழைப்புமணியை அடிக்க என்ன கேடு இவனுங்களுக்கு" முனங்கிக்கொண்டே எழுந்து, கதவை அடையும் முன் மீண்டும் தட்டும் ஒலி.

எம்பித்ரீயும், நீலச்சட்டைக்காரனுடன் இரு புதியவர்கள் அங்கே இருந்தார்கள். 'எங்கள் அங்கள்' முன்னால் நின்றிருந்த ஒருவரை ஆர்கே அறிமுகப்படுத்தினான்.

“வணக்கம். நான் ராஜா. இவன் நந்தன். நம்மவன் தான்.” இருவரும் வணங்கினார்கள்.

சிறிது பெருத்த தேகத்து ராஜா அரைக்கை வெள்ளைச் சட்டை அணிந்திருந்தான். உள்ளே போட்டிருந்த பனியன் வடிவம் தெளிவில்லாமல் தெரிந்தது. வெள்ளை பேண்ட். கறுப்பாக மிளிரும் செருப்பு. தடித்த கழுத்தில் ஓரிழை தங்கச் சங்கிலி இருந்தது. கொஞ்சம் முன்னால் துருத்திக் கொண்டிருந்த வயிற்றிலிருந்து சட்டை தளர்வாக இறங்கி இருந்தது. சின்னதாக வெட்டியிருந்த அங்கங்கே நரைத்த முடி. மீசை இல்லாத முகத்தை வழிய சிரைத்திருந்தான். முகத்தின் மீது மென்மையான பகட்டுச் சிரிப்பு. பிரபல கமர்ஷியல் சினிமாவின் சின்ன ரவுடிப் பாத்திரத்தின் எல்லா வெளிப்படையான இலட்சணங்களுடனும் ஆஜரானது போல இருந்தது.

அவனைவிட கொஞ்சம் கட்டுமஸ்தான நந்தன் கறுப்புச் சட்டையில் இருந்தான். அவன் கழுத்தின் மீது அங்கங்கே சின்ன மருக்கள் இருந்தன. வலது மணிக்கட்டில் ஐந்தாறு வண்ண வண்ணக் கயிர்கள்.

“என்ன விஷயம்?” கதவிலிருந்து நகராமல் கேட்டேன்.

ராஜா முகத்தின் மீதிருந்த மென்மையான சிரிப்பை அப்படியே வைத்துக் கொண்டு, கையால் சைகை செய்து உள்ளே வருகிறோம் என்று தெரிவித்தான். வேறு வழியில்லாமல் அவர்களை உள்ளே விடவேண்டியதானது. பின்னாலேயே நுழையத் தொடங்கிய பையன்களை ராஜா தடுத்து “நீங்க போங்க” என்று அனுப்பி வைத்தான்.

இருவரும் செருப்புகளை வாசலுக்கு வெளியே விட்டு விட்டு உள்ளே வந்தார்கள். அத்தரின் கடுமையான மணம் வெகு தொலைவிலிருந்தே மூக்கைத் துளைத்தது. முன் கதவைச் சாத்தினேன்.

விஜியைப் பார்த்தவுடன் “வணக்கம், மேடம்” என்று வணங்கினார்கள்.

ராஜா சோஃபா மீது உட்கார்ந்தான். நந்தன் அவன் பக்கத்தில். உட்காரும் முன் ராஜா தன் கையிலிருந்த சிறிய பையொன்றை நந்தன் கையில் கொடுத்தான். அவன் அதைக் கொடுத்த தோரணையில் நந்தனை விடவும் ராஜாவின் அந்தஸ்து உயர்ந்ததென்று தெரிந்தது.

எதிர்பாராமல், விஜி எழுந்து கையில் இருந்த நாளிதழை பாதி மடித்துப் பிடித்துக் கொண்டு உள்ளே போனாள். அவள்

இருப்பது நல்லதா இல்லையா தெரியவில்லை. கண்டிப்பாக அவள் உள்ளே இருந்து பேச்சைக் கேட்டுக்கொண்டிருப்பாள் என்று அமைதியானேன்.

எதிர் நாற்காலியில் நான் உட்காரத் தொடங்கியவுடன் ராஜா ஆரம்பித்தான்.

“நாஷ்டா ஆச்சா சார்?”

“ஊம்”

விடுமுறை தானே. தாமதமாக சாப்பிடுவீர்களோ என்னமோ?”

“ஊம்” அடுத்த பேச்சைப் பேசு என்பதைப் போல பார்வையை அவன் பக்கம் பாய்ச்சினேன்.

“பாருங்க சார். விஷயம் உங்களுக்குத் தெரியுமோ தெரியாதோ. காலேஜுப் பசங்க விளையாட்டுன்னு இது வரை சும்மா இருந்தோம். இப்ப கைமீறிப் போயிருக்கு. அதுக்குத்தான் டைரெக்டா இங்கே வந்திருக்கோம்.”

நாட்டின் எந்தப் பகுதியைச் சேர்ந்தவன் என்று தெரியாத அளவிற்கு அவன் மொழி கலப்படமாக இருந்தது.

அடுத்ததாக என்ன கேட்கலாம் என்று ஒரு நொடி இதயம்நடுங்கியது. எதற்கும் இருக்கட்டுமென்று, ஆட்சேபனைத் தோரணையில் நேற்றைய சங்கதியை முதலில் எடுத்துக் கொண்டேன். “நேற்று உங்க பசங்க வந்திருந்தாங்க. மகள் ஊருக்குப் போயிருக்கிறாள் என்று நேற்றே சொல்லி யிருந்தேன். இன்று திரும்பவும் வந்திருக்கிறார்கள். அவள் கிளாஸ்மெட் என்று சும்மா இருந்தேன். இல்லை என்றால் திட்டி அனுப்பி இருப்பேன்.”

“உண்மையான பிராப்ளம் வேற இருக்கு.”

“அதென்ன சொல்லுங்க முதல்ல.”

“அங்கதான் வர்றேன். எங்கள் மஞ்சு, உங்கள் மகளின் கிளாஸ்மெட். கொஞ்சம் வெகுளி. படிப்பில் வீக். சாஃப்ட் சுபாவம் வேற. உங்கள் மகள் இவனுக்கு ஹெல்ப் பண்ணி யிருக்காளாம். பண்ணி இருக்கலாம். அதுக்கு அவள்மீது ஃபுல் டிபென்ட் ஆகிவிட்டான். இந்த வயசில நடக்கறதுதான் விடுங்க. அப்படி ஆகாட்டித்தான் வரி ஆகணும். இதல்ல, உண்மையான பிராப்ளம் வேறெயே இருக்கு.” செயற்கையான சிரிப்பொன்றை முகத்தின் மீது இருத்திக்கொண்டு பேசுவது ராஜாவின் பழக்கம் என்று கொண்டேன்.

“ஊம்” செய்தியை அறிய அதிக அவசரம் காட்டினால், சூழ்நிலையின் மீது என் பிடி தளர்ந்துவிடும் என்று அவசரம் காட்டவில்லை.

“மஞ்சு யார் மகன் தெரியுமா? ரங்கண்ணா அவர்களின் மகன். அதுதான் ரிப்போர்ட்டர் ரங்கண்ணாவர்கள்.”

அந்தப் பெயரை முன்பு எங்கோ கேட்டதுபோல இருந்தது. “அவர் யார்? எந்தப் பத்திரிகையில் இருக்கிறார்?”

அதுவரை ராஜா சொன்னதற்கு எல்லாம் தன் முகச் சதையின் அசைவால் சம்மதத்தையும், பணிவையும் காட்டிக்கொண்டு உட்கார்ந்திருந்த நந்தன் என் அறியாமைக்கு அதிர்ந்துபோனவன் போல நாற்காலியின் நுனிக்கு சரிந்து உளறத் தொடங்கினான். “என்ன சார் இப்படி சொல்றீங்க. சரி, வெளியே எங்கேயாவது சொல்லீறப் போறீங்க. இந்த ஏரியா முழுதும் அவருடைய கண்ட்ரோல். கண் அசைச்சாப் போதும், ஒவ்வொரு வீட்டிலிருந்து சப்போர்ட்டுக்கு ஆட்கள் வருவாங்க.” அவன் கூறியது என் மீது தாக்கம் ஏற்படுத்தாமல் இருந்த தோற்றதைக் கண்டு, உள்ளே இருக்கும் உத்வேகத்தை தணிக்க முடியாமல் கைவிரல்களை சொடக்கு முறிக்கத் தொடங்கினான்.

ராஜா அமைதியாக இருக்கும்படி சைகை செய்தாலும் ரங்கண்ணாவையே இவன் யாரென்று கேட்டுவிட்டானே என்பதை சீரணித்துக்கொள்ள முடியாதவன் போல நந்தன் தனக்குத் தானே முணுமுணுத்துக் கொண்டு உட்கார்ந்து விட்டான்.

ராஜா தந்திரக்கார மனிதன் என்பது இரண்டொரு பேச்சுகளில் தெரிந்தது. உள்ளேநிறைந்து கொதித்துத் தத்தளிக்கும் வஞ்சத்தை அடக்கிவைக்கத் துடிப்பவனைப்போல அவன் முகமும் தேகமும் இயல்பற்ற சிரிப்புடன் நீண்டு குறுகித் தவித்துக் கொண்டிருந்தது. தன்னை அவன் கட்டுப்படுத்திக் கொள்ள முயற்சி செய்து பேசும்போது கைகளை அசையாமல் தொடை மீது வைத்துக் கொண்டிருந்தான்.

“யூ ரிப்போர்ட்டர் என்ற வாரப்பத்திரிகை பெயரைக் கேட்டதில்லையா? அது அவருடையதுதான். யூ என்றால் அண்டர்வர்ல்ட். ஒரு கொலை நடந்தால் போலீசுக்கு முன் அவருக்குத்தான் தெரியவரும். ரங்கண்ணா அவருடைய இன்ஃப்லுயன்ஸ் தேவலோகம் வரை இருக்கு. தாலூக்கா, மாவட்ட மட்டத்திலிருந்து மாநிலம் முழுதும் பரவி இருக்கும் எல்லாப் பத்திரிகைகளின் எல்லா ஆசிரியர்களும் அவருக்கு நெருக்கம். பெங்களூரை விட்டுத் தள்ளுங்கள், மாநிலத்தின் ஏதோ மூலையில் இருக்கும் ஜமீன்பிரச்சினையை சரி

செய்வார்கள் என்றால் நீங்களே பார்த்துக்கொள்ளுங்கள். அரசாங்கம் எதுவாகவே இருக்கட்டும், நடப்பது ரங்கண்ணாவின் பேச்சாகத்தான் இருக்கும். கார்பரேட்டர்களை விடுங்க, எம்எல்ஏ-க்கள் கூட அவர் போட்ட கோட்டைத் தாண்ட மாட்டாங்க. கன் மேன் இல்லாமல் வெளியே வரமாட்டார். அவர்தான் எங்கள் பாஸ்.”

என் மீதிருந்த பார்வையை எடுக்காமல், அந்தப் புகழ்ச்சி என் மீது விளைவை ஏற்படுத்தி இருக்கலாம் என்று எண்ணிய ராஜா தொடர்ந்தான்.

“இப்படிப்பட்டவருக்கு விரோதிகள் இருக்கிறார்கள் என்றால் அவர் நல்ல வேலைகளை செய்துகொண்டிருக்கிறார் என்றுதானே பொருள்? சிக்கன் சந்துருன்னு ஒருத்தன் இருக்கான். ரங்கண்ணாமீது ஒருமுறை அட்டாக் செய்திருக் கிறான். அவனுக்கு எங்கள் ஏரியாவைக் கண்ட்ரோல் செய்யணும்னு ஆசை. எட்டாததை விரும்பக்கூடாது. நாங்கள் என்ன கைகட்டிக்கொண்டு உட்கார்ந்திருப்போமா? அதிருக்கட்டும், பிராப்ளமுக்கு வர்றேன். அதே சந்துரு கேங்கின் சேதன் என்பவன் எங்கள் மஞ்சு காலேஜிலேயே இருக்கான். சீத்தான்னு அவனைக் கூப்பிடுவாங்க. அவன் மஞ்சுவை மிரட்டி உங்க டாட்டர் கூடப் பார்த்தா கொன்னு போடுவேன்னு மிரட்டியிருக்கான்.”

சுற்றி வளைத்துச்சொன்ன, சிக்கு முக்கான அவன் கதையை தெளிவாகப் புரிந்துகொள்ள சில நிமிடங்கள் ஆனது.

அங்கே இங்கே படித்துத் தெரிந்துகொண்டதை விட்டால் வேறு எந்தவகையிலும் தெரிந்திருக்காத உலக மக்கள், நாம் வெறுக்கும், பயப்படும் உலகத்தின் மக்கள் என் எதிரில் உட்கார்ந்திருக்கிறார்கள் என்பது மெல்ல அறிவிற்கு வரத் தொடங்கி கலக்கம் உண்டானது. என் மௌனத்தால் நந்தன் ஊக்கம் கொண்டான். “அவர் பத்திரிகையில் மர்டர் போட்டோ எல்லாம் ஃபுல் கலரில் வரும். எந்த பேப்பருக்கு அந்த துணிச்சல் இருக்கு?”

சில சிறியகடைகள் முன்தோரணமாகத் தொங்கப் போட்டிருக்கும் பத்திரிகைகளில் இப்படிப்பட்ட பயங்கர அட்டைப்படங்களைப் பார்த்தாலும் அவற்றுக்கும் எனக்கும் சம்பந்தமே இல்லை என்பதைப்போல உதாசீனப்படுத்துவது நினைவிற்கு வந்தது. அப்படியான எந்தப் பத்திரிகையையும் ஒருமுறையும் வாங்கிப் படித்ததில்லை.

நந்தன் சிறிது முன்னால் குனிந்து குரலை குறைத்தான். "நாய்ப்பய சீத்தாவை தூக்கிடுவோம். கை அழுக்காயிடுமேன்னு சும்மா விட்டு வைச்சிருக்கோம்." இந்த டைலாக் ஏதோ சினிமாவிலிருந்து வந்தது என்று தோன்றினாலும் தூக்கிருவோம் என்ற வார்த்தை இழைந்து நழுவிய விதம் சங்கடப்படுத்தியது. "சரி என்ன இப்போ?" என்றேன் துணிச்சலை நடித்துக் கொண்டு. அவர்களுடன் என் மொழியும் மாறியதை உணர்ந்து பயமானது.

ராஜா பதிலளித்தான். "ஒன்றுமில்லை. மஞ்சு உங்க டாட்டருக்கு ஃபோன் செய்தானாம். ஸ்விச் ஆஃப் ஆகியிருந்ததாலே பிரெண்ட்ஸ் கிட்ட சொல்லி அழுதிருக்கான்."

நந்தனுக்குப் பொறுமை குறைவு. "அட, உண்மையைச் சொல்லணும்னா இவன்தான் சரியில்லை. ஆம்பளை போல இருக்கிறதவிட்டு, குய்குய்ன்னு குழையறான்.

ஆம்பளைபோல இருக்கிறது என்னவென்ற கேள்வி நாக்கு நுனிக்கு வந்தது.

ராஜா தொடர்ந்தான். "அவள் ஸ்விச் ஆஃப் பண்ணி யிருந்தாளே அதுக்கு சீத்தா தான்தான் ஜெயிச்சேன்னு நினைச்சிக்கிட்டு இருக்கான். சீத்தா சொன்னபடி அவள் கேக்கறான்னு இவன் டவுன் ஆகியிருக்கான்."

சூழ்நிலை அதிகம் கெட்டுப் போகவில்லை என்று தோன்றியது. ஆனாலும், இவர்கள் வந்த காரணம் வேறு ஏதாவது இருக்கும். அநேகமாக இன்னும் இவர்கள் முக்கியமான விஷயத்திற்கு வரவில்லை என்று நினைத்தேன். எங்கள் இடையே நான்கு பேச்சுகள் நடந்ததால் கொஞ்சம் சலுகை ஏற்பட்டு எனக்கும் துணிச்சல் கூடத் தொடங்கியது.

"எங்கள் ஊரில் எந்த ஃபோனும் கிடைக்காது என்று நேற்றே பசங்களிடம் சொல்லி இருந்தேன். அவளாக அழைத்தால் பேசலாம்."

"அது தெரியும்." ராஜா தொடரும் முன் உத்வேகம் தாங்க முடியாமல் நந்தன் சீறினான். "அந்த சேதன் மாதர்சோத் எங்க ஏரியா பொண்ணுக்கு கண்டிஷன் போடறது தப்புதானே சார்."

"காலேஜுனா எல்லா ஏரியாப் பசங்களும் வருவானுங்க. யாரும் யாருக்கும் கண்டிஷன் போடக்கூடாது." நீதி, நியமனம், சட்டம் போன்ற விஷயங்கள் வந்தால் என் கை ஓங்கி இருக்கும் என்ற நம்பிக்கை இருந்தாலும் நந்தனிடம் எந்தத் தர்க்கமும் வேலைக்கு ஆகாது என்று தெரியத் தொடங்கியது.

சகீனாவின் முத்தம்

“சிஸ்டருக்கு தொந்தரவு ஆகக்கூடாது, அதுக்குத்தான்.” நந்தன் புதுப்பிடி போட்டான்.

“அப்படி என்றால் சும்மா அவளை அவள் பாட்டிற்கு இருக்க விடுங்கள்.”

“அப்படி விடறதுக்கு சேதன் விடமாட்டேன் என்கிறானே. சிஸ்டர் தலையில புழுவை விட்டிருக்கிறானே.”

“புலியை வேணுமுன்னாலும் விடட்டும். நான் பார்த்துக் கிறேன்.”

“அப்படி அல்ல. எங்க ஏரியாவை சப்போர்ட் செய்யுங்கன்னு சொல்றோம். அவ்வளவுதான்.”

“ஏரியாவுக்கும் இதுக்கும் என்ன சம்பந்தம்?”

“ஏரியான்னா அபிமானம் இருக்குமல்ல சார்.”

“அபிமானம் இருக்கட்டும். நல்லதுதான். ரெண்டு பேரும் வளர்ந்த பிள்ளைங்க. யார் கூட பேசணும், கூடாதுன்னு அவங்களே முடிவெடுப்பாங்க. யாரும் யாருக்கும் பயந்து கொண்டு இருக்கக் கூடாது.” இப்போது அமைதியான தொனியில் பேசினேன். ஏரியா என்றவுடன் ஆதங்கம் தலைதூக்கியது. ரவுடிகள் நகரத்தைப் பங்குபோட்டுக் கொண்டு நாய்களைப் போல பாதுகாப்பார்கள் என்று படித்திருந்தேன்.

“நாங்களும் அதைத்தான் சொல்கிறோம். உங்க டாட்டர், என்றால் எங்க சிஸ்டர், யாரோ பரதேசிப்பய சொன்னான்னு எங்க மஞ்சு கூட பேசறதை நிறுத்தக் கூடாது. நாங்க சொல்றதும் அதைத்தான். மஞ்சுவைப் பார்த்துக்கங்கன்னு எங்க பாஸ் சொல்லி இருக்கார். யார் பொணம் விழுந்தாலும் சரி. நாங்க பாத்துக்கறோம்.” அரசனின் கட்டளைபோல உறுதியான பதிலுக்கு அசந்து போனாலும் சமாளித்துக் கொண்டேன்.

குருவே எல்லை மீறி பரதேசிப்பய என்று சொன்ன பிறகு நந்தனுக்கு எந்தத் தடங்கலும் இருக்கவில்லை. “பயப்பட வேண்டாம். நாங்க உங்களைத்தான் சப்போர்ட் செய்வோம். அவன் யார் சொல்றதுக்கு. அவங்க ஆத்தா ...”

“அவளுக்கே பேசத் தோணலைன்னா?”

“அவங்களுக்கு அப்படித் தோணாது. அப்பவே சிஸ்டரும் மஞ்சுவும் பிரெண்ட்ஸ். அந்தப் பன்னிப் பய குறுக்க வந்ததாலே இப்படி ஆச்சு.” நந்தன் நாக்கை தளரவிடத் தொடங்கினான்.

“ஏதோ பசங்க சண்டைப் போட்டுக்குவாங்க. பிறகு சரியாயிடுவாங்க. இந்த சின்ன விஷயத்தை இவ்வளவு பெரிசு பண்ணறீங்களே. சில்லி பிரைட்.”

ராஜா தன் இரண்டு கைகளையும் இரண்டு பக்கத்திலும் இறக்கி சோஃபா நிறைய நிரப்பிக்கொண்டு வசதியாக உட்கார்ந்தான். ராஜாவின் ஆடை அலங்காரங்களைப் பார்த்தால் பிரபல ஊடகங்களின் முன்னணி நட்சத்திரங்களை இப்படிப்பட்டவர்கள் பின்பற்றுகிறார்கள் என்று தோன்றியது. அதிலும் அங்கிருக்கும் கொடுமையை நடைமுறைக்குக் கொண்டுவரும் இரக்கமற்ற தன்மையையும். மோதிரங்களை கவனிக்கவில்லையே என்று அவன் கையைப் பார்த்தேன். இருந்தன! வலது கை மூன்று விரல்களில் தடித்த மோதிரங்கள். விரல்களை மெல்ல தக்கத்தக்க என்று ஆட்டிக்கொண்டிருந்தான். அந்தத் தோரணையில் நந்தனுக்கு தொடர குறிப்பு கிடைத்தது போலானது.

“சில்லி என்று சொல்ல வேண்டாம். மரியாதை மரியாதை தான். அதில் சின்னது பெரியது என்றில்லை. அவன் சாலஞ்ச் செஞ்சானே சும்மா இருக்க முடியுமா? அவன் அக்காவை கழுதையோக்க” நந்தன் குரல் இப்போது உரத்த கதியில் இருந்தது.

நந்தன் மொழி அந்த உலகைத் திறந்து வைக்கத் தொடங்கியது. “வம்புக்கு வந்தவன் அவன். நம்ம ஏரியா சிஸ்டர் பின்னால சுத்தறான். அவனுக்குத் தெரியும் நாங்க சும்மா இருக்க மாட்டோமுன்னு. அந்த சிக்கன் சந்துரு சிக்கன் கடை வச்சிருந்தான். வாடிக்கையாளன் கூட நடந்த சண்டையில கோழி வெட்டற கத்தியை வீசி ஜெயிலுக்கு போய் ரவுடி யானது. பொடி ரவுடி. சரியா ரெண்டு கொலை செய்யலை தேவிடியாப் பய. கையில இருநூறு ஓட்டில்லை, எப்படிப் பேசறான். சும்மா அப்பப்ப இப்படி ஏதாவது தகராறு செஞ்சுகிட்டே இருப்பான்.” “சந்துரு ஆட்கள் உங்ககிட்ட வந்தே வருவானுங்க. நாங்க சப்போர்ட்டுக்கு இருக்கோ முன்னு சொல்லிடுங்க. என்னத்தை பிடுங்கரானுங்கண்ணு பாத்துடலாம்.” ராஜா எனக்கு நம்பிக்கை அளிக்கத் தொடங்கினான்.

“காலேஜில் படிக்கிற பசங்க விஷயத்தில எவ்வளவு தலையை நுழைக்க முடியும்.”

“பொம்பளைப் பிள்ளைங்க இல்லையா சார்.” நந்தன் மீள முன்னால் வந்தான்.

“அதுக்கு?”

“பொம்பளைப் பிள்ளைங்க சேஃப்டி விஷயத்தில முன்னுக்கு நிக்கணும். சிஸ்டருக்கு சீத்தா தொந்தரவு கொடுக்கறான்னு போலீசில கம்ப்ளைன்ட் கொடுத்துடுங்க. அது போதும். பிரின்சிபால் பேரிலேயும் ஒரு கடிதம் இருக்கட்டும். அடுத்த விளையாட்டை நாங்க விளையாடறோம்.”

“அவன் யாருன்னு கூட எனக்குத் தெரியாது.”

“எங்களுக்குத் தெரியுமே. அவன் எப்படிப்பட்ட தாயோலிப் பயன்னு. எங்களை நம்புங்க.”

இவன் பேசும் பேச்சுகளைப் பார்த்தால் “ஸ்மூத் நந்தன்” என்ற பெயர் அவனுக்கு சரி போகலாம் என்பது தலைக்குள் நுழைந்து போனாலும் அது மிக மிருதுவானது என்று தோன்றியது. இப்படி வகை வகையான பட்டப் பெயர்களை போலீஸ்காரர்கள்தான் வைப்பார்களாம். இப்படி ராஜா மகாராஜாக்களுக்கும் பட்டப் பெயர்கள் இருப்பது போல. வௌவால் என்று கூட ஒரு ரவுடி இருந்தானல்லவா என்று நினைத்துப் பார்க்கமுயன்றேன். பத்திரிகைகளில் படிக்கும் போது இந்தப் பெயர்கள் எல்லாம் வேடிக்கையாகத் தெரிந்தாலும் உண்மையில் இவர்கள் எல்லாம் எப்படிப்பட்ட இம்சை செய்யப் பழகியிருப்பார்கள் என்பதை யோசிக்க யோசிக்க என் துணிச்சல் வீழ்ச்சியடையத் தொடங்கியது. ஒவ்வொரு பட்டப் பெயரும் ஒரு கருணையற்ற நிகழ்வின் வெற்றிக் கொடியாக இருக்கும். கண்டிப்பாக நான்குபேரையாவது கத்தியால் குத்தியிருக்கலாம் என்ற இந்த நந்தனுக்கும் ஏதாவது ஒரு பட்டப் பெயர் இருக்கலாம். கேட்கும் துணிச்சல் இல்லை. இன்றைய சந்திப்பு யாரும் இல்லாத இடத்தில் நடந்திருந்தால் என்னை அடித்து நொறுக்கியிருப்பான். இவர்களை இங்கே இருந்து விரைவாக அனுப்பிவிட வேண்டுமென்று சொன்னேன்.

“சும்மா சும்மா எதுக்குப்பா கம்ப்ளைன்ட்? அதுக்கு முதல்ல யார் யாருக்குத் தொந்தரவு கொடுத்தாங்கன்னு அவளையே கேக்கறேன்.”

“சிஸ்டர் அதைத்தான் சொல்லுவாங்க. வேணுமுன்னா கேட்டுப்பாருங்க. எப்படியாவது சிஸ்டர் கூட இப்பப் பேச முடியாதா சார்?” நந்தன் பேரம் பேசினான்.

“சொன்னேன்தானேப்பா ஊரில ஃபோன் கிடைக்காது, காக்கலாம்.”

“அங்கே யார் வீட்டிலேயும் ஃபோன் இல்லையா?”

“எங்க ஊரு சிட்டியைப் போல அல்ல.”

நீங்க சொன்னபடியே ஆகட்டும். நாங்க காத்திருக்கோம். கம்ப்லைன்ட் கொடுத்தால், உங்க கேஸ்டில பிள்ளைங்க பசங்க கூட திரியக்கூடாது அப்படி ஒரு ரூல்ஸ் இருக்குன்னு சேர்த்து விடுங்க. மத உணர்வுக்கு பாதகமுன்னு கேஸ்போட்டு தூக்கி வைச்சிடலாம். ரங்கண்ணா கையில் ஆயிரம் வாக்கிருக்கு.

"பையன் பிள்ளைகிட்ட பேசலைங்கிற சின்ன விஷயம் ஓட்டு வரை போகுதுன்னா என்ன அர்த்தம்?"

"இந்தக் காலத்தில் வாக்குன்னா ஸ்ட்ரெங்த். அதுக்கு சொன்னேன் அவ்வளவுதான். ஓட்டு மூட்டை வேண்டாமுன்னு சொல்ற துணிச்சல் எவனுக்கு இருக்கு? பிறகு சின்ன விஷயமுன்னு விட்டாப் போச்சு. கயிறு இழுக்கிற விளையாட்டில ஒரு செகண்ட் தளர விட்டாலும் சர்ருன்னு முழுக்கயிறும் கைவிட்டுப் போறதில்லையா?" நந்தன் கையிலிருந்து கயிறு நழுவுவது போல அபிநயம் செய்தான்.

முன்னால் சாய்ந்த ராஜா மெல்லச் சொன்னான். "உங்களுக்குத் தெரியாது. இது பெரிய விஷயம்தான். சான்ஸ் கிடைச்சா மதக்கலவரத்தை உண்டுபண்ணி நாங்களே தீர்த்துக்குவோம். சத்தமில்லாம அடிக்கலாமுன்னா என்ன செய்யறது. தாயோலி எங்க சாதி. தேவிடியப் பையனோட உள் சாதியும் எங்களுடையதுதான்."

படுக்கைஅறையிலிருந்து வெளியேவந்த விஜி சமைய லறைக்குப் போனாள். அவள் கடந்து போகும்போது கூடத்தில் உட்கார்ந்திருந்த எங்கள் எல்லோர் பக்கமும் ஒரு கணம் பார்வையை வீசினாள். உடனே எல்லோரும் பேச்சை நிறுத்தினார்கள்.

ராஜா வேலையை முடித்துப் புறப்படும் பாணியில் எழுந்து நின்றான். "நீங்க சிக்னல் கொடுங்க. மற்றதை நாங்க பாத்துக்கிறோம்."

அவன் ஃபோன் எண்ணைக் கேட்கவில்லை. என் நம்பரையும் கொடுக்கவில்லை. என்னுடையது தெரிந்திருப்பதால் அவன் கேட்கவில்லையோ என்று தோன்றி மூடனாக உணர்ந்தேன். சிக்னல் கொடுக்க வேண்டுமாம். சிக்னலைத் தனக்குச் சேர்ப்பது எப்படி என்று கூட சொல்லாத அவன் திமிர்!

வந்தவர்கள் இருவரும் புறப்பட்டுப்போன பிறகு, வாசல் கதவை சாத்திய மறுகணம் விஜி கூடத்திற்கு வந்தாள்.

"இவள் ஏதாவது பிரச்சினையில் மாட்டிக் கொள்ளவில்லை தானே?" ஆதங்கத்துடன் கேட்டாள்.

“இது நமக்கு தென்படுவதுபோலவே இருந்தால் மிக பெரிதானதல்ல. ஆனாலும் அவளைக் கேட்காதவரை என்ன வென்று தெரியவராது. நீ எதற்கு உள்ளே போனாய்?”

“நான் இருந்தால் எல்லாம் சொல்லமாட்டார்கள் என்று அவர்கள் வேஷத்தைப் பார்த்தாலே தெரிந்தது. நான் வெளியே வந்ததும் எப்படிப் பேச்சை நிறுத்தி விட்டார்கள் பார். இவர்கள் எல்லாம் சம்பந்தப்பட்டிருப்பதைப் பார்த்தால் பயமாக இருக்கிறது. அவர்கள் மொழியில் எதற்கு என்ன பொருளோ. ரேகாவின் பெயர் கூட தெரிந்திருப்பது போல இல்லை. டாட்டராம் சிஸ்டராம். த்தூ.” அவள் கோபப்பட்டாள்.

“அப்படி அல்ல விஜி.”

“அப்படி அல்ல. பிறகு எப்படி? என்ன சொல்லுகிறான். மஞ்சுவுடன் பேசுவதை நிறுத்தக் கூடாதாம். இவன் யார் அதை சொல்வதற்கு? நீயும் கேட்டுக்கொண்டு அமைதியாக உட்கார்ந்திருந்தாய்.”

“என் மீது எதற்கு கத்துகிறாய்? அவர்கள் எப்படிப்பட்ட வர்கள் என்று தெரியுமல்ல. அவர்கள் சொன்னது எதற்கும் நான் சம்மதிக்கவில்லை.”

“ஒத்துக் கொண்டிருந்தால் வெளியே வந்து உதைத் திருப்பேன். மூன்று ஆண்கள் சேர்ந்து கொண்டு வீட்டில் பெண்கள் என்ன செய்யவேண்டும் என்று பேசுவதே அசிங்கம்.”

“அப்படி அல்ல அது. நான் என்ன சொன்னேன் என்று கேட்டாய் அல்லவா?”

“அப்படி அல்ல, இப்படி அல்ல என்று சொல்ல வேண்டாம். அவர்கள் தோரணையில் உனக்கு தவறு தெரிவதில்லை. ஒத்துக்கொள்ளாமல் இருந்தது மகள் இதில் சம்பந்தப்பட்டிருக்கிறாள் என்பதால். பேரம் பேசியது அதுவரை மட்டும்தான். இப்படி வேறு யாரிடமாவது அவர்கள் நடந்திருந்தால் உனக்கு ஆட்சேபனை இருக்காது. உனக்குள் வேறுமனிதன் இருப்பது போலத் தோன்றுகிறது.”

சும்மா பேச்சு வளரவளர அப்படித் தோன்றியதைச் சொன்னாளா அல்லது அவளுக்கு உண்மையாகவும் எனக்குள் மற்றொருவன் இருக்கிறான் என்று தோன்றியதா உறுதியாக வில்லை. கடந்த இரண்டு மாதங்களாக இதுபோன்ற மறை முகமான அம்புகள் அதிகமானதைக் கவனித்திருந்தேன். என் துவண்டுபோன மனமும் கூட நம்பிக்கைக்கு சம்பந்தப்பட்ட வார்த்தையை பூதக்கண்ணாடியில் பார்க்கத் தொடங்கியது என்பது பொய்யல்ல.

எதுவும் நடக்காதது போல காட்டிக்கொண்டாலும், உண்மை சொல்ல வேண்டும் என்றால் நானும் அதிர்ந்து போயிருந்தேன். “டீ போடுகிறேன். சாவகாசமாக யோசிப்போம்.” என்று அவள் கண்ணிலிருந்து மறைய சமையலறைக்கு ஓடினேன். என்னை ஒரு நிலைப்படுத்திக்கொண்டு, சூழ்நிலையைத் தெளிவாக்க வேண்டி இருந்தது.

தேநீர் எடுத்து வரும்வரை அவள் கூடத்தில் எதையோ சிந்தித்துக்கொண்டு உட்கார்ந்திருந்தாள்.

தேநீரின் முதல் மிடறை உறிஞ்சிக்கொண்டே, விஜி, “இது அவர்கள் சொன்னது போல இருந்தால் ரேகா இதற்கு தலையைக் கெடுத்துக் கொண்டதுபோலத் தெரியவில்லை. அந்த எம்பித்ரீ வெகுளிப்பையன் மாதிரித் தெரிகிறான். சென்ட்டிமென்டலா அதிகமாகப்போகக்கூடாது. அவ்வளவுதான்.” என்றாள். அவள் இப்போது அமைதியாகத் தொடங்கினாள்.

“ரேகா இதைப்பற்றி உன்னிடம் ஏதாவது சொல்லி இருந்தாளா?”

“கிடையவே கிடையாது. இப்போது தான் இவர்களைப் பற்றி தெரிய வருகிறது.”

“இப்படிப்பட்டவர்களின் உலகம் எப்படி இருக்கும் என்ற கற்பனை கூட நமக்கு இல்லை. வந்தவர்கள் கழுத்தை வெட்டக் கூட தயங்காதவர்கள் அல்ல.” என்றேன்.

சொன்னது காதில் விழாதது போல, “த்தூ. வீடு நிறைய சென்ட் வாசம். இன்னும் போகவில்லை.” விஜி கால்களை நாற்காலி மீது இழுத்துக் கொண்டு உட்கார்ந்தாள்.

“இவள் ஒரு சாக்கு அவ்வளவுதான். அவரவர்கள் சண்டை தீர்ந்தால் இது முடிந்துவிடும்.”

“அந்தப் பையனின் அப்பாவின் கேங்க் இதில் எதற்காக நுழைந்திருக்கிறது? சாதாரணமாக இப்படிப்பட்ட விஷயங்களை பையன்கள் மூடி மறைப்பார்கள். அந்த சாதிப் பேச்சு! இவர்கள் புத்தி எங்கெங்கே ஓடுகிறது பார். போலீசுக்குத் தெரிவிக்கலாமா?”

இது எனக்கும் தோன்றியது. “அங்கே போனால் புகாரை எழுதிக் கொடுக்க வேண்டும். என்னவென்று கொடுப்பது? எதுவும் தெளிவாக இல்லையே.”

“நமக்குள் வைத்துக் கொள்வதை விட இன்னும் ஒருவருக்கு தெரிவிப்பது நல்லது. இரண்டாம் மாடி கர்னல் அங்களுக்கு? விஜிக்கு அந்த அங்கள் என்றால் பிடிக்கும்.”

துணிச்சலை நடித்துக்கொண்டு மெல்லச் சொன்னேன். "அவரா? உன் பாய் ஃப்ரெண்ட்? ஹ. மேலும் சிக்கலாக்கி விடுவார். யோசிக்கலாம்."

"நாளை யூ ரிப்போர்ட்டர் வாங்கி வா. அது என்ன என்று பார்க்கலாம்."

காலிக் கோப்பையை எடுக்கும் போதுதான் தேநீர் தீர்ந்து போனது இருவர் கவனத்திற்கும் ஒன்றாக வந்தது.

"எனக்குப் போதவில்லை. இன்னும் இரண்டு கப் போடுகிறேன்." விஜி எழுந்து போனாள்.

★

4

“எல்லாம் அந்தப் பள்ளியால் தான்.”

விஜி அப்போதே நூற்றியெட்டுமுறை வெளிப்படுத்திய இந்தக் கருத்திற்கு நான் என்றும் எதிர்வினை செய்யப் போவதில்லை. பேச்சுக்குப் பேச்சு வளர்ந்து அது வகுப்பு மோதல், சமத்துவம், பெண்ணியம் போன்ற மிக அபாயகரமான, சங்கடமான விஷயங்களின் பக்கம் புரண்டு விடும். கண்ணிவெடிகள் நிறைந்திருக்கும் அந்தப் பகுதியில் கால் வைத்தால், பேச்சு–செயல்களுக்கு இடையிலான வாய்ப்பில் தாக்கப்பட்டு எளிதாகத் திரும்புவது சிரமம் என்று அனுபவத்தால் அறிவேன்.

விஜியின் அம்மா கிருத்துவர்கள் நடத்தும் ஒரு பள்ளியின் அலுவலகத்தில் வேலை செய்து கொண்டிருந்தார். விஜி படித்தது வீட்டிற்கு அருகே இருந்த அதே பள்ளியில். அவளுக்கு ரேகாவும் கூட அப்படியொரு பள்ளியில் படிக்க வேண்டும் என்ற கருத்து இருந்தது. எங்கள் வீட்டிலிருந்து வெகுதொலைவில் இருந்திருக்காவிட்டால் எந்தப் பிரச்சினையும் இல்லாமல் ரேகாவை விஜி படித்த பள்ளியில் சேர்த்திருப்போம். எனக்கோ பிரபலமான பள்ளிகளின் ஈர்ப்பு.ஒருமுறை அந்தப் பக்கம் போனால் அந்த சகவாசங்களே பின்வரும் வாழ்க்கையை எளிதாக்கிவிடும் என்ற நம்பிக்கை. பள்ளியைக்குறித்த சர்ச்சை வீட்டில் ஆரம்பமானபோது என் தேர்வை நியாயப்படுத்தும் ஒவ்வொரு பேச்சும் அவள் அம்மா இப்போதும் வேலை செய்யும் அந்தப் பள்ளியை கிண்டல் செய்வது போல அவளுக்குக் கேட்கும் என்ற நுட்பம் புரிய எனக்கு வெகு காலம் பிடித்தது. எப்படியோ முடிவில் இரண்டு வகைப் பள்ளிகளுக்கும் விண்ணப்பம் செய்தோம். எங்களுக்கு இடையேயான போரை தவிர்ப்பதுபோல அவளுக்கு எனக்கு விருப்பமான பள்ளியில்

மட்டுமே இடம் கிடைத்தது. அதற்குப் பிறகு விஜியின் எதிர்ப்புக் குறைந்தாலும் பள்ளியைக் குறை கூறும் எந்த வாய்ப்பையும் அவள் தவறவிடவில்லை.

அங்கே மூன்று மாதங்களுக்கு ஒருமுறை பெற்றோர்கள் மீட்டிங்கிற்கு போகவேண்டி இருக்கும். பிள்ளைகளின் முன்னேற்றத்தை விட அப்பா அம்மாக்களின் தவறுகளை எடுத்துக் கொண்டு சர்ச்சை நடக்கும். அதன்மீது பிள்ளைகளின் மன வளர்ச்சியைப் பற்றிய பிரசண்டேஷன்கள். அங்கே வரும் மற்ற பெற்றோர்களின் அந்தஸ்து, அவர்கள் வேலை, செல்வாக்குகளைப் பார்த்து பள்ளிக்குக் கொடுக்கும் கட்டணம் நியாயமானது என்று எண்ணியது பொய்யல்ல. ரேகா காலப்போக்கில் இப்படியொரு மேல்தட்டு வகுப்பில் கலந்து போவாள் என்ற புளகாங்கித உணர்வு, எனக்கு என்றும் எளிதாக நடக்காத வகுப்புத் தாவல் அவளுக்கு கை கூடுகிறது என்ற ஆசை ஆழத்தில் எங்கேயோ அரும்பியதை விஜியிடமும் சொல்ல முடியவில்லை.

அந்தந்த வகுப்புகளின் பெற்றோர்களின் மீட்டிங்கிற்கு முன்பு பள்ளியில் எல்லோருக்கும் காஃபி, பிஸ்கட்களையும், வேண்டியவர்களுக்கு பழரசமும் கொடுப்பார்கள். சுமார் இருபது நிமிட இந்த விருந்தோம்பலில் எல்லா ஆசிரியர்களும் ஆஜரிருப்பார்கள். ரேகா நான்காவது வகுப்பில் இருக்கும்போது அப்படி ஒரு சந்தர்ப்பத்தில் பிரகாஷ் அறிமுகமானது.

“நான் பிரகாஷ், சீதாவின் அப்பா.” அவர் சரளமாக தானாக முன்வந்து அறிமுகப்படுத்திக் கொண்டார்.

“எங்கள் ரேகா சீதாவைப் பற்றி சொன்னது நினைவிருக் கிறது” சீதா யார் என்பது தெரியாதபோதும் நல்லுணர்வுடன் தொடர்ந்தேன்.

“ஓஹோ, நீங்கள் ரேகாவின் அப்பாவா. சமீபத்தில் உல்லாசப் பயணம் சென்றபோது மரம் ஏறும் அவள் சாமர்த்தியத்தை சீதா அடிக்கடி சொல்வாள். எங்கே கற்றாள் அதை எல்லாம்?” பிரகாஷ் தாராளமாகப் புகழ்ந்தார்.

“நான் மலைநாட்டுக்காரன். அங்கே எங்கள் தோட்டம் இருக்கிறது. ரேகா விடுமுறையைக் கழிப்பதெல்லாம் அங்கேதான். அவள் குறும்பெல்லாம் அங்கே இருந்துதான் வந்தது.”

“அதுதானே பார்த்தேன். நகரத்து அதிகமான பள்ளிகளில் விளையாட்டு மைதானம் கூடக் கிடையாது.”

ரேகாவைப் புகழ்ந்ததில் மகிழ்ச்சியானாலும் மரம் ஏறுவதையே குறிப்பாகச் சொன்னது சங்கடமாகி “மிக நன்றாகப்

படிப்பாள். எப்போதும் நல்ல மார்க் வாங்குவாள்" பேச்சை அந்தப் பக்கம் திருப்பப் பார்த்தேன்.

"அய்யோ நான்காவது வகுப்பிற்கு அவ்வளவு எல்லாம் படிக்கக் கூடாது. இன்று இதே விஷயத்தைப் பற்றி பேச வேண்டும் என்று இருக்கிறேன். சின்னவயதில் பிள்ளைகள் விளையாடிக்கொண்டிருக்க வேண்டும். நம் கல்விமுறையே சரியில்லை." பிரகாஷ் கல்வியின் அடிக்கே கை வைத்தார். மகளைத் தவிர்க்க முடியாமல் இந்தப் பள்ளியில் சேர்த்தது போல பேசினார்.

கோக்குமாக்காகப் பேசுகிறார் என்று தோன்றி, விஷயத்தை அங்கேயே கைவிட முடிவு செய்து கேட்டேன். "நீங்கள் எங்கே வேலை செய்கிறீர்கள்?"

அவர் ஒரு பெரிய கன்ஸ்யூமர் குட்ஸ்கம்பெனி பெயரைச் சொன்னார். "எந்தத் துறையில்?" கேட்டதற்கு, "ஐ ரன் இட்" என்றார். அதுஎன்ன என்பது புரியாமல், சரியாகக் கேட்கவில்லை என்று அமைதியானேன். பிரகாஷை சந்திக்க அங்கேயே சுற்றிக்கொண்டிருந்த இருவர் எங்களுக்கு இடையே தோன்றிய ஒரு நொடி மௌனத்தில் நுழைந்து என்னையும், உரையாடலை யும் உள்ளே வர விடவில்லை. பொதுவான நண்பர்களின் பெயரைச் சொல்லிக்கொண்டு, அவர் தெரியுமா, இவர் தெரிந்திருக்க வேண்டுமே என்று நெட்வர்க்கிங் உரையாடலை ஆரம்பித்தபோது இனி பிரகாஷுடன் அதிகம் பேச வாய்ப்பில்லை என்று ரேகாவின் கிளாஸ் டீச்சரைத் தேடிக்கொண்டு புறப்பட்டேன்.

மீட்டிங்கிற்குப் பிறகு அங்கே இருந்தே வேலைக்குப் போய் மாலை வீடு திரும்பியபிறகு இவர்தான் பிரகாஷ் கானாபுரே என்ற பிரபல சிஇஓ என்பது தெரிந்து அவரைக் கேட்ட கேள்வியின் முட்டாள்தனம் புரிந்தது. அதுவரை அந்த என் கேள்விக்கு யாரும் "ஐ ரன் இட்" என்று சொன்னவரகள் இல்லை. அவருடைய பதில் என்னை வெகு காலம்வரை வசியத்திற்குக் கட்டுப்பட்டவன் போல செய்திருந்தது. எந்தத்துறை என்று கேட்டு முட்டாளானதற்கு தலையில்அடித்துக் கொண்டதுபோல இருந்தது. வகுப்புத் தாண்டலைத் தடுக்கும் வேலி பணம் மட்டுமல்ல என்பதை திவாரி நினவூட்டியபோது நானே அதற்கு எடுத்துக் காட்டாக இருக்கிறேன் என்று நினைத்தேன். பிரகாஷின் முன்னும்பின்னும்திரிந்துகொண்டிருந்தவர்களின் உடல்மொழியில் இருந்த மிகையான பணிவும், இளிச்சவாய் செயற்கைச் சிரிப்பின் பொருளும் இப்போது புரிந்தது. இதை எல்லாம் விஜிக்கு எத்தனை முறை சொல்லி இருப்பேனோ. கடைசியாக, அவள்

“போதும், ரொம்பத்தான். ஒவ்வொரு கம்பெனிக்கும் ஒரு சிஇஓ இருப்பான். ஆயிரம் கம்பெனிகள் இருக்கின்றன” என்று மிரட்டிய போது தலைக்கு ஏறியிருந்த போதை இறங்கியது.

இது நடந்த அடுத்த மாதம் ரேகாவின் பிறந்த நாள் இருந்தது. சீதாவை மறக்காமல் வீட்டிற்கு அழைக்கவேண்டுமென்று ரேகாவிற்கு கட்டளை இட்டேன். பர்த்டே பார்ட்டிக்கு வரும்போதோ, திரும்பிப் போகும்போதோ சீதாவின் அப்பா அம்மா வருவார்கள் என்ற எதிர்பார்ப்பு இருந்தது. எந்த அளவில் என்றால், பிரகாஷ் வரும்போது பேசத் தேவைப்படு மென்று சிஇஓ மட்டத்து விஷயங்களையும் கூட இரகசிய மாகத் தேர்வு செய்து வைத்திருந்தேன்.

சீதா நேரத்திற்கு சரியாக வந்தாள். அவளுடன் யாரும் வந்திருக்கவில்லை. அவளை அழைத்துவந்த டிரைவர் ஏழு மணிக்கு வருகிறேன் என்று புறப்பட்டுப் போய்விட்டான். அப்போது ஏமாற்றமானாலும் மாலை சீதாவை அழைத்துப் போக பிரகாஷ் வரலாம் என்ற ஆசை இருந்தது. அதுவும் நடக்கவில்லை. டிரைவர் தனியாக வந்து அழைத்துக் கொண்டு போனான். அவன் கண்ணில் பட்டதும் சீதா சரக் என்று எழுந்து போய்விட்டாள்.

“பார் அவள் ஒழுங்கை” சீதாவைப் புகழ முயன்றபோது யாரும் அதை காதில் வாங்கிக்கொள்ளவில்லை.

அதற்கு பிந்தைய நாட்களில் ஏதாவது சாக்குச் சொல்லி சீதாவை வீட்டிற்கு அழைக்கச் சொன்னால் ரேகா சுத்தமாக ஒத்துக்கொள்ளவில்லை. “ஐ டோன்ட் லைக் ஹர்” என்று சொல்லிவிட்டாள். அப்படியாக பிறகு அவர்களுடன் ஏற்படக் கூடிய நட்பு துளிரவில்லை. வாய்ப்பைத் தவறவிட்ட அந்த தோல்விக்காக திவாரி என்னைப் பல நாட்கள் வதைத்திருந்தார். ஆனாலும், அலுவலகமாக இருந்தாலும், நண்பர்கள் கூடுகை யாக இருந்தாலும் வாய்ப்புக் கிடைக்கும் போதெல்லாம் கானாபுரேயின் மகள் ரேகாவின் சகபாடி என்பதை உரையாடலுக்கு இடையே நுழைத்து விடுவேன்.

அடுத்த ஆண்டு சீதாவை மேலும் பிரபலமான பள்ளிக்கு மாற்றியதாகச் செய்தி வந்தது. அங்கே பரீட்சைகள் இல்லையாம். ஹோம்வர்க் கூட இல்லாத பள்ளியாம். ரேகாவின் வகுப்பில் இருப்பவர்கள் சீதாவின் அதிர்ஷ்டத்திற்கு பொறுமினார்கள். இவர்களைத் துரத்திக்கொண்டு எவ்வளவு மேலே போனாலும் அதற்கும் மேல் ஒரு அடுக்கை உருவாக்கும் தந்திரத்திற்கு நான் அசந்துபோனேன்.

ரேகா எதிர்த்துப்பேசும் குணத்திற்கும், சஞ்சலத்திற்கும், பணத்தை வீண்செலவு செய்வதற்கும் விஜி பள்ளியைக் குற்றம் கூறும் போதெல்லாம் அதில் சிறிது உண்மை இருக்கலாம் என்று மனத்தில் தோன்றும். சாதாரணப் பள்ளிக்கு அனுப்பியிருந்தால் பரீட்சைகளுக்குத் திணறி, ட்யூஷனுக்காக ஓடி வேறு எதற்கும் நேரம் இருந்திருக்காது. சுதந்திர சிந்தனை, தாராள விழுமியங்கள் எவ்வளவு ருசிகரமானதாக இருந்தாலும் வீட்டிற்குள் கிளர்ச்சித் தீ பற்றிக்கொண்டால் அது சூடான நெய்யாகும்.

புரட்சி! வெறும் சொல்லாக மட்டுமே தெரிந்திருந்த அதன் பொருள் அனுபவத்திற்கு வரத்தொடங்கியது ரேகா பதினைந்தைக் கடந்த போது. அவளைக் கட்டுப்பாட்டில் வைக்க முயன்ற அளவிற்கு அவள் கோட்டைத் தாண்டிப் போனாள். தினமும் போர். நினைத்துப் பார்த்தால் கண்முன் வரும் நிகழ்வுகள் ஒன்றா இரண்டா. பெயரிலிருந்தே ஆரம்பம். தனக்கு இப்படியொரு சப்பைப் பெயரை வைத்ததற்கு வருத்தம். பதினெட்டு வயதானவுடனே இசபெல்லா என்றோ ஜெனிஃபர் என்றோ பெயர் மாற்றிக் கொள்கிறேன் என்று பயமுறுத்தினாள். பெயர்கள் எந்த மதத்தின் சொத்தும் அல்ல என்று வாதம் செய்தாள். "அய்யோ, அது அப்போது புதியகாலத்துப் பெயராக இருந்தது கண்ணு" என்று தாஜா செய்தேன்.

ஒரு பலவீனமான நேரத்தில் "சினிமா நடிகையின் பெயர் அது. எங்கள் காலேஜ் நாட்களில் அவள் புகழின் உச்சியில் இருந்தாள். மிக அழகி" என்று சொல்லிவிட்டேன்.

ரேகா சண்டைக்கு நின்றாள். "ச்சீ அசிங்கம். சினிமா நடிகையின் பெயரை வைக்கும் மனசு எப்படி வந்தது. யார் பெயரோ. ஒரு மாதிரி எச்சை. அவள் என்ன உன் இலட்சியமா? த்தூ."

"நீ சொல்வது உண்மையா? அதற்குத்தான் நீ அந்தப் பெயரை பரிந்துரை செய்ததா? எனக்கும் தெரியாதே." விஜி இப்படிக் கேட்டதால் ரேகா பெயரின் சாரமற்ற தன்மையின் முழுப்பொறுப்பும் என்தோளில் ஏறிப் பிறகு இந்த விஷயம் வரும்போதெல்லாம் நானே தனியாக சமாளிக்க வேண்டி யிருந்தது.

கண்மூடித் திறப்பதற்குள் ரேகா வளர்ந்துவிட்டது போலத் தோன்றியது. அவள் ஒன்றரை இரண்டு வயதிருக்கும்போது வாய்விட்டுச் சிரிப்பது இன்னும் என் காதுகளில் இருக்கிறது. அதிலும் கஜபுஜ பலம் விளையாட்டை விளையாடும்போது அவள் சிரிப்பு உச்சத்திற்கு ஏறும். இவை என் பள்ளிக்

காலத்து விளையாட்டுப் பேச்சுகள். ஒன்று சேர்ந்து குழுவாகத் தள்ளும்போது அல்லது இழுக்கும்போது, "ஒண்ணு, ரெண்டு, மூணு என்று சொல்வதற்கு பதிலாக "கஜ புஜ பலம்" என்று சொல்லி பலம் என்றவுடன் ஒன்றாக பலப்பிரயோகம் செய்வோம். இதை பள்ளியில் யார் ஆரம்பித்தார்களோ, அதன் பொருள் என்னவோ எனக்கு சரியாகத் தெரியாது. நான் படுக்கையில் படுத்திருக்கும் போது ரேகா விளையாட வருவாள். அவள் "கஜபுஜ பலம்" என்று மழலையில் சொல்லிக்கொண்டே என்னைத் தள்ளுவதும், நான் படுக்கையில் உருண்டுருண்டு விழும் நாடகம் ஆடுவதும் நடக்கும். நான் உருண்டு விழுந்தவுடன் தன் பலம் வெளிப்பட்ட மகிழ்ச்சியில் வாய்விட்டுச் சிரிப்பாள். "கஜ புஜ பலம்" என்று சொல்லி எதைத் தள்ளினாலும் நகரும் என்று எண்ணி, நாற்காலி, மேசைகளைத் தள்ளப்போய் தோற்று அழுமுகத்துடன் அவள் புகார் சொல்வது இப்போதுதான் நடந்தது போல பசுமையாகக் கண்முன் தோன்றுகிறது. நான் சொல்லிக்கொடுத்த மந்திரத்தில் அவள் நம்பிக்கை குறையாமல் இருக்கட்டுமென்று அவள் தள்ளும் பெரிய பொருட்களுக்கு அவள் அறியாமலேயே கை கோர்ப்பேன்.

பள்ளியை எவ்வளவு குற்றம் சொன்னாலும் தவறுக்கான காரணங்களை அடையாளம் காட்டுவது எளிதல்ல என்று தெரியும். அதைவிட அதிகமாக ரேகாவின் அதியாக ஊகிக்கும் குணமும் என்னைக் கலங்க வைத்திருந்தது. ஆளுமை வளர சுதந்திரச் சிந்தனை தேவை என்ற கோட்பாட்டை அரைமனத்துடன் நம்பி சும்மா இருப்பேன். டீனேஜ் பிள்ளை களைச் சமாளிப்பது போன்ற புத்தகங்களை வாங்கவும் கூட யோசித்தேன். அவை ஏதாவது ரேகாவின் கண்ணில் பட்டு விட்டால் ரகளையாகுமென்று அதைக் கைவிட்டேன். ரேகா பனிரெண்டாம் வகுப்பில் இருக்கும் போது ஒருமுறை மியூசிக் கான்சர்ட்-க்குப் போகிறேன் என்று பிடிவாதம் பிடித்தாள். அதைப்பற்றி அப்போதே பத்திரிகைகளில் பல சர்ச்சைகள் நடந்திருந்தன. அதுபோன்ற இடங்களில் நடக்கும் டிரக் அட்டகாசங்களை சில அமைப்புகள் எதிர்த்திருந்தன. போகக்கூடாது என்று நான், எதற்குப் போகக்கூடாது என்று ரேகா. கான்சர்ட் நடக்கும் சனிக்கிழமை மதியம் ஒரே இழுபறி. விஜி யார் சார்பாகவும் நிற்காமல் சும்மா இருந்ததற்கு கோபப்பட்டேன்.

"உன் எதிர்ப்புக்கு காரணமே கிடையாது. பேப்பரில் செய்தியைப் படித்துவிட்டு காரணமில்லாமல் பயப்படுகிறாய்" ரேகா தன் நிலைப்பாட்டிலிருந்து பின்வாங்காமல் தகராறு செய்தாள்.

“நீ பணம் கொடுக்க வேண்டாம். அம்மா கொடுப்பாள்.”

“இல்லை அவளும் கொடுக்கமாட்டாள்.”

“அம்மாவின் பணம். கொடுப்பதும் விடுவதும் அவள் விருப்பம்.”

“இல்லை அது என் விருப்பம்.”

விஜி அமைதியாக இருந்தாள். ரேகா பிடிவாதம் செய்தாள். “பணம் இல்லாமல் பாஸ் பெறுவது எனக்குத் தெரியும்.” சீறிக்கொண்டே ஃபோன் எடுத்து மெசேஜ் செய்யத் தொடங்கினாள்.

“அதை வெறும் பண விஷயமாக்க வேண்டாம்.” நானும் உறுதியாக இருந்தேன்.

“பிறகு வேறென்ன? சரியான காரணம் இல்லாமல் சும்மா சும்மா என்னைக் கட்டிப்போடப் பார்க்க வேண்டாம்.”

“இரவு எவ்வளவு நேரமாகுமோ. அதிகக் கூட்டமாகவும் இருக்கும். பெண்களுக்கு அது பாதுகாப்பான இடமல்ல.”

“நான் ஒருத்தியே போகவில்லை. எங்களுடன் எத்தனை பிரெண்ட்ஸ் இருக்காங்க.”

“அது அப்படி அல்ல.”

“அதல்ல, இதல்ல. என்னான்னு உனக்குத் தெரியாது.” தீவிரக் கோபத்தில் கிளர்ந்தெழுந்து கூடத்தில் இருந்த புத்தக அலமாரிப் பக்கம் விரைந்து, “ஃபைட் ஸ்டார்ட்ஸ்” புத்தகத்தை இழுத்து எடுத்து வந்து திடீரென்று வீசி முன்னால் எறிந்தாள். விழுந்த அதிர்வுக்கு அதில் இருந்து தூள் பறந்தது. அவளுடைய முரட்டுத்தனத்திற்கு எதிர்வினை செய்வதற்கு முன்பே “இந்த புத்தகக் கத்திரிக்காயை வைச்சு குழம்பும் கூட்டும் பண்ணி வயிறு முட்டச் சாப்பிடு” என்று அவள் அறைக்குச் சென்று கதவைச் சாத்திக் கொண்டாள்.

அவளிடமிருந்து இப்படியொரு வெடிப்பை எதிர்பாராத விஜியும் அதிர்ந்துபோனாள். இப்படியொரு எதிர்வினை பல காலங்களாகத் தக்க தருணத்திற்காகக் காத்திருந்தது என்ற புரிதலால் எனக்கு ஏற்பட்ட அவமானம் மேலும் குடைந்தது.

“இது ஒருமுறை போகட்டும். தனியாகப் போகவில்லையே” சிறிது பொறுத்து விஜி இணக்கமாகச் சொன்னாள். “வேண்டாம் என்று சொன்னேன்தானே. சொன்னபடி கேட்கணும்.” விஜியின் மீது சீறும் போதே அறையின் கதவை வேகமாகத்

திறந்து ரேகா வெளியே வந்தாள். ஜீன்ஸ், இறுக்கமான டீஷர்ட் போட்டுக்கொண்டு வெளிர்ரோசா வண்ண ஷூ போட்டிருந்தாள்.

வழிக்குக் குறுக்கே நின்றேன்.

"விடு என்னை" கோபித்துக் கொண்டாள்.

"பிடிவாதம் வேண்டாம். வேறு எதையாவது கேள் தருகிறேன்."

"வேறு எதுவும் வேண்டாம். வழிவிடு நேரமாகிறது."

"இல்லை என்றால் இல்லை. நோ."

அவள் முன்னால் அடியெடுத்து வைத்து என்னை சுற்றிப் போகப் பார்த்தாள். தடுத்து அவள் மணிக்கட்டைப் பிடித்தேன். "தொடவேண்டாம்" கத்தினாள். நானும் பிடியைத் தளர்த்த வில்லை. அவள் திமிறி நொடியில் எளிதாகக் கையை விடுவித்துக் கொண்டு என்னைப் பின்னால் தள்ளினாள். அந்த வேகத்திற்கு நிலைதவறிப் பின்னால் சாய்ந்தபோது இடுப்பு டைனிங் டேபிளின் கூர்மையான முனையில் இடித்தது. அது இல்லாமல் இருந்தால் கண்டிப்பாக கீழே விழுந்திருப்பேன். தன்னால் ஏற்பட்ட விபத்தை அறிந்தவள் போல ரேகா கணம் நின்று "சாரி" என்றவள், வாசல் கதவைத் திறந்து கொண்டு, தனக்குப் பின்னால் அதை சத்தகமாகச் சாத்திவிட்டுப் போய்விட்டாள்.

மனைவியின் கண்முன்னே நடந்த என் தோல்வியை எப்படி எதிர்கொள்வதென்று தெரியவில்லை. என்னிடமிருந்து விடுவித்துக்கொள்ளும்போது ரேகா என் முழங்கையைக் கீழே அழுத்தி சட் என்று வளைத்துப்பிடித்த பிடி கராத்தேயதாக இருக்கலாம். மின்னலைப் போல அவள் பிடித்து, இழுத்துத் தள்ளியபோது எங்கெங்கே தொட்டாள் என்பது இப்போது எரியும் சருமத்திலிருந்து தெரிகிறது. குண்டிச்சதைப் பகுதிக்கு மேசையின் நுனி குத்தி எலும்பு வலிப்பது இப்போது தெரியத் தொடங்கியது. திண்மையான உடம்புவாகில் இருக்கும் அவள் இளமையின் வலுவுக்கும் என் நடுவயதின் தளர்ந்த பிடிக்கும் இருக்கும் வேறுபாடு கவனத்திற்கு வராமல் இருக்கவில்லை. நான் தடுத்து நிறுத்தியது உடல் வலுவால் அல்ல என்பது எனக்குத் தெரியாததல்ல. பணம் கொடுக்க விடாமல் விஜியைத் தடுத்த வலு இங்கே தோல்வியைத் தழுவியது. ரேகா அதை உடைத்திருந்தாள்.

விஜி எதுவும் பேசாமல் ரேகாவின் அறைக்குப் போனாள். அங்கே இருந்து அவள் ஃபோனில் பேசியது மெல்லியதாகக் கேட்டது. என் கை மெல்ல நடுங்கியது. குண்டி எலும்பு வலித்தது.

சிறிது நேரத்திற்குப் பிறகு ரேகா திரும்பிவந்தாள்.

பத்து நிமிடங்களுக்குப் பிறகு அவள் அறைக்குப்போய் இரண்டாயிரம் ரூபாய்களை அவள் மேசை மீது வைத்து "போ" என்றேன். அதை என் பக்கமாக நகர்த்தி "தேங்க்ஸ் அம்மா கொடுத்திருக்கிறாள்" என்றாள்.

அவள் மீதிருந்த பிடி தவறிய கலக்கத்திலேயே பனிரெண்டாம் வகுப்பும் முடிந்தது. அவள் அறிவியல் விஷயங்களைப் படித்துப் பிறகு என்ஜினியரிங் கற்க வேண்டும் என்பது என் மெல்லிய ஆசையாக இருந்தது. அப்படியான ஆசைகளை எல்லாம் ஆரம்பத்திலேயே பிள்ளைகளிடம் விதைக்கவேண்டி இருக்கும். அல்லது அவை கட்டாயம் என்பதுபோல நடந்துகொள்ள வேண்டும். அப்படியான எந்த முயற்சியையும் நாங்கள் செய்திருக்கவில்லை. அவள் ஆர்ட்ஸ் எடுத்துக்கொண்டு கல்லூரியில் சேர்ந்தாள். பிறகு அவள் போக்குவரத்திற்கு ஸ்கூட்டி தேவைப்பட்டது. பிறகு அவள் எங்கே போகிறாள், என்ன செய்கிறாள் போன்றவைகள் மீது முழுமையாக எங்கள் பிடி தவறியது.

❍

கல்லூரிக்குச் சேர்ந்த பிறகு ஆங்கில ஆசிரியர் சுரேந்திரன் மீது ரேகா அதிக உற்சாகமாக இருந்தாள். எந்தப் பேச்சு வந்தாலும் அவன் கருத்தைக் கொண்டுவந்து இணைப்பாள். அதுவரை எந்த ஆசிரியர்கள் மீதும் அக்கறை காட்டியதைக் கண்டிராத விஜி "கல்லூரியில் ஆங்கிலத்தைத் தவிர வேறு எதையும் சொல்லிக் கொடுப்பதில்லையா?" என்று ஒருமுறை கேட்டதும் உண்டு. சுரேந்திரன் குள்ளமான ஒல்லியான மனிதன். தலையிலிருந்து பத்துத் திசைகளுக்கும் நீண்டு பரவிய முரட்டு முடிகளைத் தவிர அவனை வர்ணிக்க வேறு எந்த சிறப்பானதும் எனக்குத் தோன்றவில்லை. கல்லூரியின் பின்வாசல் வழி வெளியே போய் சிகரெட் புகைப்பானாம். அவனை மறைமுக மாக இகழ சிகரெட் புகைப்பவர்களை நிந்திக்கத் தொடங்கி னேன். இது அதிசயமான பொறாமை அல்லது ஆதங்கம். அல்லது மற்ற ஏதோ. ரேகா எல்லை மீறிப் போகிறாள் என்ற உணர்வுடன் சேர்ந்து அவன் யாரோ முட்டாளின் பேச்சைத் தலைமீது சுமந்து திரிகிறாள் என்ற பதட்டம். சுரேந்திரன் மீது காட்டும் சகிப்பின்மை காரணமற்றதல்ல என்பதை சாதிக்கத் தவித்தேன்.

அவ்வப்போது ரேகா பேசும் பெரியபெரிய புரட்சிப் பேச்சுகளின் மூலம் அவன்தான் என்ற ஊகங்களுக்கு ஆதாரம் இல்லாமலில்லை. அவன் வாசிக்கவைக்கும் புத்தகங்கள், வாக்குவாதம் செய்யும் விஷயங்கள் அந்த வயதுப் பிள்ளைகளின்

மனத்தில் புயலை எழவைத்தன. அவனை எதிர்க்க நான் அதிக தாராளமாக வேண்டியதானது. திருமணம் கைவிலங்குகள், பாலியல் புனிதத்தின் பொய்மை, ஆண் உயர்வு மனப்பான்மை போன்ற விஷயங்களைப் பற்றி வீட்டில் மூவரின் முன்னிலையிலும் சர்ச்சை செய்யத் தயங்கவில்லை. பிள்ளைகள் அதிலும் பெண் பிள்ளைகள் அடுத்தவர் தாக்கத்திற்கு உள்ளாவதைப்போல ஒரு ஆதங்கமான சங்கதி மற்றொன்றில்லை என்பது அனுபவத்திற்கு வரத்தொடங்கியது.

ஒருமுறை ரேகா பெண்கள் உரிமைப்போராட்டத்தில் கலந்துகொண்டது மறுநாள் பத்திரிகையில் வந்த போட்டோவால் தெரிந்தது. சொல்லாமல் போனதற்கு திட்ட வேண்டுமா கூடாதா என்ற குழப்பத்தில் இருந்தபோது போட்டோவில் ரேகாவுடன் இருந்தவள் பிரபல தொழில்அதிபர் ஷீலாவாத்வானியின் மகள் என்பது தெரிந்தது. அந்த விஷயத்தை மகிழ்ச்சியுடன் ஏற்றுக்கொண்டேன். பெண்கள் இருவரும் பெரிய பேனரின் இரண்டு முனைகளையும் கையில் பிடித்துக் கொண்டு பெண்கள் கூட்டத்தின் முன்னணியில் நடந்து கொண்டிருந்தார்கள்.

அன்று அலுவலக உணவு இடைவேளையில் வாத்வானி மகள் பக்கத்தில் இருப்பது என் மகள் என்று சொல்லி பூரித்துப் போனேன். சாப்பிட்ட பிறகு பாட்டீல் என்ற ஒருவன் என்னைத் தனியாக ஓரமாக அழைத்தான். “இலட்சியம் என்பது நம்மைப் போன்றோர் பாதையில் முற்புதர். அதன் போதை ஏறினால் நிம்மதி இல்லை. அதை நிராகரிக்கக் கூடாது. ஆனால் வளர்ப்புப் பிராணியைப்போல கட்டுப்பாட்டில் வைத்திருக்க வேண்டும். பிள்ளைகளுக்குப் புரியாது. அதில் குதித்து விடுவார்கள். எப்போது இதை எல்லாம் கைவிடவேண்டும் என்று தெரியாமல் என் மகன் பாழாகிப் போனான். அவனுக்கு இப்போது கிடைக்கும் வேலைகளில் அறை வாடகை கூடக் கட்டாது. பாதி வாழ்க்கை போலீஸ் பொய் கேஸ்களை சமாளிப்பதிலேயே கழிந்து போனது.”

பாட்டீலின் அக்கறை என்னையும் தொத்திக் கொண்டது. நாள்முழுதும் அந்த அறிவுரை பாதித்தாலும் விஜிக்கு அதைச் சொல்லமுடியவில்லை. ரேகாவுக்கும் சொல்லவில்லை.

பாட்டீல் பேசிக்கொண்டிருந்த போது மற்றொரு விஷயமும் என் மனத்தில் மின்னிப் போயிருந்தது: ரேகாவின் தோழி சாமானியமானவள் அல்ல. வாத்வானியின் மகள். வாத்வானி யின் மகளுடைய தோழிக்கு வாத்வானியின் பயோடெக் கம்பெனியில் வேலைகிடைக்க ஒருநிமிடம் போதும். அந்த சீதாவை ஐ டோன்ட் கேர் என்றால் என்னவாம், இப்போது நல்ல நட்பையே பிடித்திருக்கிறாள். போராட்டங்கள் இது

போன்ற வாய்ப்பை அளித்துக் கொண்டிருந்தால் எதற்கு வீணடிப்பது? ஆனாலும், அவர்கள் நட்பின் ஆழத்தைப் பிறகு நான் சோதிக்கும் வாய்ப்பு வரவில்லை.

ரேகா வளர வளர நாங்கள் மூவரும் வீட்டில் அவரவர்களுடைய புதியநிலைகளைக் கண்டுகொள்ளத் தொடங்கினோம். ரேகாவின் புரட்சிக்கொடிக்கு விஜியின் ஒத்தாசை இருக்கலாம் என்ற சந்தேகம் சிலநேரம் வதைத்தது.

இப்படி இருக்க ஒரு நிகழ்வு என்னைக் கலங்க வைத்தது. ரேகாவின் தோழி சாஷா எழுப்பிய புயல் அது.

அன்று இரவு ஏதோ சத்தத்திற்கு விழிப்பு வந்தது. அருகில் விஜி இருக்கவில்லை. படுக்கையறையின் கதவு சரிந்திருந்தது. வெளியே குசுகுசுப் பேச்சு. நேரம் பனிரெண்டு மணி. எழுந்து வெளியே வந்தால் கூடத்தில் பெண்ணொருத்தி உட்கார்ந்திருந்தாள்.

“இவள் என் ஃப்ரெண்ட் சாஷா” ரேகா அறிமுகப்படுத்திய போது “ஹலோ அங்கிள்” என்றாள். நான் வந்தவுடன் அவர்கள் பேச்சை நிறுத்திவிட்டார்கள்.

“விடிந்து விட்டதா அல்லது நீ இன்னும் தூங்கவே இல்லையா?” என் ஜோக்குக்கு யாரும் சிரிக்கவில்லை.

“சாரி அப்பா. நீ படுத்துக்க. இன்னைக்கு சாஷா இங்கேயே இருப்பாள்.” ரேகா கிசுகிசுத்தாள். இதன் இடையில் சுரேந்திரனின் பெயர் கேட்டது என் பிரமையா உண்மையா தெரியவில்லை. விஜி வரலாம் என்று காத்திருந்தேன். கேட்க நிறையக் கேள்விகள் இருந்தன. அந்தப் பெண் எதற்கு இப்படி நடு இரவில் வந்திருக்கிறாள். சாப்பிட்ட பிறகு விஜிக்கும் ரேகாவுக்கும் குட்நைட் சொல்லிப் படுத்தது நினைவிருந்தது. கூடத்தில் விளக்கை அணைத்ததும் நான்தான். ஏதோ சிரமம் ஏற்படாமல் யாரும் இப்படி நடு இரவில் வரமாட்டார்கள். விஜி என்னை எழுப்பாமல் தான் ஒருத்தியே எழுந்து போயிருக்கிறாள். இதில் ரேகாவின் பாத்திரமென்ன?

மறுநாள் காலை விஜி எழுப்பும் வரை விழிப்பு வரவில்லை. எழுந்தவுடன் முதலில் கேட்டது சாஷாவைப் பற்றி.

“அய்யோ அது ஒரு பெரிய கதை. பிறகு சொல்கிறேன். அப்படி ஒன்றும் இல்லை. வீட்டில் மன வருத்தம் அதனால் வந்திருக்கிறாள். அவ்வளவுதான்.” விவரமாகச் சொல்லாமல் விஜி ஒதுக்கி வைத்தாள்.

“அவள் இங்கே வந்திருப்பது அவள் வீட்டில் தெரியுமா? அவள் வீடு எங்கே?”

"தெரியுமோ இல்லையோ. அவளே அதை சமாளிப்பாள் விடு. வீடு எங்கே என்று தெரியாது."

"அவளுக்கு என்ன வயது?"

"ரேகாவை விட மூத்தவள்."

"பதினெட்டு ஆகாமல் இருந்து போலீஸ் கம்பிளைன்ட் கொடுத்தால் கிரிமினல் கேஸ் ஆகும்."

"அப்பா, அவளுக்கு இருபத்திரெண்டு. நீங்க ரெண்டு பேரும் மெதுவாப் பேசுங்க... உள்ளே அவ இருக்கா." அறைக்குள் வந்த ரேகா எச்சரித்தாள்.

"உனக்கு ஷாசா பெயரில் கிளாஸ்மெட் இருந்த நினை வில்லையே" குசுகுசுத்தேன்.

"ஷாசா அல்ல சாஷா" ரேகா திருத்தினாள். "பிறகு ஃப்ரெண்ட் ஆவதற்கு கிளாஸ்மெட் ஆக இருக்கவேண்டியதில்லை."

"இருவரும் எச்சரிக்கையாக இருங்கள். இன்று கல்லூரி யைத் தவறவிடவேண்டாம்."

"டோன்ட் வரி. அவளை சீக்கிரம் எழுப்புகிறேன்."

"அம்மாவோ விஷயம் என்னவென்று சொல்லவில்லை. நீயாவது சொல்."

"அய்யோ அதொரு பெரிய கதை. பிறகு சொல்கிறேன்."

"இது வார்த்தைக்கு வார்த்தை அம்மாவுடைய பதில். நீ அவளிடமிருந்துதான் கற்றிருக்க வேண்டும். அந்தப் பெரிய கதையைச் சொல்ல உங்களுக்கு எப்போதும் விருப்பம் இருக்காது என்பதே அதன் உட்பொருள். நான் ஷாசாவையே கேட்கிறேன்." எனக்குச் சினம் ஏறத்தோடங்கியது.

"அப்பா ப்ளீஸ் அவள் சாஷா."

"சாரி. நாக்கைப் பிறழவைக்கும் பெயரது."

"என் பெயரை விட நன்றாக இருக்கிறது விடு.."

"பதினெட்டு ஆனதல்ல. மாற்றிக்கொண்டுவிடு."

"அதற்கெல்லாம் இப்போது நேரமில்லை."

"இரவு அந்த நேரத்தில் வருகிறாள் என்றால் எச்சரிக்கை யாக இருக்க வேண்டுமல்லவா. பரோபகாரம் என்று கழுத்தில் கல்லைக் கட்டிக்கொள்ளக் கூடாது."

"இரவு பதினொரு மணிக்கு ஃபோன் செய்து இருக்க இடம் கொடுக்க முடியுமா என்று கேட்டாள். வரவேண்டாம் என்று சொல்ல வேண்டுமா?"

"பெண்கள் இரவு வீட்டைவிட்டு வருவதும், அதை நீங்கள் சப்போர்ட் செய்வதும்."

இப்போது விஜி குரலைத்தாழ்த்தி சொல்லத் தொடங்கினாள். "வாரத்திற்கு முன் கட்டாயத் திருமணம் செய்து வைத்திருக்கிறார்கள். இரண்டு பக்கமும் பணக்காரர்கள்தான். இவள் இன்னொருத்தனைக் காதலிக்கிறாள். நேற்று வீட்டில் சொல்லாமல் அவனைப் பார்க்கப் போயிருக்கிறாள். கணவன் என்னைத் தொடவில்லை என்றதற்கு அந்த துஷ்டன், ஃபஸ்ட் நைட் நடக்காமல் இருந்தால் ஏதாவது செய்திருக்கலாம். திருமணம் என்று ஆன பிறகு எந்தக் கணவன் மனைவியை சும்மா விடுவான் என்று சொன்னானாம். இவளுக்கு எதுவும் தோன்றாமல் இங்கே வந்திருக்கிறாள்."

"நீங்கள் இருவரும் இவள் பிரச்சினையில் விழவேண்டாம். உங்களுக்கு எதற்கு இதெல்லாம்? ஏதாவது எக்குத் தப்பா நடந்தா நம்ம தலை உருளும்."

விஜி விட்டுக்கொடுக்கவில்லை. "இப்போது சாஷாவுக்குத் தேவை உதவி. உன்னைக் கேட்காமல் இரவு தங்க வைத்ததற்கு கோபம் தானே?"

"ஒரு வீட்டில் பெண் இரவு வரவில்லை, எங்கே இருக்கிறாள் தெரியாது என்பதன் விளைவு தெரியுமா? புத்தி சொல்லி திருப்பி அனுப்புவதை விட்டு அவள் வாழ்க்கையைப் பாழடிக்கிறீர்கள். இப்போது வீட்டில் தெரிவிப்பது நம் கடமை." உத்வேகத்தில் சிறிது நடுங்கினேன்.

"அவ்வளவு சங்கடமாக இருந்திருந்தால் வீட்டிலிருந்து ஒரு ஃபோனாவது வந்திருக்க வேண்டும்."

ரேகாவுடன் வாக்குவாதத்தில் இறங்கும் மனமிருக்கவில்லை. உள்ளே போய் அலுவலகத்திற்குப் புறப்படத் தயாரானேன்.

மாலை வீட்டிற்கு வந்தபோது சாஷா புறப்பட்டுப் போயிருந்தாள். மேலும் கிளரப் பார்த்தேன். அம்மா மகள் இருவரும் வாய் திறக்கவில்லை.

○

படிப்படியாக எங்கள் குடும்பத்தின் சிக்கல்களின் வடிவம் மாறத்தொடங்கியது. எனக்கும் விஜிக்கும் போர் உன்மத்தம்

சகீனாவின் முத்தம்

இருக்கவில்லை. ஆனால் பொருந்திப் போவது என்றால் அனல் மீது சாம்பல் மூடியாது போல. ஒவ்வொருமுறை பொருந்திப் போகும் போதும் சாம்பல் கொஞ்சம் பறந்துபோனாலும் உள்ளே இருக்கும் கனல் அப்படியே இருக்கும். சில தடவை ரேகாவின் விஷயத்தில் எங்களுக்கு இடையே கருத்து வேறுபாடு வந்தாலும் விஜி சாம்பலின் மேல்அடுக்கை கிளரிப் பார்க் கிறாளோ என்று தோன்றும்.

நினைவின் பின்னால் போகப் போக, தாம்பத்தியம் கடமையை நிர்வகிக்கும் பாதையைப் பிடித்தது எப்போதென்று என்றும் தெரியவராது. அநேகமாக ரேகா பிறந்தபோது இருக்க வேண்டும். கணவன் மனைவிக்கு இடையே சமத்துவம் உண்மையான சோதனைக்கு உட்படும் தருணங்களில் இதுவும் முக்கியமானது. ரேகா இரவு முழுவதும் அழுது, பால் குடிக்கப் பிடிவாதம் பிடித்து, கொடுத்தால் குடிக்காமல் மேலும் அலறி, விஜியைத் தூங்க விடமாட்டாள். பகல் தூக்கம் விஜிக்குப் போதவில்லை. வீட்டில் அவள் அம்மா வந்து இருந்தது நான்கு வாரங்கள். நான் ஒரு வாரம் விடுமுறை எடுத்துக்கொண்டவன் முக்கியமான பிராஜெக்ட் காரணமாக மீள விடுமுறை கேட்க முடியாது. இரவு பிள்ளையின் கலாட்டாவால் தூக்கம் வருவதில்லை என்று பிராஜெக்ட் டெட் லைன்களில் அடைக்கலம் புகுந்து நான் மற்றொரு அறையில் கதவைச் சாத்திக்கொண்டு படுப்பது ஆரம்பமானது. தூக்கத்தை முடித்துக்கொண்டு காலை தேநீருக்காக சமையலறைக்கு வந்தால் அங்கே விஜி கண்களை ஊதவைத்துக்கொண்டு வீட்டைத் தண்டவாளத்தின் மீது ஏற்றிவைக்க முயலும் காட்சி இருக்கும்.

அப்போதெல்லாம் விஜியை மகிழ்விக்க முயன்றால் அது அவளுக்கு செயற்கையாகத் தோன்றி தொல்லையாக இருக்கும். 'நாடகம் போதும். இது புத்தகத்தில் இருக்கும் சூழல் அல்ல. வாழ்க்கை இருபத்தி நான்கு மணிநேரமும் எங்களைச் சார்ந்திருக்கும் சுமை ஆண்களுக்கு என்ன தெரியும்?' என்ற போது வாக்கியத்தின் கடைசியில் "புத்தகம் படித்து மூதுரை களைத் தெரிவுசெய்வது போலல்ல" என்பதைச் சொல்லாத போதும் கேட்டது. உத்வேகத்தில் ஒருமுறை "ஆம் இந்த வீடு, இந்தக் குழந்தை என் ஒருத்தியின் பொறுப்பு. சரிதானே இப்போ." என்று சொல்லி இருந்தாள். ஒரு காலை சமையல்காரியை வைத்துக் கொள் என்று நூற்றியோராவது தடவை பரிந்துரை செய்தபோது வெடித்துவிட்டாள்.

"சொன்னேன் தானே. நானேசெய்து சாகிறேன், ஆனால் யாரையும் இங்கே உள்ளேவிடமாட்டேன். எதற்கு என் கை ருசி

சலித்துப் போனதா? வேறுவழி கிடையாது. இந்த வீட்டில் இதுதான் கிடைக்கும்."

"கோபிக்காதே. கொஞ்சம் யோசி. உன் பாதையில் இருக்கும் தடங்கல்களை முதலில் கண்டுகொண்டால்..."

என் பேச்சைப் பாதியிலேயே தடுத்துநிறுத்தி "போதும் முதலில் உன் திவாரியின் வாயை மூடு. ஒரே தடங்கல் ரேகா. இப்போ என்ன செய்யச் சொல்கிறாய்?" என்று கிண்டல் செய்தாள்.

எனக்கு அவமானமாகி, "வேண்டாம் விடு" சொல்லாடலைப் பயன்படுத்தி அவளைச் சீண்டும் மனமானாலும் அது மிகையான அட்டூழியம் என்று அமைதியானேன்.

வளர வளர, ரேகாவைக் கட்டுப்பாட்டில் வைப்பது சிரமமாகிக் கொண்டிருந்தது. எப்போதோ போகிறாள், எப்போதோ வீடு திரும்புகிறாள். படிப்பில் பின்தங்காமல் இருப்பதால் அதையே அங்குசமாகப் பயன்படுத்தி கட்டுப்படுத்துவது கூட முடியவில்லை. கேட்பதற்கு அவளிடம் சொல்ல ஏதாவது சமாதானம் இருக்கும். சிலசமயம் மாலை எட்டு மணிக்கு மேல் அவள் தோழிகள் வந்து வெளியே அழைத்துச் செல்வார்கள். அவள் திரும்பி வரும்வரை தூங்காமல் காத்திருக்க வேண்டி இருக்கும். ஒருமுறை இரவு இரண்டு மணிக்கு வந்தாள். அன்று ஆகாயம் பூமியை ஒன்றாக்கி இருந்தேன். "நீ ஆச்சு, உன் மகளாச்சு" என்று விஜி அதிலிருந்து விலகிக்கொண்டு என்னை மேலும் சீண்டினாள்.

அன்று சனிக்கிழமை. ரேகா உயர்நிலைப் பள்ளித் தோழியின் பிறந்தநாள் என்று சொல்லிப் போயிருந்தாள். மாலை ஐந்து மணிக்குப் போனவள் ஒன்பது மணிக்கு மெசேஜ் செய்தாள். "இன்று இங்கேயே தங்கி நாளை வருகிறேன்." நான் அதைப் பார்த்தது அரைமணிநேரம் தாமதமாக.

"வேண்டாம் வீட்டிற்கு வா."

"எதற்கு தங்கக் கூடாது?"

"இது வாதம் செய்யும் நேரமல்ல. வீட்டிற்கு வா. வந்த பிறகு சொல்கிறேன்."

"இவள் வீடு வெகு தூரம். என் ஃபிரெண்ட்ஸ் இங்கே இருக்காங்க. இந்த நேரத்தில் தனியாக வருவது சேஃப் அல்ல."

"விலாசம் சொல். நான் வந்து அழைத்து வருகிறேன்."

"யாராவது டிராப் கொடுப்பார்களா விசாரிக்கிறேன்."

"ரெடியாக இருக்கிறேன். நீ விலாசம் அனுப்பினால் புறப்பட்டு விடுவேன்."

"வேண்டாம். இங்கே ஒருத்தி டிராப் செய்கிறாளாம். சாப்பிட்டு விட்டுப் புறப்படுகிறோம்."

"சரி, புறப்படும்போது மெசேஜ் செய்."

பதினொன்றானாலும் அவளிடமிருந்து மெசேஜ் வரவில்லை. ஃபோன் செய்தால் பதிலில்லை. மறுபடியும் மெசேஜ் அனுப்பினேன்.

"இன்னும் புறப்படவில்லையா?"

"அத்தனை பேரும் இன்று இங்கேயே இருக்கிறார்கள். நீ எதற்குப் பிடிவாதம் பிடிக்கிறாய். முன்பும் நான் தோழிகள் வீட்டில் இரவைக் கழித்திருக்கிறேன் தானே."

"தெரியாத சனம், தெரியாத இடத்தில் இரவைக் கழிப்பது வேண்டாம். இப்போதே புறப்படு."

"இன்னும் சாப்பாடு கொடுக்கவில்லை. சாப்பிட்டதும் புறப்பட்டு விடுகிறேன். நீ படுத்துக் கொள்."

"நீ வரும்வரை நான் படுக்கப் போவதில்லை."

"உன் விருப்பம். படுக்க வேண்டாம்."

அடுத்த ஒருமணிநேரம் வரை அவளிடமிருந்து செய்தி இல்லை.

"புறப்பட்டாயா இல்லையா?"

"பசித்த வயிறோட வே புறப்படுகிறேன். இன்னும் சாப்பாடு வரவில்லை. இப்போதுதான் கேக் கட் செய்தாள்."

அவள் வரும்வரை கூடத்தில் உட்கார்ந்து நேரத்தைப் போக்கினேன். வந்தவுடன் என்னைக் குற்றம் சொல்லிக் கொண்டே "பார் வந்துவிட்டேன்" என்று கிண்டலாகச் சொல்லி கோபப் படபடப்பில் அறைக்குள் நுழைந்து கொண்டாள். அவள் பின்னால் பரவிய காற்றில் சந்தேகமான வாசனை களுக்காகத் தேடினேன்.

மொத்தத்தில் ரேகா தொல்லையான பிள்ளையாக வளர்ந்துகொண்டிருந்தாள். சின்னச்சின்ன விஷயங்களையும் நாமே பெரிதுபடுத்துகிறோமோ, அவள் பேசுகிறாளோ தெரிய வரவில்லை. தற்போதெல்லாம் என் சில கருத்துகளை ஆண்களின் நிலைபாடு என்று குற்றம் சாட்டி வாதத்தை வேறொரு

திசைக்குத் திருப்புகிறாள். அப்போது தவிர்க்க முடியாமல் நான் அவர்கள் எதிரியாகிவிடுகிறேன். ரேகா விடுமுறையில் ஊருக்குப் போனால் மூச்சுவிட கொஞ்சம் நேரம் கிடைத்தது போல இருக்கும். அவளை அங்கே அனுப்ப விஜிக்கு விருப்பமில்லாவிட்டாலும் அந்த விடுதலையை அவள் விரும்புகிறாள் என்று தோன்றும்.

இந்தமுறையும் ரேகா கடைசிஆண்டின் முதல் டெர்ம் முடித்துவிட்டு விடுமுறைக்கு ஊருக்குப் புறப்பட்ட போது விஜி மனமில்லாமலேயே ஒத்துக் கொண்டாள். ஊர் என்றால் அது மலைநாட்டின் ஒரு சிறிய மூலை. தபால் விலாசத்தில் அதன் பெயர் மாவீடு. அங்கே இரண்டு தலைமுறை முன்பிருந்தவர்கள் கட்டிய நான் பிறந்து வளர்ந்த வீடு இருக்கிறது. அங்கே போய்ச் சேர தார் ரோட்டிலிருந்து திரும்பி மூன்று மைல் மண் பாதையில் போகவேண்டும். தோட்டம் மற்றும் வயல்வரப்புகளைச் சுற்றிப் போகும் சிறு பாதையில் நடந்தால் அரை மைல் குறையும். இரண்டு மைல் சுற்றளவில் எங்களுடையது ஒரே வீடு. எங்கள் நிலத்தில் குடியிருக்கும் ஒரு கூலிக் குடும்பத்தைத் தவிர கூப்பிடு தொலைவில் யாரும் கிடையாது. பக்கத்துப் பேட்டை ஆறு மைல். பள்ளி மூன்று மைல்.

மாவீட்டில் இருக்கும் எங்கள் குடும்பத் தோட்டம், வயல்களை எல்லாம் எங்கள் அப்பாவின் தம்பி அந்தண்ணா கவனித்துக் கொண்டிருக்கிறார். அவரை ஒருமுறை பார்த்தால் மறக்காமல் இருக்கச்செய்வது அவர் நெற்றிமீது இருக்கும் காசளவுப் புடைப்பு. நடு உயரமான, ஒல்லியான ஆனால் முறுக்கேறிய உடல்வாகு கொண்ட ஆள். என் அப்பா கோவிந்தராயரை விடவும் சின்னவரானாலும் எல்லோரும் அவரை அந்தண்ணா என்றே அழைப்பார்கள். தோட்ட ஆட்களுக்கு அவர் அந்தண்ணார். அந்தண்ணா தோட்ட வேலைகளில் கை தேர்ந்தவர். தோண்டுவது, மண் சுமப்பதிலிருந்து எந்த வேலைக்கும் தயங்காத ஆள். மரம் ஏறுவதில் நல்ல தேர்ச்சி. இளமையில், உயரமான தென்னை மரத்தையும் நிலத்தில் மீது நடுவது போலவே எளிதாக வேகமாக ஏறிவிடுவார். முன்கோபி. கறார் பேர்வழி. கொஞ்சம் தடித்த அவர் கண்கள் சினம் கொள்ளும்போது அதிக உக்கிரமாக இருக்கும்.

மாவீட்டில் ஃபோன் கிடையாது. அங்கே மொபைல் நெட்வர்க் கூடக் கிடைக்காது. வருடத்திற்கு முன்பு, வீட்டிலிருந்து மைல் தொலைவில் இருக்கும் குன்றொன்றின் மீது நின்றால் சிக்னல் கிடைக்குமென்று கண்டுகொண்ட பிறகு நான்கைந்து நாட்களுக்கு ஒருமுறை அங்கே போய் ரேகா விஜிக்கு ஃபோன் செய்வாள். வாரத்திற்கோ பதினைந்து நாட்களுக்கோ ஒருமுறை அந்தண்ணா பேட்டைக்கு வரும்போது ராஜாராயர் பலசரக்குக்

சகீனாவின் முத்தம் ❋ 77 ❋

கடையில் என்னுடன் பேசி நலம் விசாரிக்கும் வழக்கம் வைத்திருந்தார். எவ்வளவு வற்புறுத்தினாலும் அவர் மொபைல் வாங்க சம்மதிக்கவில்லை. "அதொரு தலைவலி. உடம்புக்கு ஒரு புதிய அங்கத்தை பதியம் செய்துகொண்டதுபோல. இங்கே யாருக்கு ஃபோன் செய்யவேண்டி இருக்கு? உங்களிடம் தினமும் பேச என்ன இருக்கும்? வீட்டில் சிக்னல் கூடக் கிடைக்காது. அப்படியொரு சந்தர்ப்பம் வந்தால் எப்படியும் ராஜராயர் கடை ஃபோன் இருக்கிறதே." என்று மொபைலை மறுத்துவிட்டார். உட்பாதையிலிருந்து போனால் ராஜராயரின் வீடு எங்கள் வீட்டிலிருந்து மூன்று மைல். அப்படி அவசர விஷயம் இருந்தால் ராஜராயருக்குத் தெரிவித்தால் போதும். ஆளை அனுப்பி செய்தியைச் சேர்ப்பார். எளிதாக தொடர்பிற்கு கிடைக்காத இடமென்பது கூட ரேகாவிற்கு ஊரைப் பற்றிய ஈர்ப்புகளில் ஒன்றாக இருக்கலாம்.

எங்கள் அப்பாவிற்கு பரம்பரைத் தோட்டம் வயல்கள் சின்னவயதிலேயே தோளில் ஏறியிருந்தது. சொத்தைப் பிரித்துக் கொண்டால் அது யாருக்கும் போதாது என்ற விவேகம் இருந்ததால் அண்ணன் தம்பிகள் ஒன்றாக இருந்தார்கள். அந்தண்ணாவுக்குப் பிள்ளைகள் இல்லை. அவன் மனைவி ரமா இறப்பதற்கு அவர் கோப சுபாவமும் காரணம் என்று பேசிக் கொள்கிறார்கள். கணவனின் சினத்திற்கு பயந்து அவள் நெஞ்சு வீக்கத்தை யாரிடமும் சொல்லாமல் மூடிவைத்து கடைசியில் அது கைமீறிப் போனது. அவளை பேட்டை மருத்துவமனைக்கு அழைத்துக்கொண்டு போனவர் அந்தண்ணாதான். அங்கே என்ன சொன்னார்கள். எந்த மருந்து கொடுத்தார்கள் எல்லாம் தெரிந்திருந்தது அவர் ஒருவருக்குத்தான். அங்கே இருந்து வந்த பிறகு படுத்த படுக்கையானவள் பிறகு எழுந்திருக்கவில்லை.

காலை எல்லோரையும் விட முன்பே அந்தண்ணா எழுந்து விடுவார். குளியலறை அடுப்பைப் பற்றவைப்பது அவர் வேலை. வீட்டுப் பெண்கள் சிறிது தாமதமாக எழுந்தாலும் அவருக்குப் பொறுக்காது. குளியலறை அண்டாவின் மூடியை தடார் என்று மூடுவது, குவியலிலிருந்து குச்சிகளை முரட்டுத்தனமாக இழுப்பது, அடுப்படியில் பாத்திரங்களை இழுத்துப் போட்டு சத்தம் செய்வது, பின்கட்டுக் கதவை வேகமாகச் சாத்துவது இப்படி அட்டகாசம் செய்வார். அம்மாவிடம் நேரடியாக எதையும் சொல்லாவிட்டாலும், அவர் மனைவியை வைதால் அது அம்மாவுக்கும் உரைப்பது போல இருக்கும். ரமா இறந்த பிறகு அவர் வசைகள் தன்மொழியாகி, மாறிய காலத்தின் பக்கம், மொத்தத்தில் கெட்டுப்போன உலகத்தின் பக்கம் திரும்பின.

விவேக் ஷன்பாக்

அந்த உலகத்தில் பெண்களைக் குறைசொல்ல எதேஷ்டமாக வாய்ப்புகள் இருந்தன.

அப்படி முரடராக இருந்த அந்தண்ணா மெது குணமுடைய என் அப்பாவுக்கு கீழ்ப்படிந்திருந்தது எப்படி என்பது எனக்குப் புரிவதில்லை. அண்ணன் மூத்தவன் என்பது மட்டுமே அதற்குக் காரணமானால் குடும்பஅமைப்பின் கண்ணுக்குத் தெரியாத பிடியைப்பற்றி வியப்பாக இருக்கும். அல்லது அப்பாவின் ஆளுமையை நான் தவறாகத் தெரிந்திருக்கலாம். அவர் தானாக எதையும் செய்யாமல் எல்லாவற்றையும் தம்பியின் கையால் செய்ய வைப்பார். அதில் என்னைத் தண்டிப்பதும் சேர்ந்திருந்தது. நான் அப்பாவை விடவும் அந்தண்ணாவுக்கு அதிகம் பயப்படுவேன். சில சமயம் எதிர்பாராமல் ரப்பென்று என் முதுகிலோ தோளிலோ அடிப்பார். இன்றைய தவறை நினைவு வைத்துக்கொண்டு நாளையோ, அதற்கு மறுநாளோ கொடுப்பார். அவரைப் பார்த்தால் பயப்பட இதுதான் முக்கிய காரணமாக இருந்தது. சில சமயங்களில் அடித்தபிறகு "எதற்கு சொல்?" என்று என்னையே கேட்பார். அப்போது காரணத்தை நானாகத் தேடவேண்டி இருக்கும். சொல்லு சொல்லு என்று நச்சரிக்கும் போது அவருக்குத் தெரியாத என் சில இரகசியங்கள் வெளியாகி அதற்கு தனியாக தண்டனை கிடைக்கும். என் பத்தாவது வகுப்பு முடியும் வரை அவ்வப்போது ஓங்கும் அவர் கை நான் கல்லூரிக்கு சேர்ந்ததும் பொத்தானை அழுத்தியது போல சட்டென்று நின்றுவிட்டது. அவர் குரலில் இருந்த மிடுக்கை முதல் சந்திப்பிலேயே விஜி அடையாளம் கண்டு கொண்டிருந்தாள். எல்லாவற்றையும் விட அதிகமாக, அவர் முன்னால் நான் நுட்பமாக பயப்படுகிறேன் என்பதை அறிந்து அவள் அந்தண்ணா என்றால் பொருட்படுத்துவதில்லை. ரேகா ஊருக்குப் போவதை விஜி விரும்பாததற்கு இதுவும் ஒரு காரணம்.

மரம் ஏறும் திறமையை அக்கறையுடன் ரேகாவுக்குக் கற்றுக்கொடுத்தது அந்தண்ணா தான். ரேகாவுடன் பழகும் போது மட்டும் நான் என்றும் கண்டிராத அவர் மற்றொரு முகம் வெளிப்படும். அவளுக்கு எதையும் இல்லை என்று சொன்னவரல்ல. யாரிடமும் காட்டாத அக்கறை அவளுக்கு மட்டுமே கிடைத்தது. அவள் பால்யத்தில் அவன் தோட்டத்தில் வேலை செய்யவைக்கப்போகும் போதெல்லாம் அவள் வாலைப்போலப் பின்தொடர்வாள். உயர்நிலைப் பள்ளியில் இருக்கும்போது ரேகா எல்லா விடுமுறைகளையும் அங்கேதான் கழிப்பாள். அந்தண்ணா அவளுக்கு நாட்டாண்மைக்காரி என்ற செல்லப் பெயர் வைத்திருந்தார். அந்தப் பெயரில் இருக்கும்

அதிகார உரிமை போதாதென்று கேட் அருகே இருக்கும் தூணில் ரேகா ஃபார்ம் என்று வண்ணத்தில் எழுதி வைத்தார். அவளுக்கு பத்து வயதாகும் வரை ஒவ்வொரு முறையும் ஊரிலிருந்து பெங்களூருக்குப் புறப்படும்போது தான் வருவதில்லை என்று அட்டூழியம் செய்வாள். அந்த நெருப்பிற்கு அந்தண்ணா நெய் ஊற்றுவார் என்பது விஜியின் சிவந்த கண்களுக்கு குறியாகும். என் அப்பா அம்மா இறந்த பிறகு வீட்டில் சமையல்காரி பாயக்காவைத் தவிர வேறு பெண்கள் இருக்கவில்லை. பெண்கள் இல்லாத வீட்டிற்கு தனியாகப் பெண்பிள்ளையை வாரக்கணக்கில் அனுப்பி வைப்பது விஜிக்கு விருப்பமில்லை. பாயக்கா இருக்கிறாளே என்று சமாதானப் படுத்துவேன். சனங்கள் அந்தண்ணாவைப் பற்றி தரக் குறைவாகப் பேசிக் கொள்வது விஜியின் காதுக்கும் விழுந்திருந்தது. "அய்யோ, பாயக்கா கிழவி" என்று ஒருமுறை சொன்னதற்கு விஜி சிரித்து "கிழவியானது இப்போ" என்று சொல்லியிருந்தாள். உண்மைநிலை என்னவென்று தெளிவாகத் தெரியாமல் அதைச் சுற்றி செய்திகள் எப்போதிருந்தோ பரவி இருந்தாலும் ஊரில் எங்கள் வீட்டில் அதைப்பற்றி யாரும் தலையைக் கெடுத்துக் கொள்ளவில்லை. அவர் வேலை அவருக்கு. தான் ஊரில்தான் இறப்பது என்று அந்தண்ணா உறுதியாகச் சொல்லிவிட்டார். அதனால் அவர் உயிருடன் இருக்கும் வரையிலும் பாயக்காவுக்கும் அந்த வீட்டில் ஒரு பாய் உண்டு.

அவ்வப்போது அப்பா அம்மாவின் இடையே நடந்து கொண்டிருந்த ரசாபாசங்களாலும், வீட்டில் மூன்று பெரியவர்கள் பேசும் சில பூடகமான பேச்சுகளாலும் எங்கள் குடும்பத்திற்குள் எனக்குத் தெரியாத இரகசியம் ஒன்று இருக்கிறது என்ற உணர்வு சிறுவயது முழுதும் என்னை வாட்டி இருக்கிறது. அவ்வப்போது வீட்டிற்குள் சுழலும் அந்த ஏதோ ஒன்றுக்கு, என் அம்மாவின் தம்பி ரமணனுக்கும் தொடர்பு இருப்பதாகவும் கூடத் தோன்றும். ஆனால் அது என்னவென்று அப்போது தெளிவாகத் தெரிய வரவில்லை. பிறகும் யாரும் எனக்கு விளக்கிச் சொல்லாமல் இருந்தாலும் படிப்படியாக துணுக்குகளை இணைத்து என் புரிதல் உருவானது.

அம்மாவின் தாய்வீடு ஹித்லகை. அங்கே நான்கு ஏக்கர் செழிப்பான தோட்டம் வைத்திருந்த என் தாத்தா ஊரின் பெரிய தலைகளில் ஒருவர். பொருத்திப் பார்த்தால், அப்பாவுக்கும் மாவீட்டில் அப்போது இருந்த தோட்டமும் நான்கு ஏக்கர். அம்மாவைத் திருமணம் செய்துகொண்ட அடுத்த ஆண்டே என் பாட்டன், பாட்டி ஏதோ திருமணத்திற்கென்று போனவர்கள்

படகு விபத்தில் இறந்துவிட்டார்கள். பிழைத்து வந்த ரமணனுக்கு அப்போது பதினொரு வயது. வீடு, செழிப்பான தோட்டத்தின் மீது தாயாதிகள் கண் வைக்கும் முன்பே தந்திரக்கார அந்தண்ணாவும் என் அப்பாவும் சேர்ந்து ரமணனை எங்கள் வீட்டில் வைத்துக் கொள்ள முடிவுசெய்து அழைத்து வந்தார்கள். அதற்கு அடுத்த ஆண்டு ஹித்லகையில் இருந்த வீட்டையும் தோட்டத்தையும் விற்று எங்கள் ஊரிலேயே குளத்திற்குப் பக்கத்தில் நான்கு ஏக்கர் தோட்டம் வாங்கினார்கள். அது ரமணனுக்குச் சேர்ந்தது என்றும், அவன் அதன் பொறுப்பை ஏற்றுக்கொள்ளும் வரை தோட்டத்தையும் அவனையும் நாங்களே பார்த்துக் கொள்கிறோம் என்றும் ஊர் பஞ்சாயத்து முன், தாயாதிகள் முன்னாலும் அப்பா சத்தியம் செய்தார். மேற்பார்வைக்கு தாராளமாகத் தெரிந்த இதன் பின்னணி உண்மையில் வேறாக இருந்தது. என் அப்பா அந்தத் தோட்டத்தை தன் பெயரில் வாங்கி இருந்தார். இது அம்மாவிற்கு தெரியும் வேளை வருடமாகி இருந்ததாம். கேட்டால் பையன் இன்னும் வயதிற்கு வரவில்லை, வந்த பிறகு அது அவனுக்குத் தானே என்ற வாதம் தயாராக இருக்கும். அந்தத் தோட்டத்தின் மீது தம்பிக்கு இருக்கும் அதிகாரத்தைக் கிடைக்கும் ஒவ்வொரு வாய்ப்பிலும் அம்மா அழுத்திச் சொல்லிக் கொண்டிருந்தாள். அவள் அதை ஹித்லகை தோட்டம் என்று அழைத்தால் அப்பாவும், அந்தண்ணாவும் அதை குளத்துப்பக்கத் தோட்டம் என்பார்கள். "எந்தப் பெயரால் அழைத்தாலும், அது இருப்பது போல, இருந்த இடத்திலேயே இருக்கும்" இப்படி ஒருமுறை அப்பா சொன்னதற்கு "அப்படி என்றால் ஹித்லகை தோட்டம் என்றே சொல்வோம்" என்று பதிலடி கொடுத்திருந்தாள். சீறிய அப்பா "எப்படி அழைத்தாலும் என் பெயரில்தான் இருக்கும்" என்று அம்மாவைச் சீண்டினார். அந்த விஷயத்தில் அம்மாவுக்கு யாரையும் எதிர்க்கும் துணிச்சலும் பிடிவாதமும் இருந்தது. யாரையும் என்றால் வீட்டு இரண்டு ஆண்களை.

ஒரு நிகழ்வு நன்றாக நினைவிருக்கிறது. அப்போது எனக்கு பதினொரு வயது இருக்கலாம். வீட்டிற்கு வந்த தூரத்து உறவுக்காரர் இன்னும் தட்டிவேலியைத் தாண்டி இருக்கமாட்டார், அப்பா அம்மாவின் மீது எரிந்து விழுந்திருந்தார்.

"ஹித்லகையாமா, ஹித்லகை, இன்னொரு முறை வீட்டிற்கு வந்தவர் முன்னால் அந்த தோட்டத்துப் பெயரை சொல்லிப் பார். எனக்கு எதிரா உங்கள் ஆளுங்களைத் தூண்டியா விடற' என்று கத்தியிருந்தார்.

"நாலு பேருக்கு முன்னால் நீங்கள் கொடுத்த வாக்கை எடுத்துச் சொன்னால் என்ன தப்பு?"

"எதிர்த்துப் பேசறயா? உன் தம்பியை வளக்கலையா என்ன? நான் இல்லைன்னா தெருவில கிடப்பான்."

"அந்த தோட்டத்து விளைச்சலுக்கு முன்னாடி இது ஒண்ணுமில்லை."

"இவன் பெரிய புடுங்கி அங்கே உழைக்கிறானாக்கும்?"

"இப்ப அவனுக்கு பதினெட்டு வயசாச்சுதானே. அவன் பேருக்கு எழுதிக் கொடுங்க."

"அவன் ஊரில வந்து இருக்கறேன்னு சொல்லட்டும் அன்னைக்கே பண்ணிக் கொடுக்கிறேன்."

"இதொரு சாக்கு பாக்கி இருந்தது."

அதேநேரத்தில் உள்ளே சமையலறையில் அந்தண்ணா ரமாவின்மீது எரிந்து விழுந்துகொண்டிருந்தார். தண்ணீர் சொம்பு அவள் கையிலிருந்து நழுவியதைப் பெரிய குற்றமென்று சொல்லி அவர்குரல் நொடிக்கு நொடி ஏறத் தொடங்கியது. அவர் கூச்சலின் இலக்கு வெறும் அவர் மனைவியாக இருக்கவில்லை. அது வீட்டுப் பெண்களுக்குக் கொடுத்த எச்சரிக்கையாக இருந்தது. அண்ணியிடம் நேரடியாகச் சொல்லமுடியாததை இப்படி மறைமுகமாக தெரிவித்துக் கொண்டிருந்தார்.

"கை தவறுதா. உடம்பில கொழுப்பு அதிகமானா நழுவாம என்ன செய்யும்?"

"ஊம்..."

பேச... பேச, பேசக்கூடாதுன்னு சொன்னேன். எதுத்துப் பேசறதை சொல்லிக்கொடுக்கத் தேவைஇல்லை. எங்க வைக்கணுமோ அங்க வைக்காம, தலைமேலே உக்கார வச்சா உக்காந்த இடத்திலேயே பேண்டு போடுவீங்க."

"..."

"அப்பன் வீட்டில இருந்து என்னத்தை கொண்டு வந்தேன்னு இத்தனை திமிர்?"

"..."

"அப்பப்பா எத்தனை பேச்சு. மர வாயாயிருந்தா உடைஞ்சே போயிருக்கும். ரெண்டு விடலைன்னா நிக்கிற பேச்சல்ல இது."

அம்மா பேச்சை நிறுத்திவிட்டு பின்கட்டிற்குப் போன பிறகே அந்தண்ணாவின் பிரதாபம் நின்றது. மனைவியை அடக்கி வைப்பதைக் கூட அப்பா தம்பிக்கு வகித்துக் கொடுத்தது போல அன்றைய சூழல் இருந்தது.

என் அம்மாவின் தாயாதிகள் அவ்வப்போது வந்து ரமணனைப் பார்த்துவிட்டுப் போவார்கள். இது, தோட்டத்து விஷயத்தில் அப்பா ஏடாகூடமாக எதையாவது பண்ணிவிடக் கூடாது என்று அம்மா செய்த தந்திரமாகவும் இருக்கலாம். படிப்பில் ஆர்வமாக இருந்த ரமணனை உற்சாகப்படுத்தி பேட்டைக்கு அனுப்பி வைத்தது அப்பா, அந்தண்ணாவின் எதிர்த் தந்திரமாக இருக்கலாம். இவை எல்லாம் என் ஊகங்கள்.ரமணனைக் குறித்த என் நினைவுகள் எல்லாம் ஆரம்பமாவது அவன் விடுமுறைக்கு ஊருக்கு வரும்போது நடக்கும் நிகழ்வுகளால். நான் பள்ளிக்குப் போக ஆரம்பித்த நேரத்தில் அவன் அப்போதே பேட்டையில் படித்துக் கொண்டிருந்தான்.

துர்பாக்கியத்தால் தன்கூடப் பிறந்தவனுக்கு நம்பிக்கை துரோகம் நடந்துவிடும் என்ற கவலை அம்மாவின்மனத்தில் எப்போதும் தலைதூக்கி நின்று அவள் மனநிம்மதியைக் கெடுத்துவிடும். அப்பா வீட்டின் நன்றிக் கடனைத் தீர்ப்பதற்கு பதிலாக இருப்பதை எல்லாம் சுரண்டிக்கொண்டோம் என்ற குற்றஉணர்வு ஆறாதகாயம் போல அவளைக் கடைசிவரை குடைந்தது. கணவனை நம்பமுடியாத அவள் நிலை எப்படி இருக்குமென்று இப்போது என்னால் அதிகத் தெளிவாக ஊகிக்க முடியும். அப்போது அது கணவன் மனைவியின் பொடிச்சண்டையாகத் தோன்றியிருந்தது. அரக்கனின் உயிர் கிளியிடம் இருப்பதுபோல அம்மாவின் உயிர் அந்தத் தோட்டத்தில் இருப்பது தெரிந்த அப்பா அவ்வப்போது அந்தக் கிளியை அழுத்தி அதை கதறச்செய்து கொண்டிருந்தார். தோட்டம் இன்னும் தன் பெயரில் இருக்கிறது என்று நினைவுபடுத்தினாலே போதும், அப்பாவீட்டிற்கு தன்னால் அநீதி ஏற்பட்டதென்று அம்மா துடிப்பாள். கணவனின் பொல்லாத குணத்திற்குக் கலங்கிய அவளுக்கு அவருடன் வாழ்வதும், அதிலும் அவர் சேவை செய்வதும் அசிங்கமென்று தோன்றி இருக்கலாம். அதுவும் எப்படிப்பட்ட சேவை. மூக்குப் பொடி டப்பாவிலிருந்து காப்பிக் கோப்பைவரை, வேட்டியிலிருந்து உடம்பு துவட்டும் துண்டுவரை எல்லாம் அவர் கையில் வைக்க வேண்டும். இதற்கு இடையே அவருக்கு ஏதாவது தலை கெட்டதென்றால் முடிந்தது கதை. அவர் உரக்க இருமி இருமி, வாயிலிருந்துகுடல் வெளியே வருவதுபோல காறித்துப்ப, “கூரையைப் பாருங்க, மேலே பல்லியைப் பாருங்க” என்று அம்மா வேண்டிக் கொண்டிருக்கும் போதே கண் மூக்குகளில் நீர் வழிய தலையைத் தூக்கி வெறுமைப் பார்வையில் வீட்டுக் கூரையைப் பார்ப்பார். அவர் இருமி காறி உமிழும்போது எழும்தொனி மனிதத் தேகத்திலிருந்து புறப்படும் ஒலி என்று தோன்றாத அளவிற்கு பயங்கரமாக இருக்கும். ஐந்தாறு நிமிடங்களுக்குப் பிறகு இருமல் கட்டுக்குள் வந்து,

அவர் மூக்கு, வாயை அம்மா துடைத்த பிறகே சாப்பாடோ, பலகாரமோ அவருக்குத் தொடரும். சில சமயம் வெறும் எச்சிலை விழுங்கும் போதும் கூட அவருக்குப் புரையேறுவதால் வாரத்திற்கு இரண்டு தடவையாவது இதுபோன்ற பயங்கர நிகழ்வுகள் நடக்கும். ஒருமுறை திருமண வீட்டில் இப்படி நடந்து உடனே அம்மாவை அழைத்தார். அவள் மூட்டுவலியையும் பொறுத்துக்கொண்டு, நொண்டி விரைந்து வந்த காட்சி இப்போதும் கண்முன் இருக்கிறது. என் திருமண நாளன்று அவருக்குப் புரையேறாமல் எல்லாம் நல்லபடியாக நடந்து முடிந்ததென்று அம்மா மகிழ்ச்சியடைந்தாள். அம்மாவிற்கு நடு வயதில் ஆரம்பமான மூட்டுவலி, இடைவிடாத உழைப்பால் நாளுக்குநாள் அதிகமானது. அப்பாவின் புரையேறும் படலத்திற்குக் கொடுத்த கால்பங்கு கவனத்தையும் அவள் முழங்காலுக்குக் கொடுத்திருந்தால் கடைசிகாலத்தில் படுத்தபடுக்கையாக இருந்திருக்கமாட்டாள்.

என் பால்யத்தின் மூலைகளில் ஒளிந்திருக்கும் இது போன்ற பல நுட்பங்களை நான் விஜிக்குச் சொன்னதில்லை. அவற்றை நினைவுப்படுத்திக்கொள்வது என்றால் உறங்கும் எரிமலை அருகே திரிவது போலஇருக்கும். அது மட்டுமல்ல, இதை எல்லாம் அதிக விவரங்களுடன் திறந்துவைப்பது என்பது அடிபட குச்சியைக் கையில் கொடுப்பது போல. என் அப்பாவும் அந்தண்ணாவும் என்ன விளக்கங்கள் கொடுத்தாலும் மனைவியின் அப்பா வீட்டுச் சொத்தை அபகரித்துக்கொண்டார்கள் என்ற அவச்சொல், அந்த துரோகத்தின் கரும்புள்ளி எங்கள் குடும்பத்தைச் சுற்றிக்கொண்டது. ஒருமுறை குடும்பவிழாவொன்றில் என் காதுகளில் விழும்படியாக ஒருவன் "பாக்குத் திருடினாலும் திருடன், யானை திருடினாலும் திருடன். யானையையே திருடலாம்." என் முதுகுக்குப் பின்னால் சொன்னதை யாரிடமும் சொல்லிக்கொள்ளவில்லை. திருமண நேரத்தில் இதுபோன்ற சங்கதிகள் இரண்டு பக்கத்துக்காரர்களுக்கும் சேர்ந்துவிடும் மாயையை அறிந்த எனக்கு இந்த விஷயம் அதிக விவரமாக விஜியின் குடும்பத்தாருக்குத் தெரிந்திருக்கும் என்பதைப்பற்றி சந்தேகமில்லை. அவர்கள் எல்லாம் நம்மைப் பற்றி என்ன நினைப்பார்கள்? எதைப் பார்த்து, அல்லது அலட்சியப்படுத்தி அல்லது மன்னித்து திருமணத்திற்கு ஒத்துக்கொண்டிருக்கலாம்? விஜி தானாக இந்த விஷயத்தைக் கிளராமல் இருப்பதால் நான் அந்தத் தேன்கூட்டிற்கு கல் எறியவில்லை. எங்களுக்கு இடையில் எந்த நெருக்கமான நொடியிலும் அவள் தன் மனதின் அந்த அறைக் கதவைத் திறக்கவில்லை. கதவைத் தட்டும் துணிச்சல் எனக்கும் வரவில்லை.

★

5

வெளியே தள்ள எவ்வளவு முயன்றாலும் ராஜா, நந்தனின் சந்திப்பு ஞாயிற்றுக்கிழமை முழுதும் மனதை ஆக்கிரமித்துக் கொண்டது. என் பரிதியைத் தாண்டி ஏதோ ஒன்று உள்ளேவரக் கதவைத் தட்டுவதுபோலத் தோன்றியது. வெளியே என்னதான் துணிச்சலைக் காட்டினாலும் விஜியும்கூட கலக்கமடைந்தது எனக்குத் தெரியும். முதல் முறையாக அந்த சனம் வீட்டிற்குள் வந்து விருந்தாளிகளின் இடத்தில் உட்கார்ந்திருந்தார்கள். ஒவ்வொரு சிறிய சங்கதியும் என் தப்பெண்ணத்தை பலப்படுத்தியது. ராஜனின் முக இலட்சணத்திலிருந்து அவன் மூக்குத் துவாரம் வரை. உட்காரும் தோற்ற அமைவிலிருந்து பேச்சுத் தோரணைவரை. இடையே நந்தனுக்கு தும்மல் வந்தபோது உள்ளங்கைகளில் தும்மி, கைகளை பேண்டில் துடைத்துக் கொண் டிருந்தான்.

என் புரிதலுக்குக் கிடைக்காத சங்கதிகள் ரேகாவின் உலகத்தில் நடக்கும் என்பதை ஒத்துக்கொள்வது எனக்கு எளிதாக இருக்க வில்லை. அவள் மற்ற விஷயங்களில் காட்டுமளவு தேர்ச்சியை காதல் காம விஷயத்தில் எதிர்பார்க்க முடியாது என்பது என் கருத்து. விஜி இதை ஒத்துக்கொள்ள மாட்டாள் என்பது தெரியும். "அது அப்பா என்ற ஆணின் நிலைப்பாடு" என்பாள். மகளைத் தான் அதிகம் புரிந்து கொண்டிருக்கிறேன் என்றோ, தனக்குத்தான் அதிக அக்கறை இருக்கிறது என்றோ அல்லது அவள் உணர்ச்சிகரமாக தனக்குத் தான் மிகநெருக்கமென்றோ காட்டிக்கொள்ளும் நுட்பமான போட்டியில் தொடங்கி, தெளிவான நிலைப்பாட்டை எடுக்கும் தருணத்தில் நானும் விஜியும் தேவையில்லாமல் பிடியைத் தளரவிடுவோம்.

சகீனாவின் முத்தம்

திங்கட்கிழமை காலை இருவரும் தாமதமாக எழுந்தோம். தேநீர் பருகும்போது "ராஜாராயருக்கு ஃபோன் செய்கிறேன். நமக்கு ஃபோன் செய்யச் சொல்லி ரேகாவுக்குத் தெரிவிக்கட்டும்" என்றேன். நேற்று வந்தவர்களைப் பற்றி அவளிடம் பேசி தெளிவுபடுத்திக் கொள்ளும்வரை என் மனம் ஒருநிலைக்கு வருவது போலிருக்கவில்லை.

"எனக்கும் அப்படித்தான் தோன்றியது."

"அவர் செய்தியைத் தெரிவிப்பது இரவுதான். பிறகு அவள் அழைப்பது நாளைதான்." அவளை சீக்கிரம் சென்றடையும் சாத்தியக்கூறுகளைப் பற்றி யோசித்தேன்.

"அவசரம் என்றால் உடனே தெரிவிக்காமல் இருக்க மாட்டார். இன்றைய காலத்தில் ஃபோனின் வழியாக சென்றடைய முடியாத வீடு பூமியின் மீது இது ஒன்றுதான்" விஜியின் கோபமும் இயலாமையும் எனக்குத் தெரியத் தொடங்கியது.

அலுவலகத்திற்குப் புறப்படத் தயாராகும் போது இடையே ஒருமுறை பால்கனிக்குப் போய் குனிந்து பார்த்தேன். எல்லாம் இயல்பாகத் தெரிந்தது. கட்டிடத்தின் முன்னால் எத்தனை மக்கள் நடந்துபோய்க் கொண்டிருக்கிறார்கள். கற்பனையைக் கொஞ்சம் தளரவிட்டாலே போதும் அவர்களில் ராஜாவையும், நந்தனின் ஆதரவாளர்களையும் காணலாம். விறுக் என்று உள்ளேவந்து கதவைச் சாத்தினேன்.

○

மாலை ஐந்து மணிக்கு விஜிக்கு ஃபோன் செய்தபோது அவள் ஃபோன் எடுக்காமல் மெசேஜ் அனுப்பிவைத்தாள். "அவசரம் இல்லை என்றால் அரைமணி கழித்து நானே அழைக்கிறேன்."

"மிக மிக அவசரம். இப்போதே ஃபோன் செய். ரேகாவின் விஷயம்." பதில் அளித்துவிட்டுக் காத்திருந்தேன். இரண்டு மூன்று நிமிடங்கள்வரை அவளிடமிருந்து எதிர்வினை இல்லாததற்கு மறுபடியும் ஃபோன் செய்தேன்.

"என்ன?" விஜி குசுகுசுத்தபோது மீட்டிங்கிற்கு இடையிலேயே ஃபோன் எடுத்திருக்கிறாள் என்று தோன்றியது.

"என் மெசேஜ் பார்க்கவில்லையா?"

"இல்லை, என்ன சொல்லு சீக்கிரம்."

“இப்போதுதான் அந்தண்ணா அழைத்திருந்தார். ரேகா முந்தாநாள் இரவே பெங்களூருக்குப் புறப்பட்டுவிட்டாளாம். நீ உடனே வீட்டிற்கு வா.”

“ஏ, என்ன சொல்லறே? சரியாகக் கேட்டது தானே? ஒரு நிமிஷம் இரு.” அவள் குரல் திடீரென்று மாறிவிட்டது. ஃபோனின் குறைந்த கனெக்ஷனிலும்அவளுக்குள் இருந்த நடுக்கம் தெரிந்தது. அவள் கூட இருந்தவர்களிடம் “எக்ஸ்கியூஸ் மி” என்றதும் கேட்டது.

“என்ன சொன்னார் அவர்? சரியாகச் சொல்.” குரல் உயர்ந்தது. மீட்டிங் அறையிலிருந்து வெளியே வந்திருக்க வேண்டும்.

“சரியாக இரண்டுமுறை கேட்டிருக்கிறேன். நீ இப்போதே புறப்படு.”

“என்ன சொன்னார்? இன்னொரு முறை சொல்.”

“காலை ராஜாராயரை அழைத்து அர்ஜென்டாக ஃபோன் செய்ய ரேகாவிடம் சொல் என்றேன். அந்தண்ணா பேட்டைக்கு வந்து ஃபோன் செய்து, முந்தாநாள் மாலை பஸ்சிற்கு நான்தான் அவளை விட்டு வந்தேனே என்றார். நீ இப்போதே வா.”

“இப்போதே புறப்படுகிறேன். அவள் மொபைலுக்கு செய்தாயா?”

“ஸ்விச் ஆஃப் ஆகியிருக்கு. நீ முதலில் புறப்படு. நான் இப்போது வீட்டு வழியில் இருக்கிறேன்.”

விஜிக்கு முன்பே வீட்டை அடைந்தேன். விஜிக்காகக் காத்துக்கொண்டு சோஃபா மீது உட்கார்ந்தேன்.

ஐந்து நிமிடங்களில் லிஃப்ட் கதவு திறந்த சத்தமானது. விரைவான காலடிஓசை விஜியுடையதுதான். அவசரமாகப் பூட்டைத்திறந்து உள்ளேவந்தாள். தன்பின்னால் கதவைச் சாத்தி கையிலிருந்த ஹேன்ட்பேக், பைகளை நாற்காலி மீது வீசிஎறிந்து, பொங்கிவந்த ஆத்திரத்தில் நூறு கேள்விகளைக் கேட்கத் தொடங்கினாள். வீசிய வேகத்திற்கு அவள் சாப்பாட்டுப் பையிலிருந்து திங்காமல் எஞ்சிய ஆரஞ்சு வெளியே உருண்டது.

உத்வேகத்தில், “எங்கே போனாள்? முந்தாநாள் புறப்பட்டிருந்தால் நேற்றே வந்திருக்க வேண்டுமே” என்றவள், அடுத்தது என்ன என்று தோன்றாமல் வாயடைத்தது போலாகி “என்ன ஆச்சு பிள்ளைக்கு” என்று சொல்லிக்கொண்டே விசும்பத் தொடங்கினாள்.

அவள் சங்கடத்தை எப்படிப் பகிர்ந்துகொள்வது என்று தெரியவில்லை.

"எங்கே போய்விடுவாள். வந்துவிடுவாள். கெட்டதை யோசிக்காதே" எனக்கு நம்பிக்கை இல்லாத பேச்சுகளைப் பேசினேன்.

"வீட்டுக்கு வரட்டும். அந்த கேடுகெட்ட ஊருக்கு இனி அனுப்பமாட்டேன்."

"அதுக்கும் இதுக்கும் தொடர்பு இல்லை விஜி" இப்படி ஒரு தருணத்திலும் ஊரை நியாயப்படுத்தும் பேச்சு என்னிடமிருந்து வந்ததால் கனன்றாள். "வேண்டுமானால் நீ போய் அங்கே விழுந்து கிட."

நடுநடுவே அவள் விக்கல் சத்தத்தை விட்டால் மற்றவை எல்லாம் அமைதியானது. அந்த மௌனத்தை சமாளிக்க எழுந்து ஆரஞ்சை கையில் எடுத்துக்கொண்டு, அவள் சாப்பாட்டுப் பையிலிருந்து டப்பாவை வெளியே எடுத்து சமையலறை சிங்கில் வைக்கத் தொடங்கினேன்.

"டப்பாவுக்குப் பின்னால் எதற்கு விழுந்து கிடக்கிறாய்? இப்போது செய்யவேண்டியதைப் பார். ஏதாவது செய் ப்ளீஸ்" கத்தியவள் குரலில் அழுமூஞ்சித் தனம் இருந்தது. எதையாவது செய்யேன் என்றவுடன், தோளேறிய பொறுப்பை எப்படிச் சுமக்க வேண்டுமோ தெரியாமல் டப்பாவை அங்கேயே விட்டுவிட்டு வந்து சோஃபாவில் அவள் அருகே உட்கார்ந்தேன்.

விஜி படபடப்பாக இருந்ததால் சங்கடமானது. துணிச்சலைக் காட்டாமல் எனக்கு வேறுவழி இருக்கவில்லை. அவள் தலையைக் குனிந்து உள்ளங்கையால் முகத்தை மூடிப்பிடித்துக்கொண்டு உட்கார்ந்திருந்தாள். அவள் முதுகின் மீது கைவைத்து வருடினேன். என் கை பட்டதும் தடார் என்று எழுந்துபோய் எதிர் நாற்காலியின் மீது அமர்ந்தாள். அந்த எதிர்வினை நொடிக்கு முன் நடந்த எங்கள் பேச்சின் உரசலின் விளைவா, தற்போது அவள் காட்டும் ஒட்டு மொத்தப் பொறுமையின்மையின் வெப்பத்தால் தோன்றியதா தெரியவில்லை. "அந்தண்ணா அந்த சுரேஷிடம் பேசி மறுபடி ஃபோன் செய்கிறேன் என்று சொல்லிஇருக்கிறார். யார் தெரியுமல்ல. அந்த "இடி உரை" பத்திரிகை நடத்துகிறானே அவன்தான். ரேகாவை விடப்போகும் போது கிடைத்தானாம். எப்படியும் அவன் இருக்கிறான் என்று பஸ் புறப்படும்வரை காக்காமல் அந்தண்ணா வீட்டுக்கு வந்து விட்டாராம். இப்போது சுரேஷை சந்தித்துவிட்டு

மறுபடியும் ஃபோன் செய்கிறாராம். சும்மா கெட்டதையே யோசிக்க வேண்டாம்."

"நல்லதை யோசிப்பது, பாசிடிவ் ஆகஇருப்பது இந்த பித்தலாட்டங்களை ஒதுக்கி வைத்து விட்டு நேரடியாக இப்போது ஏதாவது செய்யவேண்டும். புறப்பட்டவள் வந்துசேரவில்லை என்றால் என்ன நல்லதை யோசிப்பது?"

மனம்போன போக்கில் கல்லைவீசுகிறாள் என்று தெரிந்தாலும் நான் மறுமொழி பேசவில்லை.

அவள் நடுநடுவில் ஓசையில்லாமல் விசும்பிக்கொண் டிருந்தாள்.

"போலீஸ் கம்ப்ளைன்ட் கொடுத்தால் எப்படி?" கூறினேன்.

"அதற்கு முன்பு ஒருமுறை அந்தப் பசங்களைக் கேட்போம். அவர்கள் வந்ததும் கூட சனிக்கிழமை மாலைதான். நீ அவர்கள் ஃபோன் நம்பரை வாங்கியிருக்கவேண்டும். இப்போ எங்கேன்னு அவங்களைத் தேடுவது?"

"அவளுடைய தோழி யாருடையதாவது ஃபோன் நம்பர் உன்னிடம் இருக்கிறதா? இருந்தால் எம்பித்ரீ நம்பரைக் கேட்கலாம்." என்ஃபோனைத் திறந்து தேடத் தொடங்கினேன். கல்லூரி நம்பரைத் தவிர வேறு எதுவும் கிடைக்கவில்லை.

"அவன் பெயர் என்ன? அதுதான் ரிப்போர்ட்டர் ரங்கண்ணா. அவன் ஆட்களைக் கண்டுபிடித்தால் எம்பித்ரீ நம்பர் கிடைக்கலாம். கிடைக்கலாம் என்ன கிடைத்தே கிடைக்கும்." இப்போது மெல்ல அவளுக்கு ஒரு தெளிவு வரத்தொடங்கியது.

"ஏதாவது கேரேஜிலோ, சின்னக் கடையிலோ கேட்டால் அவனைப்பற்றித் தெரியவரும்."

விஜி மேலும் சிடுசிடுத்தாள். "சினிமாவில் காட்டுவது போல உலகம் நடக்கிறது என்று நினைக்கிறாயா கேரேஜுக்குப் போனால் விலாசம் கிடைக்க? முட்டாள் மாதிரி பேசாதே."

முட்டாள் என்றதற்கு கோபம் வந்தது. "இப்படிப் பட்டவர்களுக்குத்தான் அவர்கள் தொடர்பு இருக்கும். நம்மைப் போன்றவர்களுக்கு யாரும் தேவை இல்லை. போலீசுக்கு முன்பு அவர்களிடம் போவது வேண்டாம் என்று தோன்றுகிறது. பிறகு, சினிமா மாதிரி ஏன் நடக்கக் கூடாது? இந்தி சினிமா பார்த்து திருமணங்களில் பைத்தியமா ஆடறதில்லையா?"

"எதையாவது ஒன்றைச் செய்வோம். வாதம் செய்துகொண்டு வீட்டில் உட்கார்ந்திருந்தால் ஆகாது."

அதற்குள் ஃபோன் மணி அடித்தது. "அந்தண்ணாவாத்தான் இருக்கணும்" என்று சொல்லிக்கொண்டே எடுத்தேன்.

அந்தப் பக்கம் அந்தண்ணா தான் சுரேஷை பாரக்கப் போனதை சொல்லத் தொடங்கினார்.

"இன்றே இரவு புறப்பட்டு வருகிறேன். அவள் சின்னப் பொண்ணு. இவனுக்குப் பொறுப்பு வேண்டாமா?" என் பேச்சைக் கேட்டு அடுத்த பக்கத்து உரையாடலை ஊகித்த விஜி, "வந்தாளா? எங்கே போயிருந்தாளாம்? யார் கூட?" என்று இடையில் கேட்டாள். ஒருகையால் பொறு பொறு என்று சைகைசெய்து தொடர்ந்து பேசிமுடித்தேன்.

"அந்தண்ணா அந்த சுரேஷைப் பார்க்கப் போயிருந்தாராம். அவன் பேசியதைப் பார்த்தால் அவனுக்கு ஏதோ தெரிந் திருப்பதுபோல இருக்கிறதாம். சரியாகச் சொல்லமாட்டேன் என்கிறான். ஒன்று கேட்டால் மற்றொன்றைச் சொல்கிறானாம்." அந்தண்ணாவின் பேச்சை சுருக்கமாகச் சொல்வதற்குள் சோர்ந்துபோனேன்.

"நீ பேசுவதைப்பார்த்து கிடைத்துவிட்டாள் என்று கொண்டேன். அவனுக்குத் திருமணம் ஆகி இருக்கிறதல்லவா?"

"அதற்கு?" சம்பந்தமில்லாத விஜியின் கேள்வியால் எரிச்சலாக இருந்தது. "அபசகுனம் போல பத்திரிகையாளர்களே நமக்கு வந்து கிடைக்கிறார்கள்."

"அவள் அந்தக் குப்பையில் விழுவது எனக்கு விருப்ப மில்லை. அவளுக்கு எதற்கு அப்படி ஒரு ஈர்ப்பு என்று யோசிக்க வேண்டி இருந்தது. சரி வராது என்றவள் பிறகு திடீரென்று புறப்பட்டு நின்றாள். வேண்டாம் என்றாலும், எவ்வளவு சொன்னாலும் இந்தமுறை எப்படிப் பிடிவாதம் பிடித்துப் போனாள், இல்லையா? அப்படி என்ன அவசரம் இருந்தது?"

"இப்போதே ஊருக்குப் போகலாம். இப்பவே டிக்கட் புக் செய்கிறேன்."

"ஊரில் அவள் இல்லை என்றால் எதற்குப் போக வேண்டும்? அதென்னமோ பொறுப்பு என்று சொன்னாயே?"

"அவள் வளர்ந்த பிள்ளை. பொறுப்பாக இருப்பவள். வருவாள், பயப்படாதே என்று சுரேஷ் பேசினானாம்.

அந்தண்ணாவுக்கு அவன்மீது நம்பிக்கை இல்லை. நீங்கள் இருவரும் இப்போதே புறப்பட்டு வாருங்கள் என்றார்."

"இங்கே போலீஸ் கம்ப்ளைன்ட் கொடுப்பது வேண்டாமா?"

"இப்போது ஸ்டேஷனுக்குப் போனால் இரவுப் பேருந்தைப் பிடிக்க முடியாது. முதலில் நம்மை விசாரிக்க ஆரம்பிப்பார்கள். முக்கியமாக ஊரில்தானே அவள் இருந்தது. அப்படி ஒரு சூழ்நிலை வந்தால் அங்கே கம்ப்ளைன்ட் கொடுப்பது நல்லது."

"எங்கள் ஆபீஸில் ஜெய்சங்கர் என்று கமிஷனர் ஆள் ஒருத்தன் இருக்கிறான். கேட்டால் உதவிசெய்வான்."

"தற்போது வேண்டாம். முதலில் ஊருக்குப் போகலாம்."

பேருந்திற்கு டிக்கட் பதிவுசெய்ய ஃபோன் செய்தேன். எப்போதும் போகும் டிராவல்சில் கடைசிவரிசையில் இடம் கிடைத்தது.

"இரண்டே சீட் இருந்ததாம். இரண்டுநிமிடம் தாமதித்திருந்தாலும் கிடைத்திருக்காது என்றான். அதிர்ஷ்டம் நம் பக்கம் இருக்கிறது."

அந்த சின்ன விஷயத்தையும் நான் நல்லசகுனம் என்று சொன்னது தன்னை ஆறுதல்படுத்தத்தான் என்பது அவளுக்குத் தெரிந்திருக்கலாம். அவளும் அதை நம்பவேண்டியிருந்தது என்பதில் எனக்குச் சந்தேகமில்லை.

மாலையாகி இருள் கவியத் தொடங்கியது. எழுந்து விளக்கைப் போடும் மனமும், தெம்பும் இருவருக்கும் இருக்கவில்லை. டிக்கட் கிடைத்ததால் கொஞ்சம் நிம்மதியாக இருந்தது. அந்தண்ணாவின் ஃபோன் வந்து நம்பிக்கையின் சின்ன இழை கிடைத்திருந்தது. அறை முழுவதும் மங்கலான போது விளக்கைப் போட்டேன். திடீரென்று வெளிச்சமானதும் அறையின் பொருட்கள் எல்லாம் தெளிவாகத் தெரிந்து, ஒழுங்கில்லாமல் கிடந்த நாளிதழைப் பார்த்து, மடித்து வைக்கும் தவிப்பு ஏற்பட்டது. உடனே, தற்போதைய சங்கடத்திற்கு முன் மற்றவை எல்லாம் பொருட்படுத்தத் தேவையில்லை என்று தோன்றியது.

சோஃபாவின் மீது பொலிவில்லாமல் உட்கார்ந்திருந்த விஜி சுருக்கமாக இருந்த சேலையின் முந்தானைப்பகுதியை பழக்க தோசத்தால் தொடை மீது வைத்துக்கொண்டு உள்ளங் கையால் அழுத்திவருடி சுருக்கத்தை சரிப்படுத்தத் தொடங்கினாள்.

சகீனாவின் முத்தம்

நொடிக்குப் பிறகு தான்செய்வது அறிவுக்கு எட்டியதுபோல சட்டென்று நிறுத்திவிட்டாள்.

"தேநீர் போடவா?" கேட்டேன்.

"எனக்கொன்றும் வேண்டாம். அவள் ஃபோன் கிடைக்குமா பார்."

"அப்போதே பார்த்தேன். நான்குமுறை முயற்சி செய்தும் விட்டேன்."

"இன்னொருமுறை செய்து பார்."

டயல் செய்தேன்.

"அதேதான். ஸ்விச் ஆஃப் ஆகியிருக்கிறது என்று வருகிறது."

விஜி தன் ஃபோனிலிருந்து முயற்சி செய்தாள்.

"கன்னடத்தில்தான் மெசேஜ் வருகிறது. என்றால் கர்நாடகா விற்குள்தான் ஸ்விச்ஆஃப் ஆகி இருக்கிறது. எங்கள் அலுவலகத்தில் ஒருத்தன் பொய்சொல்லி அவன் ஃபோனில் வந்த மராட்டி செய்திகளால் மாட்டிக் கொண்டிருந்தான்." பேசிக்கொண்டே அரை நொடிவரை மற்றொரு உலகத்திற்குப் போனாள். "உன் ஃபோன் வந்தபோது மீட்டிங்கில் இருந்தேன். காண்ட்ராக்ட் முடிவுகளைப்பற்றி கிளியண்டுடன் கடைசி மீட்டிங். என்ன செய்வது. அப்படியே எழுந்து வந்துவிட்டேன். யாரிடமும் சரியாகச் சொல்லிக்கொள்ளவும் முடியவில்லை. ஃபேமிலி எமர்ஜென்சி என்று மெசேஜ் அனுப்பி வைத்தேன். ஹெல்ப் வேண்டுமா என்று கேட்டவர்களுக்கு நன்றி சொல்லிச் சொல்லி சலித்துப் போனது. எப்படிப்பட்ட சிரமத்தை ஏற்படுத்தி இருக்கிறாள்."

"நான் ஏடிஎம்–க்குப் போய் கொஞ்சம் பணம் எடுத்து வருகிறேன். எதற்கும் இருக்கட்டும்" புறப்படத் தயாரானேன்.

"இது கிட்னேப் கேஸ் அல்லதானே?"

"கண்டதை எல்லாம் யோசிக்கிறாய். ஏடிஎம்–இல் கிடைப்பது இருபதாயிரம். யாராவது நம்பிள்ளைக்கு இருபதாயிரம் கேட்பார்களா?" என்று சொல்லியபோது உரையாடல் பொருத்த மில்லாமல் இருப்பது தோன்றி அமைதியானேன்.

விஜியின் மனத்தில் என்ன நடக்கிறது என்று ஊகிக்க முடியவில்லை. நான் சங்கடத்தை சகித்துக் கொள்வதும்கூட

ஏதோ புத்தகத்திலிருந்து எடுத்துக்கொண்ட குணத்தை பயிற்சி செய்யும் கசரத்து போல அவளுக்குத் தோன்றியிருக்கலாம்?”

“அந்தப்பெண் வந்திருந்தாளே சாஷாவோ, ஷாசாவோ என்ன அவள் பெயர். அவள் ஃபோன் நம்பர் இருக்கிறதா?”

“இல்லை. எந்தத் தோழியின் நம்பரும் இல்லை. கேட்டாலும் அவள் கொடுப்பதில்லை.”

“இரவு அவளை வீட்டில் தங்கவைத்துக் கொள்கிறாய். ஆனாலும் ஃபோன் நம்பரை வாங்கிவைக்கமாட்டாய். பெங்களூருக்கு வந்தவள் அவள் வீட்டிற்குப் போகவில்லை தானே?” பொறுமையிழந்த பேச்சு என்னிடமிருந்து வெளிப் பட்டது.

“அங்கே எதற்குப் போகிறாள்? ரேகாவுக்கு ஒரு மெசேஜ் அனுப்பி வைக்கிறேன். ஃபோன் கனெக்ட் ஆகும்போதாவது பார்க்கட்டும். சண்டைக்கு வாய்ப்பளிக்கக்கூடாது என்று ஃபோனில் முகத்தைப் புதைத்துக்கொண்டு ஸ்க்ரீனை வருடத் தொடங்கினேன்.

ரேகாவின் அறைக்குள் போனேன். அவள் மேசை ஒழுங்காக இருந்தது. பின்னாலேயே விஜி வந்தாள். “நேற்று நான்தான் ஒழுங்குப்படுத்தி வைத்தேன்” என்று அங்கே இருக்கும் பொருட்களை அங்குமிங்கும் நகர்த்தத் தொடங்கினாள். நானும் அங்கேயே சுற்றிக் கொண்டிருந்தேன். இன்று தெரிந்த சங்கதியால் இதுவரை சாதாரணம் என்று கண்டுகொள்ளாமல் போனவைகளில் புது அர்த்தங்கள் தோன்றலாமென்று இருவரும் தேடுவதுபோல இருந்தது.

ஏடிஎம்–க்குப் போய் பணம் எடுத்து வந்தேன். பேருந்து புறப்பட இன்னும் மூன்றுமணி நேரம் இருந்தது. வீட்டிலிருந்து பேருந்து நிலையத்திற்கு அரைமணிப் பாதை. அரை மனத்துடன் இருவரும் துணி எடுத்துக் கொண்டோம். பசித்தாலும் சாப்பிடும் மனம் வரவில்லை. வற்புறுத்தி தட்டில் கொஞ்சம் சோறும், தயிரும் போட்டு விஜிக்குக் கொடுத்தேன். இப்படியான கோரமானசூழ்நிலையிலும் மெல்ல உடல் ஆயாசம், பசிகளின் பலவீனங்களின்நடுவிலும் சாப்பாடு பலகாரங்கள் வடிவத்தில் லௌகீகப் பிடிப்பு சூழ்ந்துகொள்வது அறிவிற்கு வந்து, அவற்றைத் தடுத்து நிறுத்துபவள் போல ஊறுகாய் வைக்க வந்தவனை வேண்டாம் வேண்டாமென்று நிராகரித்து விட்டாள். நான்கு வாய் தின்று “வேண்டாம் முடியாது” என்று சமையலறைக்குப் போய் தட்டை வைத்துவிட்டு வந்தாள்.

ஆட்டோ பிடித்து பேருந்துநிலையத்திற்கு வந்தோம். பேருந்துநிலையத்தில் இருந்த கடையொன்றில்வைத்திருந்த வாழைப்பழத்தைக் கவனித்து"சாப்பிடுகிறாயா ?" என்றேன்.

"வேண்டாம். எதுவும் சேரவில்லை. வேண்டுமென்றால் நீ சாப்பிடு." அவள் எங்கள் இருவரின் துயரத்தின் தீவிரம் வெவ்வேறு என்று கூறுவதுபோல இருந்தது.

கடைக்குப் போய் இரண்டு தண்ணீர் போத்தல்களை வாங்கி வந்தேன்.

பேருந்து புறப்பட்டதும் கடைசி இருக்கையின் சங்கடத்தை அனுபவித்துக்கொண்டே தூங்க முயன்றேன். பேருந்து சிறிய சிறிய ஊர்களைக் கடந்து போகும்போது ஒவ்வொரு ஊரிலும் இரண்டு மூன்றாவது வேகத்தடைகள் இருந்தன. பேருந்து ஓட்டுனருக்கு முன்சக்கரத்தை ஏற்றிஇறக்கும் பொறுமை பின்சக்கரம் மேட்டைத் தாண்டும்வரை இருப்பதில்லை. முன்னால் இருட்டில் விரிந்துகிடக்கும் வெற்றுச்சாலையின் கவர்ச்சியிலிருந்து தப்பித்துக்கொள்வது எப்படிப்பட்ட பொறுமையான ஓட்டுனருக்கும் சிரமம் என்பது கடைசி இருக்கையில் அனுபவத்திற்கு வந்தது.

பேருந்து ஏதோ ஊருக்குள் நுழைகிறது என்பது சிலசமயம் குறையும் பேருந்து வேகத்தாலும் சிலசமயம் வெளியே தெரியும் வெளிச்சத்தாலும் தெரியவரும். அப்போது வேகத்தடைகளை எதிர்பார்த்துக் காத்திருப்பது. பின் சக்கரம் மேட்டைத் தாண்டும் போது கடைசி இருக்கையில் உட்கார்ந்திருப்பவர்களைத் தூக்கிப் போடும் வேகத்தைத் தாங்கிக்கொள்ள இருக்கையின் கைப்பிடியைப் பிடிப்பது. அப்படிச் செய்யும் போது ஒருமுறை விஜியின் கைமீது கைவிழ அதை முயற்சி இல்லாமல் பிடித்தேன். அந்நியனின் கை பட்டதுபோல விஜி கையை உதறிவிட்டாள். ரப்பென்று கன்னத்தில் அறைந்தது போல இருந்தது. அவள் பக்கம் திரும்பினால் கண் மூடிக்கொண்டு உட்கார்ந்திருந்தாள்.

சன்னலுக்கு வெளியே இருட்டைப் பார்த்துக்கொண்டு உட்கார்ந்தேன். எத்தனைமுறை பகலில் போன பாதை இது. வெளிச்சத்தில் பரிச்சயமான ஊர்கள் ஆள் நடமாட்டம் இல்லாத இருட்டில் மாறுபட்டுத் தெரிந்தன. வேடத்தைக் கழற்றி வைத்த பாத்திரம் போல அடையாளம் கிடைக்காமல் போயின.

பேருந்து விடியற்காலை சுமார் ஆறரை மணிக்கு ஊரின் அருகே இருக்கும் கிராசை வந்தடையும். அங்கே வலதுபக்கம் பெரிய குளம். அந்த கிராசில் இறங்கி மண்பாதையில் மூன்று

மைல் நடந்தால் ஊர். அங்கே இறங்குகிறோம் என்று பெங்களூரில் ஓட்டுனரிடம் சொல்லியிருக்க வேண்டும். அல்லது இடையே ஓய்வுக்கு நிறுத்தும் இடத்தில் அவருடன் தேநீர் அருந்திக்கொண்டு நலம் விசாரித்து அங்கே நிறுத்த வேண்டிக்கொள்ள வேண்டும். இந்தப் பாதையில் நடமாடும் ஓட்டுனர்களுக்கு இந்த கோரிக்கை புதிதல்ல.

விடியத்தொடங்கியது.

"இறங்க வேண்டிய இடம் தாண்டிவிட்டதா என்ன?" சந்தேகத்துடன் கேட்டாள்.

"எனக்குத் தெரியாமல் போகுமா?" சிடுசிடுத்தேன்.

பேருந்தை நிறுத்தியதும் நன்றிதெரிவித்து இருவரும் இறங்கினோம்.

சுற்றி அடர்ந்திருந்த மரங்களில் இருந்து மென்மையாக வீசிய காலைக் குளிர்காற்று இதமாக இருந்தது.

"பேருந்துக்குள் எவ்வளவு வெக்கை. வெளியே எவ்வளவு நன்றாக இருக்கிறது."

விஜி 'ஊம்' என்றாள் அவ்வளவுதான். இந்தத் தருணத்தில் இன்பமான சங்கதிகளைக் கவனிப்பதும் கூட எங்கள் துயரத்திற்கு துரோகம் செய்வதுபோல என்று அவளுக்குத் தோன்றி இருக்கலாம்.

பேசாமல் நடக்கத் தொடங்கினோம். மண் பாதையானாலும் புழுதி இருக்கவில்லை. இரண்டுபக்கத் தோட்டக்காரர்களின் வரப்புகளின் நெருக்கத்தால் முன்னால் போகப்போக பாதை குறுகியது. ரேகா ஒருத்தியாக வரும்போது இங்கே தனியாக நடப்பதை ஊகித்துக்கொண்டேன். ஒவ்வொருமுறையும் அந்தண்ணா அவளுக்காக காலைநேரம் கிராஸ்வரை வந்து காத்திருப்பார். ஓரிருமுறை அவர் வருவது தாமதமானதாலோ, பேருந்து விரைவாக வந்தோ அவள் தனியாகப் போயிருக்கிறாள். அப்போதெல்லாம் அவள் சாகசத்தையும், நடுவழியில் கிடைத்து வியப்படைந்ததையும் சொல்வதில் எத்தனை மகிழ்ச்சி.

கடைசித் திருப்பத்தைக் கடந்தவுடன் வீட்டுத்தோட்டத்து கேட் தெரிந்தது. அதன் அருகே இருந்த தட்டி வேலிக்கு குறுக்கே மூன்று தடித்த மூங்கில்கள். தோட்டத்தை சுற்றிப்போட்டிருந்த கம்பிவேலி நீளத்திற்கு புதர்ச் செடிகள் அடர்த்தியாக வளர்ந்து சுவர் எழுப்பியதுபோல இருந்தது. தட்டி வேலியிலிருந்து வீடுவரை ஒத்தையடிப் பாதை. பின்கட்டில் பலவகை பழ மரங்கள். வீட்டின் ஒருபக்கத்தில் வாழைக்காடு.

வீட்டு முன்பாகத்தில், இந்தக் கோடியிலிருந்து அந்தக் கோடிவரை திண்ணைக்கு நடுவில் இருக்கும் படிகளை இரண்டாகப் பிரித்திருந்தார்கள். படி ஏறினால் வீட்டுநுழைவாயில்.

வீடுநெருங்க விஜி "அந்தண்ணாவின் மீது கோபப்பட வேண்டாம். அதனால் எதுவும் மாறப்போவதில்லை. பேச்சுக்குப் பேச்சு மற்றொரு தகராறு வேண்டாம்" என்றாள்.

"அதுவரை போனவன் பேருந்தில் ஏற்றிவிட்டு வரவில்லையே என்ற கோபம் எனக்கு."

வீட்டுக்குமுன் இருந்த திண்ணையை அடைந்ததும் எங்களுக்காகக் காத்துக் கொண்டிருந்த அந்தண்ணா எதிர்ப் பட்டார். "வா, வா" என்று இருவரையும் வரவேற்றார். செருப்பைக் கீழே விட்டுவிட்டு திண்ணைப்படியை ஏறினோம்.

"ஏதாவது தெரிந்ததா?" எனக்குப் பொறுமை இருக்க வில்லை.

அந்தண்ணா "உள்ளேவா பேசலாம்" என்று வீட்டிற்குள் போனார்.

கூடத்தில் நான்கு நாற்காலிகள் இருந்தன. ஒரு மர பெஞ்ச். நான் பெஞ்சின் மீது உட்கார்ந்தேன். நாற்காலி மீது அந்தண்ணா.

"முகம் அலம்பி வருகிறாயா என்ன. காப்பி தயாராக இருக்கிறது.

"எல்லாம் பிறகு. முதலில் ரேகாவைப்பற்றி சொல்." கடுமை யான பேச்சென்று நான் எண்ணினாலும் அவன் முன் சொல்லும்போது அது கூர்மையை இழந்திருந்தது. பதில் சொல்லாமல் அந்தண்ணா முதலிலிருந்து ஆரம்பித்தார்.

"இன்னும் சிலநாட்கள் இருக்கிறேன் என்று சொன்னவள் கடந்த சனிக்கிழமை திடீரென்று இன்றே புறப்படுகிறேன், கல்லூரியில் வேலை இருக்கிறது, முடிந்தால் மறுபடி வருகிறேன் என்றாள். திரும்பத் திரும்பப் போய் வருவது எதற்கு. நான்கு நாள் இருந்துபோ, இன்று டிக்கட் கிடைப்பது சிரமம் என்றேன். உனக்குத் தெரியுமே, ஒருமுறை தலைக்குள் ஏதாவது தோன்றிவிட்டால் செய்தே ஆகவேண்டும் என்ற பிடிவாதம். சரி என்று அன்று இரவே டிக்கட் புக் செய்தேன்."

"நானே போய் பேருந்தில் ஏற்றிவிட்டு வருவது என்று முடிவானது. பத்தண்ணா ரிக்ஷாவுக்கு சொல்லி இருந்தேன். அங்கே பேருந்து நிலையத்தில் சுரேஷனும் அவன் மனைவி

கவிதாவும் கிடைத்தார்கள். கவிதாவின் பெரியம்மாவை பெங்களூருக்கு அனுப்பிவைக்க வந்திருந்தார்கள். அன்று பேருந்து தாமதம். நாங்கள் பேருந்து வரும்வரை இங்கேயே இருக்கிறோம், நீங்கள் எதற்கு சும்மா இங்கே காத்திருக்கிறீர்கள் என்றான் சுரேஷ். எப்போதும் அவன் வீட்டிற்கு ரேகா போய் வருவது இருந்தது தானே. சரி, அதே ரிக்ஷாவில் திரும்பிவிடலாம் என்று வந்து விட்டேன். நேற்று உன் ஃபோன் வந்தபிறகுதான் சுரேஷிடம் பேசப்போனது. அவனை நம்பி ஏமாந்தோம்."

"அவன் என்ன சொன்னான்?" விஜியால் பொறுத்துக் கொள்ள முடியவில்லை.

"எதையும் தெளிவாகச் சொல்லவில்லை. பேட்டையில் அவனுக்கு ஒரு அலுவலகம் இருக்கிறது. அலுவலகம் என்றால் ஒரு பெரியஅறை. புறப்பட்டுப் போனாள் தானே. நான்தான் பேருந்தில் ஏற்றிவிட்டேன். உங்களுக்கு யார் ஃபோன் செய்தது? அவள் பெங்களூருக்குப் போகாமல் இடையில் இறங்கி இருந்தால் என் தவறல்ல. அவள் சின்னப் பொண்ணா என்ன? அவள் விருப்பப்பட்ட இடத்திற்குப் போவாள் - இப்படி பொறுப்பில்லாமல் பேசினான். அதட்டிக் கேட்டதும் வருவாள் பயப்படவேண்டாம் என்றான். அவனுக்கு ஏதோதெரியும். மறைக்கிறான். என்ன செய்தாலும் அதற்கு மறு பேச்சே இல்லை. எப்படிக் கேட்டாலும் சொன்னதையே சொல்கிறான்."

"இப்போதே அவன் வீட்டிற்குப் போவோம்." நான் எழுந்தேன்.

"சரி, போகலாம். பிறகு அவன் புறப்பட்டுப் போய்விட்டால் சாயந்தரம்வரை கைக்குக் கிடைக்கமாட்டான். பத்துமணிக்கு முன்பு பத்தண்ணாவின் ரிக்ஷா கிடைக்காது. குறுக்குப் பாதையில் நடந்துபோனால் சுரேஷ் வீடு மூன்றுமைல் ஆகும். சைக்கிள் ஒன்றுதான் இருக்கிறது. குட்டி அதைத்தான் எடுத்துக்கொண்டு எல்லாப் பக்கமும் போவாள். சுரேஷ் வீட்டிற்கும் அதில்தான் போவாள்."

"அவள் புறப்பட்டதை எதற்கு ஃபோன் செய்து சொல்ல வில்லை? இப்போது பார்." ஆட்சேபிக்காமல் இருக்க முடியவில்லை.

விஜி எதுவும் சொல்லாமல் உட்கார்ந்திருந்தாள். "எல்லோரும் எப்படி இருக்கீங்க?" என்று சொல்லிக்கொண்டே பாயக்கா காப்பி நிறைந்த கோப்பைகளைக் கொண்டுவந்தாள். விஜி பையிலிருந்து பிரஷ், பேஸ்ட் எடுத்துக்கொண்டு குளியலறைப் பக்கமாகப் போனாள். நான் ஒரு காப்பிக் கோப்பையை எடுத்துக் கொண்டேன்.

அடுத்த பதினைந்து நிமிடங்களில் மூவரும் புறப்படத் தயாராகி, தூரம் குறையுமென்று வயல், தோட்டங்களைக் கடந்து போகும் பாதையைப் பிடித்தோம். வழிநெடுக சுரேஷைப் பற்றிக் கேட்க, அந்தண்ணா அவன் வரலாறைத் திறந்து வைத்தார்.

“நீ படிக்க ஊரைவிட்டுப் போனபோது அவன் இன்னும் சிறுபையன் என்றால் இப்போது அவன் வயதை கணக்குப் போடு. நாற்பதிற்கு அருகே இருக்கலாம். எம்ஏ படித்து பிறகு சட்டம் பயின்றான். மனைவி கவிதா நல்ல பெண். மிகவும் விசுவாசத்துடன் பேசுவாள். அவளுக்கு சனங்கள் வேண்டும். ரேகா அங்கே போனால் சாப்பிட்டு விட்டுத்தான் வருவாள். அவனுக்கு இங்கே பேட்டை கல்லூரியில் வேலை கிடைத்தது. முக்கியமாக இந்த குப்பைக் கல்லூரிக்கு யார் வருவார்கள்? இவன் கொஞ்சம் வம்புக்காரன். மாணவர்களை எடுத்துக்கட்டுவதும், அவர்களுக்கு புரட்சி சொற்பொழிவாற்றுவதையும் ஆரம்பித்தான். பாடத்தையும் நன்றாகச் சொல்லிக்கொடுப்பானாம். பிறகு அங்கேயே சிலர் பகையை சம்பாதித்துக்கொண்டு வேலையை விட்டுவிட்டு ‘இடிஉரை’ வாரப்பத்திரிகையை ஆரம்பித்தான். போதுமான அளவு தோட்டம் இருக்கிறது. பத்திரிகையால் வாழ்க்கையை நடத்தத் தேவையில்லை. ஆனால் பத்திரிகை நன்றாகவே நடக்கிறதாம். உள்ளூர்ச் செய்தி, புறணி, சண்டை, விபச்சாரங்களை வீதிக்கு இழுக்க இதுவரை எதுவும் இருக்கவில்லை. பேட்டையில் ஏறக்குறைய எல்லா வீடுகளிலும் தருவிக்கிறார்களாம்.”

“ஒருமுறை கவுண்டப்பையன் பிராமணப்பெண்ணுடன் ஓடிப்போனான் என்ற செய்தி பரவியது. இவன்தான் அதற்கு ஊக்கம் கொடுத்தான் என்று செய்தியானது. போலீஸ், சட்டம், மேஜர் ஆனவர்கள் போன்றவற்றை அவன் சொல்லிக்கொடுத்த உபாயமென்று பேசிக்கொண்டார்கள். அவர்கள் இருவரும் யார் என்பதும், கல்லூரி மாணவர்களா என்பதுவும் கூட யாருக்கும் உறுதியாகத் தெரியாது. எல்லாம் ஊகங்கள்தான். சிலர் கூற்று, ஊரில் இப்படிப்பட்டதெல்லாம் சர்ச்சையாக வேண்டுமென்றும், இப்படியொரு சூழ்நிலை வந்தால் யார் யார் பக்கம் இருப்பார்கள் என்பது தெரிய வருமென்றும் அவன் கிளப்பிய கட்டுக்கதையாம். ஒவ்வொரு வாரமும் அவன் பத்திரிகையில் அதேசெய்தி. அந்தத் தருணத்தில் அவன் பத்திரிகை விற்பனை அதிகமானது. கடைசிவரை அவர்கள் யாரென்று தெரியவில்லை. சுற்றி யார் வீட்டிலும் அப்படியொரு நிகழ்வு நடந்ததாக சாட்சியில்லை.”

“இவ்வளவும் உண்மை. அரசாங்கத் திட்டங்கள், இலாகாக் களின் குறைபாடுகளைப் பற்றி ஒவ்வொரு வாரமும் எழுதுவான். பத்திரிகைகளில் தன் பெயருக்குப் பின்னால் எம்.ஏ., எல்.எல்.பி என்று பெரிதாகப் போட்டுக் கொள்கிறான். அதே மிரட்டுவதுப் போலத் தெரியும். தொண்டர்களும் இருக்கிறார்கள். எதிரிகளும் இருக்கிறார்கள். சுற்றி இருக்கும் பத்து ஊரில் எந்தத் தகராறு நடந்தாலும் இவனுக்கு முதலில் செய்தி வந்துசேரும். இரண்டு ஆண்டுகளுக்கு முன்பு இங்கே காட்டில் இரண்டு நக்சல்களைச் சுட்டுக் கொன்றார்களே, அவர்கள் காட்டிற்குப் போகும் முன் இவனை சந்தித்தார்களாம். இவை எல்லாம் புரளி. உண்மை கடவுளுக்குத்தான் தெரியும்.”

நக்சல். அது எப்படி அந்தச் சொல், எப்படிப்பட்ட மெய் மறந்த கணத்திலும் தொண்டையில் சிக்கிக்கொள்ளும் சொல், அந்தண்ணாவிடமிருந்து எளிதாக வெளிப்பட்டதென்று வியப்பாக இருந்தது. அவை எழுப்பிய நினைவுகள் அவரிட மிருந்து இன்னும் மறைந்திருக்கவில்லை. திடீரென்று தோன்றிய சங்கடத்தை கலைத்துச் சொன்னேன், “நான் சுரேஷைப் பார்த்திருக்கிறேனா.”

“பார்த்திருப்பாய். நினைவிருக்காது. கெட்டவனல்ல. சமுதாயத்தை சீர்திருத்தும் போதை ஏறியவர்களுக்கு எது தவறாகத்தெரியும் சொல்லமுடியாது. எப்போது உல்டா அடிப்பார்கள் சொல்ல முடியாது. கடந்த அறுவடைக் காலத்தில் கூலிஆட்களை எல்லாம் ஒன்றுதிரட்டி பண்டிகைநாள் வேலைக்குப் போகக்கூடாது என்று தூண்டிவிட்டான். நம் வீட்டுக் கூலியாட்கள் சம்பிரதாயத்தைக் கைவிடமுடியாமல் பத்து நிமிடம் வந்து வணங்கிப் போனார்கள். இவனுக்கு இதுபோன்ற கோக்குமாக்கு. உன் சாதிக்காரங்களுக்கு எதிராகவே சனங்களைத் தூண்டிவிடுகிறாயே என்று சொல்லப் போனால் எனக்கு சாதியே கிடையாது என்கிறான். இதை எல்லாம் பத்திரிகையில் எழுதவும் செய்கிறான். மாவட்டத்து ரவுடிகளுக்கெல்லாம் பட்டப் பெயர் வைத்திருக்கிறான். மற்றவர்களின் அசிங்கங்களை படிக்க மகிழ்ச்சியாக இருக்கும். எழுதியது பொய் என்றால் மானநட்ட வழக்குப் போடட்டும் என்கிறான்.”

ஒத்தையடிப்பாதை மேட்டின் உச்சியை வந்தடைந்தது. அங்கே நின்று அரைநொடி சுதாரித்துக்கொண்டு அந்தண்ணா கீழே இறக்கத்துக் கோடியில் மரஞ்செடிகளுக்கு நடுவில் இருந்த ஓட்டு வீட்டைக் காட்டினார். “அதுதான் சுரேஷ் வீடு. அதோ,

வீட்டுக்கு அந்தப் பக்கம் தெரியும் பாதை நெடுஞ்சாலையைப் போய் சேரும். கார் இருந்தால் அவன் வீடுவரைக்கும் பாதை இருக்கிறது."

மூவரும் மேட்டை இறங்கி வீட்டுமுன் நின்றபோது ஆள் ஒருவன் வீட்டு ஓரத்தில் இருந்த தொழுவத்தில் ஏதோ வேலை செய்துகொண்டிருப்பது தெரிந்தது. வீட்டுக்கதவு திறந்திருந்தது. கூடம் பெருக்கி சுத்தமாக இருந்தது. வீட்டில் இருப்பவர்கள் எப்போதோ எழுந்து வேலையில் தொடங்கி இருப்பதுபோல எண்ணத்தை ஏற்படுத்தும் சூழ்நிலை நிலவியது. பழைய வீடு. வெளியே பெரிய திண்ணை. வீட்டின் உட்பகுதியில் அவ்வளவு வெளிச்சம் நிறைந்திருக்கவில்லை. எந்த சுளிவும் இல்லாததால் அந்தண்ணா "சுரேஷா" என்று கூவினார். கதவு சட்டத்தின் உட்பகுதியில் ஒரு வட்டமான பழங்காலத்து அழைப்புமணிப் பொத்தான் இருந்தது. பொத்தானை அழுத்தினேன். அது ஒலி எழுப்பவில்லை.

"சுரேஷா" கதவுக் கொக்கியை கையால் தட்டி அந்தண்ணா மறுபடியும் கூவினார்.

சுரேஷின் மனைவி கவிதா வந்தாள். எங்களைப் பார்த்து வியந்து "அட, என்ன அந்தண்ணா விடிகாலையிலேயே? எல்லாம் நலம்தானே? வாங்க, உள்ளே வாங்க" என வரவேற்றாள். "அவர் குளிக்கப் போயிருக்கிறார். இபப வந்துவிடுவார்" உள்ளே கூடத்தில் நாற்காலிகளை அங்கேயும் இங்கேயும் நகற்றி, டீபாய் மீது இருந்த புத்தகங்களை எடுத்து வைத்தாள். சுற்றிலும் இருந்த தோட்டத்தால் வீட்டிற்குள் காற்று ஈரமாக இருந்தது.

நடந்து அலுப்பாக இருந்த மூவரும் நாற்காலிகள் மீது அமர்ந்தோம்.

"நீங்கள் நடந்துகொண்டு வரும்போதே பார்த்தேன்" அன்னியோன்யமாகக் கேட்டாள்.

"இந்தநேரத்தில் எங்கே பத்தண்ணா ரிக்ஷா? இவன் அடையாளம் தெரிந்ததா. நம்ம வெங்கடரமணன். பிறகு இவள் விஜி. இவர்கள் வந்து இறங்கியது காலைப் பேருந்தில்."

"எனக்கு அவர்களைத் தெரியும். அவர்களுக்கு என்னைத் தெரிந்திருக்காது. நீங்கள் வந்தது நல்லதாச்சு. இப்போதுதான் தேநீர் போடத் தண்ணீர் கொதிக்க வைத்தேன். எல்லோருக்கும் சேர்த்தே போடுகிறேன். உங்களுக்கு எல்லாம் தேநீர் சேரும் தானே?" கவிதாவின் வெகுளியான உற்சாகத்தாலும், சுறுசுறுப்பான ஆளுமையாலும் சூழ்நிலையில் குதூகலம் நிறைந்தது.

உள்ளே இருந்து தண்ணீர் சொம்பையும், குவளையையும் டீபாய் மீது வைத்துவிட்டு விஜியின் பக்கம் திரும்பினாள். "நான் உங்களை எப்போது பார்த்தது தெரியுமா? அப்போதே இரண்டு ஆண்டுகள் ஆகிவிட்டது. மாலினியின் திருமணத்திற்கு நீங்கள் பெங்களூரிலிருந்து வந்திருந்தீர்கள். எந்த மாலினி தெரியுமா? உங்கள் ஃப்ரெண்ட் காயித்திரி மகள். ஷிவமொக்காவில் திருமணம் செய்து கொடுத்தார்களே. நான் அந்தத் திருமணத்திற்கு வந்திருந்தேன். பிறகு உங்கள் ரேகா என் ஃப்ரெண்ட். அவள் எங்கள் வீட்டுக்கு அடிக்கடி வருவாள்."

துடிப்புப் பொங்கும் கவிதாவைப் பார்த்து கணம் மெய்மறந்து போனேன். வேலை அவசரத்தில் காலுக்குத் தடையாக இருக்கக் கூடாது என்று கொஞ்சம் தூக்கிக் கட்டியிருந்த சேலையால் அவள் கணுக்கால் தெரிந்தது. அதன்மீது வெள்ளியில் அழகான ஓரிழைக் கொலுசு இருந்தது. முடி நேர்த்தியாக இருந்தது. காலையிலேயே தலைசீவிக்கொண்டு கொண்டை போட்டிருக்கவேண்டும். நெற்றியில் சிறிது அகலமான குங்குமப் பொட்டு. சிரிக்கும்போது இரண்டுபக்கமும் எடுப்பாகத் தெரியும் கோரைப்பற்கள். சமையலறை அடுப்புச் சூட்டால் அவள் முகம் சிவந்திருந்தது. நெற்றி மீது வியர்வையின் சின்னத் துளிகள். அவளுடைய சின்னச் சின்ன இயக்கத்திலும் வெளிப்படும் உயிர்ப்பிற்கு அசந்துபோய் அவளையே பார்த்துக் கொண்டு உட்கார்ந்திருந்த விஜியின் முகத்தின் மீதும் பாராட்டும் உணர்வு இருந்தது.

"இவர் இப்போதுதான் குளிக்கப் போனார். தோசைக்கல் வைத்திருக்கிறேன். குளித்து முடிப்பதற்குள் நீங்கள் ஒவ்வொரு தோசை சாப்பிடவும். பிறகு எல்லோரும் அவருடன் தேநீர் அருந்தலாம்" கவிதா வற்புறுத்தினாள். சூடான தோசைக்கல்லின் மணம் எல்லாப் பக்கமும் பரவியது.

"வெறும் தேநீர் போதும். சுரேஷிடம் பேசிவிட்டுப் புறப்படுகிறோம்" முடிந்த அளவிற்கு உணர்ச்சியற்றவனாக இருக்க முயன்றேன்.

"எதுக்கு பலகாரம் சாப்பிட்டுவிட்டு வந்தீர்களா என்ன?"

"அந்தண்ணாவின் பதில் கூர்மையாக இருந்தது. "சாப்பிடவில்லை. இன்று எதுவும் வேண்டாம். நேரம் சரியில்லை."

கவிதா அதிர்ந்துபோனாள். சமாளித்துக்கொண்டு என்னையும் விஜியையும் வேண்டிக்கொண்டாள். "காலையிலிருந்து தேநீர் மட்டுமே பருகிஇருந்தால் பிறகு வீட்டிற்கு நடந்து போக

வேண்டுமல்லவா? அந்தண்ணா நடப்பார். உங்களுக்குப் பழக்கம் கிடையாது. மேலும் மிக அதிசயமாக வந்திருக்கிறீர்கள். நீங்கள் சாப்பிட்டால் அந்தண்ணாவும் சாப்பிடுவார். வாங்க. உள்ளே வாங்க. அப்போதே தோசைக்கல் வைத்திருக்கிறேன்."

அவள் விருந்தோம்பலை எப்படி நிராகரிப்பது தெரியவில்லை. மூவரும் ஒரு நிமிடம் எதுவும் தோன்றாமல் உட்கார்ந்திருந்தோம். கவிதாவின் போக்கை கவனித்தால் ரேகாவைப் பற்றி அவளுக்கு எதுவும் தெரியாதுபோல இருக்கிறது.

"அதென்ன சும்மா இருக்கீங்க? வாங்கன்னு சொன்னா வரணும்."

விஜி முதல் அடி எடுத்து வைத்தாள். நடந்து வந்த சோர்வு, பசி கூடவே தோசையின் மணம் இழுத்ததால் மறுபேச்சுப் பேசாமல் பணிந்து பின் தொடர்ந்தேன். அந்தண்ணாவும் எதிர்க்கவில்லை.

மங்கலான நடுக்கூடத்தைக் கடந்ததும் சமையலறை. நேர்த்தியாக இருந்தது. ஆங்காங்கே பதித்த கண்ணாடி ஓடுகள், பெரிய சன்னல்களால் உள்ளே நிறைய வெளிச்சம் இருந்தது. ஒரு பக்கத்தில் ஆறு நாற்காலிகளுடன் உணவு மேசை இருந்தது. சமையலறைத் திண்ணையைக் காட்டினாள். "இதை தற்போது செய்தது. பாருங்க பேட்டை வீடு போலவே இருக்கிறது தானே?" வந்தவர்கள் பார்வை பிரிட்ஜ் பக்கம் போனதைக் கவனித்து "எங்களிடம் எல்லாம் இருக்கிறது. ஆனால் கரெண்ட் இல்லாமல் அது வெறும் அலமாரி" என்று வேடிக்கை செய்தாள். கவிதா மேசைமீது நான்கு ஸ்டீல் தட்டுகளை வைத்தாள். அருகில் தண்ணீர்க் குவளை.

கவிதா எல்லார் தட்டிலும் சட்னி பரிமாறினாள். தோசை வார்க்க நின்றாலும் அவள் பேசிக்கொண்டே இருந்தாள். "எங்களுக்கு எந்த வேலைக்கும் ஆட்கள் கிடைப்பது சிரமமாக இருக்கிறது. நானே நேற்று இரண்டு தேங்காய்களை உரித்தேன். காய் பறிக்க சாமின்னு கெஞ்சி அழைத்து வரவேண்டும். கேட்டால் தவிர நான்கை உரித்துவைத்துப் போகமாட்டார்கள்."

"எங்களுக்கு என்ன? நேற்று சிவப்பா பன்னிரெண்டு மைல் தொலைவிலிருந்து வேனில் அழைத்துக்கொண்டு வந்தான். பட்டணத்தில் கார் ஏறிப் போவார்களே அதுபோல இருக்கு கதை. ஐந்து அடிப்பதற்கில்லை போம்போம் என்று அடித்துக் கொண்டு வண்டி வந்துவிடும். இவர்கள் ஏறிப்புறப்பட்டு விடுவார்கள். இப்படியானால் தோட்ட வேலையைச் செய்து

முடிக்க முடியுமா?” அந்தண்ணா புகார்களை வரிசையாக வெளியே எடுத்தார்.

முதல் தோசையை எடுத்தாள். அது யார் தட்டிற்கும் வரவில்லை. அடுத்த தோசையை ஊற்றும்போது, எங்களிடம் எழுந்த கேள்விகளுக்கு சமாதானம் சொன்னாள். “முதல் தோசையை கொஞ்சம் தடியாகத்தான் ஊத்துவது. தோசைக் கல்லைப் பழக்குவதற்கு. யாராவது வரும்போது தானே தோசைக் கல் மானத்தை வாங்கும். இனி ஒன்றுக்குப் பிறகு அடுத்தவை சரசரவென்று வரும் பாருங்கள்.”

பிறகு வார்த்த தோசை அந்தண்ணாவுக்குப் போனது. பிறகு எனக்கு வைக்க வந்தபோது அதை விஜிக்கு வைக்கச் சொன்னேன். விஜி முதல்துண்டை வாயில்வைத்ததும் “எவ்வளவு ருசியா இருக்கு” என்றாள் உயர்த்த குரலில். கவிதாவுக்கு மகிழ்ச்சியானது. “எங்க தோட்டத்துத் தேங்காய் அல்லவா? காய் தோசைக்குப் பதமான தேங்காயாக இருந்தால் அதன் சுவையே தனிதான்.”

“அதே தேங்காயில் எனக்கு இப்படிச் செய்ய வராது.” விஜி அவளுக்கு சேரவேண்டிய பாராட்டைச் சேர்த்தாள்.

எனக்கு தோசை வந்தபோது, பின்கதவு வழியாக சுரேஷ் உள்ளே வந்தான். வெள்ளை வேட்டி உடுத்தி இடுப்பிற்கு மேல் நிர்வாணமாக இருந்தான். தோள்மீது ஒரு துண்டு. எங்களைப் பார்த்து, “குரல் கேட்டது. இவ்வளவு சீக்கிரம் வந்தவர்கள் யார் என்று நினைத்தேன். ஐந்து நிமிடம் வந்துவிட்டேன்” என்று அவசரமாக உள் அறைக்குள் நுழைந்தான்.

“சீக்கிரமா வாங்க. ஒருமணிநேரம் பண்ண வேண்டாம்.” கணவனுக்கு கூவிச்சொன்ன கவிதா எங்கள் பக்கமாகத் திரும்பினாள். “தேநீர் போட்டு விடுகிறேன். அவருக்கு வந்தவுடன் தேநீர் வேண்டும்.”

சுரேஷ் வரும்வரை அடுத்த பத்துப் பதினைந்து நிமிடங்கள் மிக நீளமாகத் தோன்றி எங்கள் பொறுமைக்குச் சோதனையாக இருந்தது. நாங்கள் தோசையை முடித்திருந்தோம். கவிதா தேநீர் நிறைந்த கோப்பைகளை எடுத்துவந்தாள். இன்னும் சுரேஷ் வராமலிருந்ததால் வந்தவர்கள் பொறுமையிழந்து கொண்டிருப்பதை அறிந்தவள் போல, “முடிக்கு பஃப் செய்ய வேண்டுமே” என்று கையை நெற்றிக்குமுன் ஆட்டி பஃப் வடிவத்தை செய்துகாட்டினாள். இரவு முழுதும் பயணம். நேற்றிலிருந்து கடந்து வந்த அழுத்தமான கணங்கள், நடந்து வந்த அலுப்பு, ரேகாவைத்

தேடிக்கொண்டு வந்தஅந்தப் பதட்டமே இல்லாதவர்கள் போல தோசை திங்க உட்கார்ந்த நாங்கள் – எல்லாவற்றையும் ஒன்றாக உணரும் சூத்திரம் கிடைக்காமல் போனது.

"காக்கவைத்து விட்டேனே. வருவது முன்பே தெரிந் திருந்தால் குளித்திருப்பேன்." சுரேஷ் மன்னிப்புக் கேட்டுக் கொண்டே உள்ளே வந்தான். அவன் பேண்ட் சட்டையைப் பார்த்தால் வெளியே புறப்படத் தயாரானவன் போல இருந்தான்.

"தேநீருக்கு தண்ணீர் வைத்தபிறகுதான் நான் குளிக்கப் போவேன்" சம்மதத்திற்காக மனைவியைப் பார்த்தான்.

"குளித்த பிறகு கடவுளை வழிபடுவது இல்லாவிட்டா லும் தேநீர் அபிஷேகம் உண்டு" கவிதா சிரித்து அவன் கைக்கு கோப்பையைக் கொடுத்தாள். யாரும் எதிர்வினை செய்ய வில்லை. "குடியுங்கள் தேநீர் ஆறிவிடும்" என்று சொல்லி தோசைக்கல் பக்கம் போனாள். இவர்கள் கொஞ்சலால் கடுப்பானது.

தேநீர் அருந்திக்கொண்டே சுரேஷ் இடைவிடாமல் பேசத் தொடங்கினான்.

"இன்று பேட்டைக்கு டிசி வருகிறாராம். இவர்கள் சாணி திங்காமல் ஒரு திட்டத்தையாவது செய்தது உண்டா? எழுதினால் எங்கள் மீது கத்துகிறார்கள். நான்கு மானநட்ட வழக்கை வென்றிருக்கிறேன். இன்னும் ஏழு இருக்கிறது. இப்போது இவை எல்லாம் பழகிவிட்டது."

மீசை இல்லாத முகம். வழிய சிரைத்திருந்தான். உயரமான, பெரிய உடல்வாகு கொண்ட ஆள். வெளிர்நீல நிறத்துச் சட்டை. கருப்பு பேண்ட். உள்ளே பனியன் கழுத்துப் பக்கம் எட்டிப் பார்த்தது. நெற்றி மீது, மூக்கு நுனியிலும் அப்போதே சில வியர்வைத் துளிகள் ஒளிரிக் கொண்டிருந்தன. கொஞ்சம் சப்பையாக, அகலமாக விரிந்திருந்த மூக்குத் துளைகள்.

"நம்மிடம் மாரல் எஜுகேஷன் இல்லாமல் இருப்பதே காரணம். பிள்ளைகளுக்கு சரியான வயதில் தப்பு சரி சொல்லிக் கொடுக்காவிட்டால் நாடு இப்படித்தான் கெட்டுப் போகும். குப்பை வீட்டிற்குள் இருந்தாலும் குப்பைதான் என்பது தெரியும்படி கற்பிக்கவேண்டும். தெரிந்த பிறகு எடுத்து வெளியே போடுவதை சொல்லிக் கொடுக்கவேண்டும்."

சுரேஷ் பேசும்போது அவன் பஃப் வடிவத்து முன் தலை முடியைக் கவனித்த எனக்கு, இவன் எங்களை இங்கே

104 விவேக் ஷான்பாக்

உட்காரவைத்து விட்டு உள்ளே கண்ணாடிமுன்னால் முடியை பஃப் செய்து கொள்வதில் மும்முரமாக இருந்தான் என்பது குத்திக் கிளரியது. நாங்கள் எதற்குவந்தது என்றும்கூட அவன் கேட்கவில்லை. ரேகாவின் விஷயத்தை முடிந்த அளவிற்கு தள்ளிப்போட அவன் முயற்சிப்பது தெரிந்தது.

"பாருங்கள் தியோகிரெட்டிக் ஸ்டேட்டில்..." சுரேஷ் புது விஷயத்தைத் தொடங்கியதும் குறுக்கேபேசி, கடுமையாகக் கேட்டேன். "சுரேஷ் நாடகம் போதும். நாங்கள் வந்திருப்பது எதற்கு என்று உனக்குத் தெரியும். ரேகா எங்கே இருக்கிறாள்?"

என் கேள்வியால் அவன் முகத்தின் மீது ஏற்பட்ட நுட்பமான மாற்றத்தைக் கவனித்தேன்.

"இந்தக் கேள்வியைக் கேட்பதற்கென்றே நீங்கள் படை யெடுத்து வந்திருக்கிறீர்கள். உண்மை சொல்லவேண்டு மென்றால் அவள் எங்கே இருக்கிறாள் தெரியாது." அவனிடம் சிறிதும் தயக்கம் இருக்கவில்லை.

"ஏ, என்னடா பேசற நீ? என்ன பண்ணின அவளை?" கத்திவிட்டேன். என் கை நடுங்கியது. என் அறிவில்லாமல் எழுந்து நின்றேன். "நட போலீஸ் ஸ்டேஷனுக்கு. சின்னப் பிள்ளைகளை கடத்தும் தொழில் செய்கிறான் தாயோலிப் பய. எங்க இருக்கான்னு மொதல்ல சொல்லு. தியோகிராட்டிக் ஸ்டேட்டாமா. செவிட்டில ரெண்டு விட்டா." கத்தும்போது கோபத்தால் உடல் முழுதும் நடுங்கியது. வாயிலிருந்து சொற்கள் சரியாக வரவில்லை.

எதிர்பாராமல் வெடித்த சண்டையால் கவிதா அதிர்ந்து போய் "அந்தண்ணா, அந்தண்ணா" என்று திக்கத் தொடங்கினாள்.

சுரேஷ் கலங்கவில்லை. "உக்காருங்க. கத்தவேண்டாம். சொன்னேனே. உண்மையாகவும் எனக்குத் தெரியாது. அவளை எதற்குக் கடத்தட்டும்? எங்கே போயிருந்தாலும் தன் விருப்பத்தோடு போயிருப்பாள். அவள் சின்னப் பிள்ளையல்ல. இருபது வயதுப் பெண். நீங்கள் போலீசுக்குப் போகலாம். ஒரு நாள் காத்திருப்பது நல்லது என்பது என் கருத்து."

"என்னங்க இதெல்லாம்" கவிதா முகத்தில் அதிர்ச்சி உணர்வை வெளிப்படுத்தி கணவனை பயத்துடன் பார்த்தாள். கடத்தல், போலீஸ் சொற்கள் அவளைக் கலங்கடித்திருந்தன. விருந்தாளிகளை உபசரிப்பதில் உற்சாகமாக இருந்தவளுக்கு இந்தத் திருப்பம் வியப்பான அதிர்ச்சியைக் கொடுத்திருந்தது.

சகீனாவின் முத்தம்

“பார் உன் வீட்டுக்காரரின் பிரதாபத்தை.” அந்தண்ணா கவிதாவைச் சீண்டினார்.

எங்கள் பதட்டத்தைப் பற்றி அக்கறையே இல்லாதவன் போல சுரேஷ் மிகவும் அமைதியாகப் பாடம் சொல்லிக் கொடுக்கும் தோரணைக்கு இறங்கியதைப் பார்த்து இவன் கைதேர்ந்த ஆள் என்பது உறுதியானது. ரேகா எங்கே இருக்கிறாள் என்பது அவனுக்குத் தெரியும் என்ற உணர்வுடன், அவள் பாதுகாப்பாக இருக்கிறாள் என்ற நினைப்பில் மனத்திற்குள் நிம்மதி தோன்றியது. மறுகணமே, அந்த நிம்மதியைக் கலங்கடிப்பது போல யூ ரிபோர்ட்டர் ரங்கண்ணாவின் நினைவானது. முந்தாநாள் அங்கிள்கள் வந்துபோன பிறகு ரங்கண்ணாவின் விவரங்களைத் தேடினேன். பெயர் ரங்கநாதன். வாரப்பத்திரிகையொன்றில் சாதாரண ரிப்போர்ட்டர் ஆக இருந்தவன். கதை கவிதைகளை எழுதிக்கொண்டிருந்தான். ஒருமுறை தலைமறைவாக இருந்த ரவுடிகளைப் பற்றி தொடர் கட்டுரை எழுதும்போது கிடைத்த தொடர்புகளால் அவன் வாழ்க்கை மாறிவிட்டது. எதை மூடிமறைத்து எதை எழுதினால் கஜானாவின் கதவு திறக்கும் என்ற அறிவு கிட்டியிருக்க வேண்டும். தன்னுடைய பத்திரிகையைத் தொடங்கி கன்மேன்களுக்கு நடுவே வாழும் உயரத்திற்கு வளர்ந்து விட்டான். பூர்வஜென்மத்தில் அவனுக்கும் சுரேஷுக்கும் தொடர்பு இருந்திருக்கலாமோ, அதை இப்போதும் அறிவிக்கிறானோ என்ற சந்தேகம் வந்துபோனது.

“என்ன பேசறேன்னு தெரியுமா?” இப்போது விஜி ஆரம்பித்தாள். அவள் முகத்தில் தெரிந்த தீவிரத்திற்கு சுரேஷ் அஞ்சினான்.

“உங்கள் ஆதங்கம் புரிகிறது. நான் சொல்வதை நீங்கள் நம்பிக்கையுடன் கேட்கவேண்டும். எனக்குத் தெரிந்ததை எல்லாம் சொல்கிறேன். முதலில் அமைதியாக கேட்கவும். நேற்று அந்தண்ணாவும் கேட்கப் பொறுமையில்லாமல் கத்தினார்.”

ரேகா யாருடனாவது ஓடிப்போயிருக்கலாமோ என்ற சந்தேகம் மூளைக்கு முதல்முறையாகத் தோன்றியது. “எங்கள் வீட்டில் அவளை சுதந்திரமாக வளர்த்திருக்கிறோம். எதையும் இல்லைஎன்று சொல்லாமல். யாரையாவது திருமணம் செய்துகொள்கிறேன் என்றாலும் சரி.”

நான் எதற்கு இந்தப் பேச்சை எடுத்தேன் என்று தெரிந்து விஜி, “நாங்கள் சாதியை எல்லாம் பார்ப்பவர்கள் அல்ல” என்றாள்.

“அய்யோ, அவள் அப்படி ஓடிப்போகிறவள் அல்ல. வேண்டியதை ராஜா ரோஷமா செய்பவள். அப்படியொன்றும் கிடையாது. கவலைப்படவேண்டாம்.”

ரேகாவை முழுமையாக அறிந்தவன் போல, அவளுக்கு அவன்தான் மிக நெருக்கமானவன் என்பதைப்போல பேசுவதைக் கேட்டு எரிச்சலானது.

“உன்னை நெருங்கவிட்டது தப்பானது. எங்கே வைக்க வேண்டுமோ அங்கே வைத்திருந்தால் நன்றாக இருந்திருக்கும்.” அந்தண்ணாவின் குரல் குத்துவதுபோல இருந்தது.

“அந்தண்ணா, நான் துரோகம் செய்கிறேன் என்று நினைக்க வேண்டாம்.”

“அவள் வந்தது என் வீட்டிற்கு. பொறுப்பு என்னுடையது. ஏதாவது ஏறக்குறைய ஆனால் உன் உயிரை எடுத்திடுவேன்.”

“மிரட்டறீங்களா என்னா?”

“மிரட்டல் அல்ல. செய்துகாட்டுவேன். உன்னை நம்பிக் கெட்டேன். விடுமுறைக்கு வந்த பெண்ணை பாழடிச்சுப் போட்டே.” கோபம் வந்தால் அந்தண்ணா முன்னும் பின்னும் பார்ப்பவரல்ல.

தோசை தீய்ந்துபோய் புகைந்தது. கவிதா ஓடிப்போய் அடுப்பிலிருந்து தோசைக் கல்லை எடுத்து வைத்தாள்.

“அவளை கடைசியாகப் பார்த்தவன் நீதான். இப்போ போலீஸ் ஸ்டேஷனுக்கு நட. இனி பொறுத்திருக்க முடியாது.” உறுதியாக, கடுசாகச் சொன்னேன்.

“போகலாம். எங்கே வேண்டுமென்றாலும் வருகிறேன். முதலில் விஷயத்தைக் கேட்கவும். பிறகு நீங்கள் முடிவெடுங்கள்.” சுரேஷ் கோப்பையை எடுத்து அப்போதே ஆறிப்போயிருந்த தேநீரைப் பருகினான். அவசரம் காட்டாத அவன் முகபாவங்களால் எங்கள் பொறுமை சோதிக்கப்பட்டது.

“உங்களுக்குத் தெரியுமோ இல்லை தெரியாதோ அவளுக்கு பத்திரிகையாளராக வேண்டுமென்ற ஆசை. எத்தனை முறை எங்கள் அலுவலகத்திற்கு வந்திருக்கிறாள். ஏதாவது சாகசச் செய்தியின் வாய்ப்புக் கிடைக்க வேண்டும் என்பாள். ஆரம்பத்தில் எனக்கு நம்பிக்கை இருக்கவில்லை. ஆனால் அவள் துடிப்பைக் கண்டு சரி என்றேன். அவள் கொண்டுவரும் செய்தி வெடியாக

இருக்கும். வியப்பானதாக இருக்கும் என்பதுஎன்எண்ணம். பாருங்கள் எப்படி பேரும்புகழும் அடைவாள் என்று. பயப்பட வேண்டாம் இன்று மாலைக்குள் வந்துவிடுவாள்."

"கதை அளந்தது போதும், எங்கே அனுப்பி இருக்கிறாய் அவளை?" விஜியின் குரல் இப்போது நடுங்கியது.

"எப்படி சொல்வது? ஒரு கட்டத்திற்குப் பிறகு இடத்தைப் பற்றிய உறுதியான செய்தி என்னிடமும் இல்லை. இவை எல்லாம் நம்பிக்கையின் பேரில் நடப்பவை. இன்று திரும்பி வருவது உறுதி."

"என்ன செய்தி என்று தெளிவாகச் சொல்"

"தயவு செய்து அவள் வரும் வரை வரை பொறுங்கள். அவள் விருப்பத்திற்கு மாறாக எதையும் செய்யவில்லை."

அவன் பேச்சைக் கேட்டு என் கைகால்கள் தளர்ந்து போயின. இவன் இரகசியமாக இருப்பதைப் பார்த்தால் ஏதோ நக்சல் கேம்ப்பிற்கு அனுப்பியிருக்கும் சாத்தியக்கூறுகளை விட்டால் எனக்கு எதுவும் தோன்றவில்லை. வரும்போது அந்தண்ணா அந்த அதே வார்த்தையைச் சொன்னது மனத்தில் அலைபாய்ந்து கொண்டிருந்தது.

"'சாகசம் பாழாப் போகட்டும். அத்தனை சின்னப் பொண்ணை அபாயத்தில் தள்ள எப்படி மனம் வந்தது? குழந்தை தலைக்குள் எதெதையெல்லாம் நிரப்பியிருக் கிறாயோ கடவுளுக்கே வெளிச்சம். அவளுக்கு கன்னடத்தில் நான்கு வரி எழுதத் தெரியாது." விஜி தழுதழுத்தாள்.

"அவளுக்கு என்றாவது தீங்கு செய்வேனா? கவிதாவையே வேண்டுமென்றால் கேளுங்கள். எந்தமொழியில் எழுதினாலும் கன்னடத்தில் மாற்றிப்போடுவேன்." தன் ஊக்கம் அவள் அதிர்ஷ்டம் என்பதைப்போல சுரேஷ் பேசத்தொடங்கினான். தன்னையும் இதில் இழுத்ததால் கவிதா வெகுளியைப்போல ஆமா ஆமா என்று தலையசைக்கத் தொடங்கினாள்.

ரேகா இவன் காதல்வலையில் சிக்கிக்கொள்ளவில்லை தானே என்று ஒருநொடி சந்தேகமானது. இருபது வயதின், புரட்சிக்குத்துடிக்கும் பெண். நாளைய உலகை மாற்றிவிடுவேன் என்று கிளர்ச்சியாகப் பேசக்கூடிய ஆண். சுரேஷின் அடிப்படை இலட்சணங்களை நுட்பமாகக் கவனித்தேன். கவர்ச்சிக்கு எந்தத் தர்க்கமும், காரணங்களின் தயவும் தேவைஇல்லை தானே என்று தோன்றி தலையிலிருந்து அப்படிப்பட்ட சிந்தனைகளை விலக்கிவைக்க முயன்றேன்.

“உன் மூணு காசுப் பேப்பரிலே அவள் புகழடையத் தேவை இல்லைடா. அதில வர்றது எல்லாம் அவங்க இவங்க வீட்டை ஓழிக்கிற செய்தி” அந்தண்ணா சீறத்தொடங்கினார்.

“என்ன நினைத்தீர்கள்? தவறான செயல்களை எல்லாம் தெருவுக்கு கொண்டுவந்திருக்கிறேன். எங்கள் செய்திகள் வாட்ஸப்பில் எவ்வளவு வைரல் தெரியுமா? நூற்றுக் கணக்கோர் வாசித்து ஃபோன் செய்வார்கள். துர்நாற்றம் வேகமாகப் பரவும். மற்றும் அது வெகுவிரைவில் மூக்கைவிட்டு வெளியேறாது.”

“அவள் திரும்பி வரட்டும். பிறகு இங்கே சத்தியமாக அனுப்பமாட்டேன்.” விஜி மிகவும் உறுதியாகச் சொன்னாள்.

அந்தண்ணா கடுமையாகக் கேட்டார். “எங்கே இருக்கிறாள் என்று இப்போதே சொல். போய் அழைத்து வருகிறோம்.”

“சொன்னேன்தானே அந்தண்ணா. இன்று மாலை வந்துவிடுவாள்.”

இவை எதுவும் தெரியாமல், தன் முன்னாலேயே நடக்கிறது என்பதை நம்பமுடியாதவளாக வாயடைத்துப் போன கவிதா பேசும்போது தடுமாறினாள். “என்னங்க இதெல்லாம். என்ன தெரியுமோ அதை சொல்லிடுங்க.”

“நீ குறுக்கே வரவேண்டாம். தெரிந்தால் சொல்ல மாட்டேனா?” சுரேஷ் மிரட்டி அவளை வெறித்துப் பார்த்தான்.

“எங்கே இருக்கிறாள் தெரியாது என்று சொல்பவன் இன்று வந்துவிடுவாள் என்று அவ்வளவு உறுதியாக எப்படிச் சொல்கிறாய்?” புதிய பிடியைப் போட்டேன்.

“எனக்கு அவளை நன்றாகத் தெரியும். போன வேலையை முடித்துவிட்டு வருவாள். மிகவும் துணிச்சல்காரி.”

அவள் தனக்கு நெருக்கமானவள் என்ற அவன் குரல் எனக்கு சுத்தமாகப் பிடிக்கவில்லை. “அதுவரை நான் காத்திருப்பேன். மாலைக்குள் அவள் இங்கேஇல்லை என்றால் போலீசுக்குப் போவேன், உன்னையும் இழுத்துக்கொண்டு.”

புறப்பட எழுந்தேன். எல்லோரும் கை அலம்ப குளியலறைப் பக்கமாகப் போனோம்.

“இங்கேவந்து கை அலம்புங்கள். இங்கேஒரு பேசின் போட்டிருக்கிறோம்” கவிதா எங்களை சமையலறைப் பின் வாசலுக்கு அழைத்துப் போனாள். அவள் இன்னும் முழுதாக

சுதாரித்துக் கொண்டிருக்கவில்லை. அங்கே இருந்த வாஷ்பேசினில் வரிசையாக ஒருவருக்குப்பின் ஒருவர் கை அலம்பி கூடத்திற்கு வந்தோம். கை துடைக்க துண்டைக்கொடுப்பதை கவிதா மறக்கவில்லை.

இனி அங்கே இருப்பது அசிங்கம் என்று தோன்றியது.

"உன் மீது ஒரு கண் வைத்திருப்பேன். மாலைக்குள் தப்பித்துக் கொண்டு போய்விடலாம் என்று நினைக்கவேண்டாம்." அந்தண்ணா கண்ணை அகல விரித்துக் கொண்டே சொன்னார்.

"என்ன தப்பு செய்தேன் என்று ஓடிப்போக வேண்டும்? உங்களுக்கு இவை எல்லாம் புரியாது."

"உங்களைப் போல அதி புத்திசாலிகளின்வேலை. சரியாகவே புரிந்திருக்கிறது. தலைமறைவானவர்கள் செயல்கள் வெளியே வரட்டும். மக்களுக்கு தெரியட்டும்."

"தலைமறைவு? ஹ... அது உங்களுக்கு ஒரு வெறும்சொல். அவ்வளவுதான். அநீதிக்கு எதிரா நிற்கர மக்கள் இன்னும் இருக்காங்க. மத்தவங்க விஷயத்திலே நான் எதுக்கு மூக்கை நுழைக்கிறேன்னு தோணலாம். தேவைப்பட்டால் நான் மூக்கை நுழைப்பவன் தான். நீங்கள் என்ன நினைச்சாலும் சரி."

"இந்த சொற்பொழிவு உன் பத்திரிகையில் இருக்கட்டும். ரேகா எங்கே இருக்கிறாள் சொல்." விஜி வற்புறுத்தினாள்.

அவன் பதில் சொல்லவில்லை.

எல்லோரும் வெளியே வந்தோம். கூடத்தில் நின்று கொண்டு அந்தண்ணா மறுபடியும் சொன்னார். "உண்மையைச் சொல். எத்தனை நாட்களாக அவளைப் பயன்படுத்திக் கொண்டிருக்கிறாய்.?"

"நீங்கள் நூறுமுறை கேட்டாலும் எனக்குத் தெரிந்ததை மட்டுமே சொல்ல முடியும்."

"நீங்கள் இதில் எல்லாம் பழகிப்போனவர்கள். போலீஸ் இண்டராகேஷனுக்கே வாய் திறக்காதவர்கள், நாங்கள் இப்படி நல்லவர்களாக இருந்தால் சொல்வீர்கள் என்று எனக்குத் தோன்றுவதில்லை." நான் சீண்டினேன்.

"கழுதைக்கு உதை விழவேண்டும். சரியா நாலுசனங்க படிக்காத பேப்பர் உலகப் புகழ்வாய்ந்தது என்று நினைக்கிறான்." அந்தண்ணா மேலும் கடுமையானார்.

சுரேஷ் கோபப்படவில்லை. பேச்சில் சமநிலையை இழந்து விடவில்லை. பதிலுக்கு ரேகாவைப் புகழ்ந்தான். "ரேகா அதிசயமான பெண். இந்தக் காலத்தில் பண ஆசையை விட்டு விட்டு சமூகம், உறவு, அரசியல் பற்றி மாறுபட்டுச் சிந்திக்கிறாள் என்று பெருமைப்படவேண்டும். அது பரம்பரையாக இருப்பது போலத் தோன்றுகிறது. அவள் போஸ்ட்களைப் பார்க்க வேண்டும் நீங்கள். மிகவும் துணிச்சல்காரி. பிறகு, என் பத்திரிகையால் நான்கு பேருக்கு நல்லதானாலே போதும்."

பரம்பரை என்றவுடன் அந்தண்ணாவுக்கு கோபம் தலைக்கு ஏறியது. "இதுவரை பார்த்தது ஒரேஒரு கெட்டவிதை. அதுவும் குடும்பத்திற்கு சேர்ந்ததல்ல. சரியாகத் தெரியாமல் குடும்பத்தை தெருவுக்கு இழுக்கவேண்டாம்."

"எங்க இருந்து பாக்கறோம் என்பதைப் பொறுத்து அதெல்லாம் இருக்கும் அந்தண்ணா. யாரோ செய்த அநீதியை சரிப்படுத்துவது நம் பொருப்புன்னு தவிக்கிறவங்களும் இருப்பாங்க. சொந்த குடும்பத்துக்காரங்க கையில சிரட்டை கொடுக்கத் தயங்காதவங்களும் இருப்பாங்க."

அந்தண்ணா மேலும் சீறினார். சூட்சுமமாகப் பேசாத. என் வம்புக்கு வந்தா எந்தத் தாயோளியையும் சும்மா விடறவனல்ல.'

விஜி, "உன் மனைவியையே அனுப்பி இருக்கலாமே. மந்தை மாட்டை தானம்செய்வது எளிது" என்றாள்.

"ஆட்டத்திற்கு தகுந்த வேடம். இரதத்திற்கு தகுந்த குதிரை வேண்டுமல்லவா." சுரேஷ் கொஞ்சம் குனிந்து கிசுகிசுத்தான்.

புறப்படும்போது ரகளைவேண்டாம் என்று மிகவும் பொறுமையாக நடந்துகொண்டேன். அரசியல், துணிச்சலான சொற்கள் என்னை ஆதங்கப் படவைத்தன. "மாறுபட்ட சிந்தனை" என்றால்?"

"இப்போது அதற்கு நேரமில்லை விடுங்கள். இன்று அரசியல் கால்வைக்காத இடம் உண்டா? இந்த பாழாய்ப்போன அடுக்களைக்கும் வந்துவிட்டது. என் சொந்த அக்கா, கணவனின் பக்தியின் உன்மத்தத்தைத் தாங்கிக் கொள்ள முடியாமல் அவனை விட்டுவிடத் தயாராக இருக்கிறாள். தினமும் ஃபோனில் வந்து விழும் குப்பையைத் தெரிவுசெய்து படித்துச்சொல்லி இதற்கு உன் தம்பி என்ன சொல்கிறான் என்று கிண்டல் செய்கிறானாம்."

ஒவ்வொரு முறையும் அவன் பேச்சைத் தொடங்கும் போது நான் சகித்துக்கொள்ள முடியாத எதையோ சொல்கிறான் என்ற ஆதங்கத்தால் மூச்சுத் திணறியது போலாகும். இனி இது

போதுமென்று புறப்பட்டேன். "மற்றொருமுறை சொல்கிறேன். மாலைவரை நேரமிருக்கிறது. பிறகு முதல் குற்றவாளி நீதான்."

சுரேஷ் வீட்டிலிருந்து புறப்பட்டு பத்து நிமிடப் பாதையை கடப்பதற்குள் எல்லோருக்கும் அலுத்துவிட்டது. அந்தண்ணா குற்றம்சாட்டத் தொடங்கினார். "பத்தண்ணா படுசோம்பேறி. ஆகாயமே விழுந்தாலும் பத்துமணி ஆனாலும் ரிக்ஷாவை வெளியே எடுக்கமாட்டான். தனக்கு அலுவலகவேலை என்று நினைக்கிறான். ஊருக்கு இன்னொரு ரிக்ஷா வரும்வரை இவன் அதிகாரம் நடக்கும். பிறகு யார் கேட்பார்கள்? சுரேஷ் போன்றவர்களின் ஊக்கம் இவர்களுக்கு. மக்களுக்கு சிரமம் கொடுப்பது தான் அவன் அரசியல்."

அந்தண்ணாவின் கோபம் தணியவில்லை. "இவனென்ன உலகத்தை மாத்தறது? பஃப் எடுத்துச்சீவ அரைமணி நேரம் தேவை அவனுக்கு. வெறும் புருடா."

பிறகு அதிகம் பேசாமல் பாதையைக் கடந்தோம். வீட்டு கேட்டைத் தாண்டும் போது, அருகே இருந்த தூண் மீது எழுதி இருந்ததை கவனிக்காமல் இருக்க முடியவில்லை.

வீட்டிற்குள் கலெடுத்து வைத்தவுடன் பாயக்கா "எல்லோருக்கும் காப்பி போடவா?" என்று உள்ளே இருந்தே கேட்டாள்.

"இளநீர் கொடுத்திருப்பேன். இப்போது எந்த ஆட்களும் இல்லை. ஆயு வரட்டும், பறித்துக்கொடுக்கிறேன்." என்ற அந்தண்ணாவை நான் வேண்டாம் என்று சொல்லவில்லை.

இது காதில்விழுந்து, பாயக்கா அங்கே இருந்தே உரக்கக் கத்தினாள். "ஆயு வரமாட்டானாம். அவன் மனைவி வந்திருக்கிறாள். பின்கட்டில் இருக்கிறாள்."

ஆயுவின் மனைவி பின்கட்டிலிருந்து முன்னால் கூடத்திற்கு வந்து மூலையில் நின்றாள். அந்தண்ணா அந்தப்பக்கம் போனதும் எதையோ முணுமுணுத்தாள். அது அவருக்கு மட்டும் புரியும்மொழியில் இருந்தது. பிறகு அவருடைய கூச்சல்தான். "மொதல்லேயே வந்ததா? சொல்லி அனுப்பியபிறகு காய்ச்சல் வந்ததா? முன்னைப்போல இருந்தா நானே ஏறியிறுப்பேன். வீட்டுக்குப் பக்கத்தில ஹொன்னப்பா இருக்கானே, அவனை யாவது வரச்சொல். அப்பப்பா உங்க நாடகத்துக்கு விருது கொடுக்கலாம்." அவள் அன்னிய மனத்துடன் வேண்டா வெறுப்பாகக் கேட்டுக் கொண்டிருந்தாள். இவற்றை எல்லாம் அவளுக்குக் கேட்டுக் கேட்டு பழக்கமாகி இருக்க வேண்டும்.

விவேக் ஷான்பாக்

அந்தண்ணாவின் வார்த்தை வெள்ளம் நின்றபிறகு "வர்றேன்" என்றவள் நிர்விகாரமாகப் போய்விட்டாள். "ஹொன்னப்பாவை அனுப்பி வை" உரக்கக்கூவி அந்தண்ணா கூடத்திற்கு வந்தார். "அய்யோ விடு. எனக்கு இளநீர் வேண்டாம்" என்றேன். "உனக்கு மட்டுமல்லடா. ரேகா வருவாள்தானே. அவளுக்கும் பிடிக்கும். வீட்டில் ஒன்றும் இல்லை. பார்த்த தானே கிராமத்து சொர்க்கத்தில் ஆட்களுடன் போராடும் சுகத்தை. மொத மொதல்ல அவங்களை மேளதாளத்துடன் அழைத்து வரவேண்டும். வந்த பிறகு அவர்கள் வேலைசெய்ய விரும்பவேண்டும். நான் ஏதாவது அவர்களைத் திட்டுவது காதில்விழுந்தால் உன் மகள் என்னையே குற்றம் சொல்கிறாள். ஊர் நியாயம் பண்ணி இங்கே வாழ முடியுமா? எனக்குத் தெரிந்தது இந்த ஒரு வழிதான். பொறுப்பு உன் தலைக்கு வரும்போது விருப்பம் போல நடக்கச் சொல்லி இருக்கிறேன். திட்டாமல் யாரிடமிருந்தாவது வேலை வாங்க முடியுமா சொல்? நான் திட்டியது போலவும் இருக்க வேண்டும். அவர்கள் வேலை செய்தது போலவும் இருக்க வேண்டும்."

அந்தண்ணாவுக்கு சொல்ல நூறு புகார்கள் இருந்தன. "அங்கே சுரேஷ் வீட்டில் சரிப்படாது என்று பேசவில்லை. அவர் முதலில் கெடுப்பது ஆயுவைப் போன்றவர்களை. தோட்டம் வயல் வேலைகளைச் செய்யாவிட்டால் இப்படிப்பட்டவர்களுக்கு வேறு என்ன இருக்கிறது? இவர்களுக்குப் பணம் குறைவாகக் கொடுக்கிறேனா என்ன? பத்தவைத்து குளிர்காய்வதுதான் அவன் வேலை. கோஷம்போடத் தொண்டர்கள் இருந்தால் எலியும் புலிபோல ஆடும்."

தன்னுடைய சிந்தனையில் மூழ்கிப்போன விஜி காப்பி குடித்த கோப்பையை கையில் வைத்துக்கொண்டு சும்மா உட்கார்ந்திருந்தாள். சிறிது நேரத்திற்குப் பிறகு அந்தண்ணா இருவரையும் குறித்து, ஆனால் யாரையும் கூர்ந்து பார்க்காமல் அறிவுரைத் தோரணையில் சொன்னார். "நாம் எல்லாவற்றிற்கும் பயப்படுவோம் என்பதல்ல. குறைந்த மக்களுக்கு தெரிந்திருக்கும் வரை சமாளிப்பது எளிது. எதையும் உலகத்திற்கு டமாரமடித்துச் சொல்ல வேண்டியதில்லை. பெண்கள் விஷயத்தில் அமைதியாக இருக்கும்வரை நமக்கு நல்லது."

விஜி முகத்தை இறுக்கிக்கொண்டு அறைக்குப் போனாள். நான் சும்மா இருந்தேன். பிரசங்கம் ஒருமுடிவிற்கு வந்தது என்பதைப்போல அந்தண்ணா பின்கட்டுப் பக்கம் நடந்தார்.

★

6

சாப்பிட்ட பிறகு உட்கார்ந்த இடத்திலேயே கண் சொக்கியது. விஜியின் கண்களும் பாரமாக இருந்தன. இங்கே வந்த போதெல்லாம் கூடத்திற்கு ஒட்டி இருக்கும் அறையைப் பயன்படுத்துவோம். அங்கே கொஞ்சம் கண்ணயரலாம் என்று போனேன். கட்டிலை ஏறி தலையணை மீது தலைவைத்ததும் அங்கே படர்ந்திருந்த ரேகாவின் பரிச்சயமான பரிமளத்தை அடையாளம் கண்டேன். அவளும் இங்கேதான் படுத்திருக்க வேண்டும். கண் மூட என்ன முயன்றாலும் தூக்கம் நெருங்கவில்லை.

எனக்குத் தூக்கம் வரவில்லை என்பது தெரிந்து விஜி சொன்னாள். "இன்று வருவாள் என்ற சுரேஷின் பேச்சை நம்பி செய்யவேண்டிய எதையோ நாம் செய்யவில்லை என்று நினைக்கிறேன்."

"மாலைவரை காத்திருக்கலாம். பிறகு அவனுக்கு இருக்கிறது கருமாதி."

இருவரும் பிறகு பேசவில்லை.

எனக்கு சிறிதாக தூக்கக் கலக்க அறிகுறிகள் தெரிந்தன. அலுப்பால் உடல் சோர்ந்திருந்தது. ஏதேதோ சங்கதிகள் மனத்தில் வந்துபோயின. கோஷம் போடும் தொண்டர்களைக் குறித்து அந்தண்ணா சொன்ன வார்த்தைகளும் கூட.

ஒரேஒருமுறை எனக்குத் தொண்டர்களின் கோஷத்துப் போதை அனுபவத்திற்கு வந்திருந்தது. கல்லூரியில் இருந்தபோது பரீட்சைகளைத் தள்ளிப்போட வேண்டுமென்றும், ஹாஸ்டல் ஏற்பாடுகளை மேம்படுத்த வேண்டுமென்றும் மாணவர்கள் எல்லாம் ஸ்ட்ரைக் செய்தார்கள். வகுப்புகளைப் புறக்கணித்து ஊர்வலம் போனார்கள். கூட்டத்தில் நடந்துகொண்டிருக்க அது எப்படியோ முன் வரிசைக்கு வந்து சேர்ந்த என்

கைக்கு முன்னணியில் ஒழிக என்று கூவிக்கொண்டிருந்தவன் ஹேண்ட்மைக்கைத் திணித்துவிட்டான். வேண்டாம் வேண்டாம் என்று நிராகரித்ததற்கு “ஐந்து நிமிடம் அவ்வளவுதான். எனக்கு தொண்டை வரண்டு போயிருக்கிறது” என்ற வற்புறுத்தலுக்கு ஒத்துக்கொள்ள வேண்டியதானது. அவன் சொல்லிக்கொடுத்தது போல “நம்நடை நீதியின் பாதையில்” என்ற முதல்கோஷத்தைக் கூவத்தயாரானேன். தொண்டையில் அவ்வளவு தம் இருக்கவில்லை. “நம் நடை” என்ற முதல் இரண்டு சொற்களைக் கூவியவுடன் பின்னால் கூட்டம் “நீதியின் பாதையில்” என்று ஒக்குரலில் தொனி சேர்த்தது. நூற்றுக் கணக்கான குரல்களிலிருந்து ஒரேநேரத்தில் எழுந்த அதிர்வால் உடல் புல்லரித்தது. தொண்டர்கள் இருக்கிறார்கள் என்ற அறிவு மூண்டு, இரண்டாம் கோஷத்தின் தருணம் தொனிக்கு ஒரு இறுமாப்பு வந்திருந்தது. “வேண்டும், வேண்டும்” என்ற கூவலுக்கு “நீதி வேண்டும்” என்று பதில்வந்தபோது மேலும் உற்சாகம் கூடியது. அருகில் நடந்துகொண்டிருந்தவன் புதுக் கோஷங்களைச் சொல்லிக்கொடுத்தான். ஹேண்ட்மைக்கை அசைத்துக் கொண்டே முன்னால் நடந்தேன். “ஒன்று இரண்டு மூன்று நான்கு. புதிய வார்டன் வேண்டும்” என் தாளத்திற்கு ஆடும் மக்கள் கூட்டத்தால் முழுமையாகப் போதை ஏறிவிட்டது. என் வலுவை சோதிப்பது போல வரிசையை மாற்றினேன். கூட்டம் சரியாகவே மறுமொழிந்தது. பத்து நிமிடத்திற்குப் பிறகு என்னிடமிருந்து மைக்கை வாங்க மற்றொருவன் வந்தான். விட்டுக்கொடுக்கும் மனம் வரவில்லை. “பொறு, கொடுக்கிறேன்” என்று சொல்லிக் கொண்டே மீள இரண்டுமுறை கூவினேன்.

விஜி தூக்கத்தில் கனமாக மூச்சுவிடத் தொடங்கினாள். அறையின் பாதி திறந்திருந்த கதவு வழியாகக் கூடமும், கூடத்துக் கதவுக்கு வெளியே இருந்த முற்றமும் தெரிந்தது. வெளியே வெயிலில் அசையாத செடி மரங்கள் ஓவியத்தில் இருப்பதுபோலத் தோன்றின. சைக்கிளில் வந்த தபால்காரர் திண்ணை மீதிருந்த அந்தண்ணாவுக்குக் கடிதம் ஒன்றைக் கொடுத்தான். திறந்து, கண்ணை ஓடவிட்டு “எங்கள் சொசைட்டி நோட்டீஸ்” என்று தனக்குத்தானே சொல்லிக்கொண்டு, செவிட்டுத் தபால்காரருடன் குரலை உயர்த்தி நலம் விசாரித்து விட்டு, அந்தண்ணா கூடத்திற்கு வந்து, கதவருகே இருந்த கம்பியில் கடிதத்தைக் குத்தி, கம்பியின் கொக்கியை மீள ஆணியில் சிக்க வைத்தார்.

சுமார் இரண்டரை அடி உயரமிருக்கும் அந்த தடித்த கம்பிக்கு என்னைவிட அதிக வயது. அதன் ஒரு நுனியில் குத்திய காகிதங்கள் விழாமல் பிடித்துக்கொள்ள உள்ளங்கைஅகல விட்ட வடிவத்தில் வட்ட மரத்துண்டு. மற்றொரு பக்க நுனி கொக்கிவடிவத்தில் வளைந்து ஆணியிலோ, கூரையிலோ மாட்டிவிட வசதியாக

இருக்கும். காகிதங்களைக் குத்தி வைக்க எளிதாக இருக்க கொக்கியின் நுனி ஆணியைப்போல கூர்மையாக இருக்கும். கழுத்துவரை காகிதங்கள் இருந்தாலும் அந்த சுமையைத் தாங்கிக்கொள்ளும் அளவு தடிமனான கம்பி அது.

இப்போது வீட்டில் யாரும் நினைத்துப் பார்க்க விரும்பாத ரமணனின் கடிதங்கள் ஒரு காலத்தில் இதே கம்பியில் வயிறைக் குத்திக்கொண்டு தொங்கிக் கொண்டிருந்தன.

அவன் காலத்தில் படிக்கவென்று பட்டணம் போன வெகுசிலரில் ரமணனும் ஒருவன். என் அப்பாவாகட்டும் அந்தண்ணாவாகட்டும் பத்தாவது வகுப்பைத் தாண்டி முன்னால் போனவர்கள் அல்ல. ரமணன் பிடிவாதமாக பரீட்சைகளில் தேர்வடைந்து பெங்களூர் சேர்ந்தான். அங்கே இருந்து ஹைதராபாதுக்கு, பிறகு வாரங்கல் போனான். என் அம்மாவுக்கு அடிக்கடி கடிதம் எழுதுவான் என்பதைத் தவிர அவன் தொடர்பு குறைந்தது. அவன் என்ன உத்தியோகம் செய்துகொண்டிருந்தான் என்பது யாருக்கும் சரியாகத் தெரியாது. பணத்திற்கான தேவையை முன்வைக்கக்காமல் இருப்பதால் தன் கால் மீது நின்றிருக்கிறான் என்று எண்ணினார்கள்.

நினைவில் எவ்வளவு பின்நோக்கிப் போனாலும் ரமணன் எப்போதாவது ஒருமுறை விடுமுறையில் ஊருக்கு வரும் காட்சியே எனக்குள் தோன்றுவது. அந்தண்ணாவைப் போலவே ரமணனையும் அண்ணா என்று அழைக்கப் போய், ரமணண்ணா என்பதற்கு நாக்குத் திரும்பாமல், கடைசியாக ரமணா என்பதில் வந்துநின்றது. அதனால் என்னைவிட மூத்தவன் ஆனாலும் ரமணனைப் பெயர் சொல்லி அழைப்பது பழக்கமானது. அம்மா ஓரிரு முறை "ரமண மாமா" என்று குறிப்பிட்டிருந்தாள். அப்போதே திருத்திக்கொள்ளும் கட்டம் தாண்டி இருந்தது. ரமணனுக்கு அது எந்த மாற்றத்தையும் ஏற்படுத்தியதுபோல இருக்கவில்லை.

ரமணனின் மனத்திற்கு ஊரின் மீது நாட்டமில்லை என்பதும், திரும்பிப்போவதையே எதிர்பார்த்துக் கொண்டிருக்கிறான் என்பதும் அவனுடைய ஒவ்வொரு சந்திப்பிலும் கண்ணுக்குத் தெளிவாகத்தெரியும். எல்லோருடன் நட்பாக இருந்தாலும் யாருடனும் அதிக சலுகை காட்டியவனல்ல. சில சமயம் தோட்ட வேலைக்காரன் ஆயுவுடன் பேசிக்கொண்டு கிணற்றுக்கட்டு மீது உட்கார்ந்திருப்பான். "அவன் என்ன சொன்னான்டா உனக்கு?" என்று ஒருமுறை அந்தண்ணா ஆயுவைத் தனியாக அழைத்து விசாரித்தது நினைவிருக்கிறது. யாரும் தலையைக் கெடுத்துக் கொள்ளாத சின்னச் சின்ன சங்கதிகளில் ரமணனுக்குத் தப்புத்

தெரியும். வீட்டு ஆட்களுக்கு தேநீர் கொடுக்கும் கோப்பையிலிருந்து, அவர்களுக்குக் கொடுக்கும் ஊதியம்வரை. பள்ளிக்குக் கொடுக்கும் நன்கொடையிலிருந்து தோட்டத்திற்குப்போடும் உரம்வரை எல்லாவற்றிலும் ஏதோ ஊனம் பார்ப்பான். வீட்டிற்கு வந்த இரண்டுமூன்று நாட்களில் அவை எல்லாம் ஆரம்பமாகும். ரமணனின் கருத்துகளை ஏற்காத அப்பாவும் அந்தண்ணாவும் வாதம் செய்யாமல், "அவனுக்கு என்ன தெரியும்", "பட்டணம் போல அல்ல இங்கே" போன்றவைகளை அவன் முதுகுக்குப் பின்னால் சொல்லி தங்கள் பொருமையின்மையை வெளிப்படுத்துவார்கள். பொறுமை இழந்த ஆவேசமான பேச்சுகள் அவனுக்குச் சேரவேண்டிய தோட்டத்தின் பக்கம் திரும்பும் அபாயத்தை உணர்ந்தவர்கள் போல ரமணனுடன் நேரடியான மோதலுக்கு இறங்குவதில்லை. ஆனால் அவர்கள் இருவரும் அவன் திரும்பிப் போவதையே காத்துக் கொண்டிருப்பார்கள் என்று எனக்குத் தோன்றும்.

ரமணன் வர வாரமிருக்கும் போது வீட்டிற்குள் அதிசயமான அழுத்தம் உருவாகும். "இந்தத் தடவையாவது முடிவான தீர்மானம் ஏற்படட்டும்" என்ற அம்மாவின் பேச்சு பலமுறை காதில் விழுந்தது நினைவிருக்கிறது. ரமணன் அதைப்பற்றி பேசியது எனக்கு என்றும் நினைவில்லை.

அவன் வந்தான் என்றால் அவனை தாலூக்கா அலுவலகத் திற்கு அழைத்துப் போய் ஏதாவது வேலையைச் செய்து கொள்ளவதற்கு மக்கள் வீட்டிற்கு வருவார்கள். அவனைப்போல சட்டம் பேசி அரசாங்க அதிகாரிகளை வழிக்குக் கொண்டு வர வேறு யாராலும் முடியாது என்று மக்கள் பாராட்டுவார்கள்.

"புதிரான பையன். அவன் என்ன என்பதே புரிவதில்லை. சின்னச் சின்ன விஷயங்களுக்கும் தலையைக் கெடுத்துக் கொள்வான். போர்டில் எழுதும் தேதியிலும் தவறு இருக்கக் கூடாது. தானே ஆசிரியர்போல நடந்துகொள்வான். எல்லாவற்றையும் பூதக்கண்ணாடியில் பார்த்தால் வாழமுடியுமா" தலைமை ஆசிரியர்அனுமந்த ராயர் ரமணனின் பேச்சு வரும் போதெல்லாம் பாதிப் பெருமையுடனும், பாதி புகார் தொனியிலும் சொல்வார்.

ரமணனிடம் உண்மையாகவும் அணுக்கமாக இருந்தவள் என்றால் என் அம்மா. அன்பு, பொறுப்பு, கடமை ஒன்றுக்குள் ஒன்றாகப் பிணைந்து பிறந்த உறவு அது. அவன் வரும்போது அவனுக்குப் பிடித்தமான மோர் தோசை செய்வாள். அப்பளத்தின் பச்சைமாவைத் தின்பது அவனுக்கு விருப்பமென்று ஒருமுறை கோடைக்காலம் முழுதும் அவன் வரும்வரை அப்பளம் செய்யாமல் காத்திருந்தாள்.

என்பால்யத்தில் ரமணன் வந்தால் எனக்கும் கொண்டாட்டம்தான். ஏதாவது புதிதாகச் சொல்வான். அவனுடன் இருப்பது அதிக மகிழ்ச்சி. நான் பிறப்பதற்கு முன்பே மனிதர்கள் நிலா மீது கால் வைத்தார்கள் என்று அவன் வர்ணிக்கும் தோரணை எவ்வளவு ரோமாஞ்சனமாக இருந்தது என்றால், பிறகு எப்போதோ அதைப்பற்றிய சினிமாவைப் பார்த்தபோது அது சப்பையாகத் தெரிந்தது. நான் வளரவளர முன்பிருந்த ஆகர்ஷனம் குறைந்து கொண்டே போனது. ரமணன் சொல்லும் செய்திகளும் கதைகளும் மாறத்தொடங்கின. சில நேரம் அவன் செயல் புரியாது. நான் ஒன்பதாம்வகுப்புப் படிக்கும்போது கணித நோட் புத்தகத்தின் முதல் பக்கத்தின் மேல் பகுதியில் ஸ்ரீ என்று எழுதியதை கவனித்து "இதன் பொருள் என்ன?" என்று கேட்டான். அது தொரவே ஆசிரியர் உத்தரவின்படி எழுதியது என்று தெரிந்தபோது கோபப்பட்டான். ஆசிரியர் ஸ்ரீ என்று எழுதி அதன் இரண்டு பக்கங்களிலும் இரண்டு உயரமான கோடுகளைப் போடச் சொல்லி இருந்தார். அது எல்லாவற்றையும் நன்மையில் முடிக்கும் என்ற நம்பிக்கையை கொடுத்திருந்தார். "பிள்ளைகள் தலையில் இதுபோல மூடநம்பிக்கைகளை வளர்ப்பவர் என்ன கணிதத்தை சொல்லிக்கொடுப்பார்?" என்று சிடுசிடுத்தான்.

மறுநாள் பள்ளிக்குப்போய் தலைமை ஆசிரியரிடம் சண்டை போட்டான். பிறகு மென்மையான இயல்பு கொண்ட தொரவே ஆசிரியர் வகுப்பில் என்பக்கம் பார்ப்பதையே நிறுத்தி விட்டார்.

ஊரை விட்டதும் ரமணனின் தொடர்பே முழுமையாக விட்டுப் போனது. இரண்டு மாதத்திற்கு ஒருமுறை அவன் கடிதம் வரும்போதுதான் அவனைப்பற்றிய செய்தி கொஞ்சநஞ்சம் தெரியவரும். அவன் கையெழுத்து பிரம்மலிபி. காகிதத்தின் மீது காக்கைக்கால், குருவிக்கால் வைத்தது போலஇருக்கும். அதனால் அவனுக்கு அதேபெயர் நிலைத்துவிட்டது. அவன் ஆசிரியர்கள் எல்லாம் இப்படிக் கையெழுத்து இருந்தும் அவன் பரீட்சைகளில் எப்படித் தேர்வடைந்தான் என்று ஆச்சரியப் படுவார்கள். ஒருவரோ அவனை இடது கையால் எழுதச் சொல்லி பரிந்துரை செய்து அதனால் எழுதும் வேகம் குறைந்து எழுத்துகள் தெளிவாக இருக்கும்என்று சொல்லியிருந்தார். பள்ளியில் இருக்கும்போது பரீட்சையின் பயத்தால் கட்டுக்குள் இருந்த அவன் கையெழுத்து பிறகு அவன் அவை எல்லாவற்றிலிருந்தும் விடுதலை பெற்றவன்போல முழுமையாகச் சரிந்து விழுந்தது. அவனைப்போல நேர்த்தியில்லாமல், கோணல்மாணலாக எழுத சிறப்பான திறமை வேண்டும். சாதாரணமானவர்களுக்கு இப்படி அலட்சியமாக எழுதுவது சாத்தியப்படாது. அது போலக் கிளர்ந்தெழுதல் மனத்திற்குள் வேர்விடும்போதுதான் நடக்கும்.

கூடவே அமைப்பைப் பற்றி அவனுக்கு இருந்த அசட்டையும் இருக்கலாமோ என்னமோ.

கடிதத்தின் உறைமீது அம்மாவின் பெயர் இருக்கும். இது அப்பாவுக்கும் அந்தண்ணாவுக்கும் எரிச்சலாக இருக்கும். "சுந்தரி என்று எழுதினால் எவனுக்குத்தெரியும்?" என்று அவர் முணங்கினாலும் கடிதங்கள் சரியாக வீடு வந்துசேரும். அன்புள்ள அக்காவுக்கு என்று கடிதம் தொடங்கும். அல்லது அப்படி இருக்கும் என்று நம்பியிருந்தோம். காரணம், கடிதம் முழுக்க ஒரேஒரு சொல்லையும் எளிதாகப் படிக்கமுடியாது. கிறுக்கல் கிறுக்கலாக, தலைகீழாக, வளைந்து நெளிந்து, பொங்கிச் சிந்தி, கோபமாக, கோணல்மாணலாகப் புரண்டு, புரியாத சித்திரங்களின் தொடர்போல இருக்கும் காகிதத்தின் மீதான லிபி. என்னவென்று சொல்லக்கூட முடியாது. தனது இந்தத் திறமை ரமணனுக்கும் தெரிந்திருந்ததால் அவன் விலாசத்தை அடுத்தவர் யாரிடமிருந்தாவது எழுதவைப்பான். விலாச இடத்தில் ஆங்கிலத்தின் டு எழுத்தை மட்டும் அவனே எழுதுவான். இரண்டு கோடுகள் இருக்கும் டி மற்றும் பூஜ்ஜிய வடிவத்து ஓ எழுத்துகளைக் கெடுக்கமுடியாது என்று நம்புபவர்கள் அவன் அதைதுவம்சப்படுத்தும் வகையைப் பார்க்க வேண்டும். சில சமயம் டி எழுத்தின் குறுக்குக் கோட்டின் மீது தூக்குக் கயிறைப்போல ஓ எழுத்து தொங்கிக் கொண்டிருக்கும். சிலசமயம் அது உயரமான கோட்டின் அடியைத் தழுவிக்கொண்டிருக்கும். சிலசமயம் இடையில் தழுவிக்கொண்டு டி எழுத்துக்கு வயிறு பெருத்தது போலத் தெரியும். உள்ளே ஆங்கிலத்தில் எழுதும் அவன் விலாசமோ கட்டுப்பாடில்லாமல் பரவிக் கிடக்கும் முட்காடுபோல இருக்கும்.

ரமணனின் கடிதம் வந்த நாள் அதைத் தபால்காரரிடமிருந்து பெற்றுக்கொண்ட உடனேயே "ரமணனின் கடிதம்" என்று அப்பா கூவுவார். பலமுறை அப்பாவுடன் நான் திண்ணையில் உட்கார்ந்துகொண்டு கடிதம் வந்த அன்றே படிக்க முயல்வேன். அப்பாவின் பொறுமை ஐந்து நிமிடங்களில் வடிந்துவிடும். கடிதத்தின் பொருளைப் புரிந்துகொள்ள முயன்று தோற்று, போதுமான அளவு போராடிய பிறகு, "ஒழியட்டும், என்ன எழுதி இருக்கானோ இவன். அங்கே மேசை மீது வை" என்று தோல்வியை ஒத்துக்கொள்வார்.

அடுத்தகட்டமாக அந்தக்கடிதத்தை கூடத்துச் சுவர் கடியாரத்துக் கீழே இருக்கும் மேசை மீது வைப்பார்கள். அதன் மீது காற்றுக்குப் பறந்துபோகாமல் இருக்க ஒருபளிங்குக்கல். அருகில் சிகப்புமைப் பேனா. போகும்போதும் வரும்போதும் அல்லது ஓய்வாக இருக்கும் போதும் வீட்டில் எல்லோரும் அந்தக்

கடிதத்தைப் படிக்க முயல்வார்கள். முதலில் ஒரு கிறுக்கலாகவும், கலைந்த கோலம்போலவும் தெரியும் அது போதுமான முயற்சிக்குப் பின் மெல்ல அர்த்தங்களைத் திறந்துகொள்ளத் தொடங்கும். படிக்க எடுத்துக் கொண்ட யாருக்காவது கொஞ்சம் புரிந்தாலே போதும், அதை அவர்கள் சிகப்பு மையால் அதே சொல்லின் மேல், இரண்டுவரிகளுக்கு இடையே இருக்கும் இடுக்கில் சிறியதாக எழுதுவார்கள்.

அவன் கடிதத்தில் பலமுறை நல்ல சொற்களின் பொருத்தமற்ற இணைப்பு எதிர்ப்படும். எடுத்துக்காட்டிற்கு, “பண நெருக்கடி மக்கள் அன்பின் பழஞ்சடங்குகளின் அடிப்படை பூமாலை” இப்படி சொற்களுக்கு தாளமேளம் பொருந்தாமல் இருக்கும். வினைச்சொல் இல்லாமல் இருப்பதால் வாக்கியத்தின் எண்ணம் என்ன என்பதுகூடத் தெரியாது. ஒருமுறை சொல் அவன் மனதிற்குள் வந்துவிட்டால் அதை அவன் காக்கைக்கால், குருவிக்கால்களால் உட்காரவைக்கும் முயற்சி நடக்குமே தவிர மொத்த வாக்கியத்தின் பக்கம் மனம் போகாது. திசை தவறிவிட ஒவ்வொரு வாக்கியத்திலும் தாராளமாக வாய்ப்பு இருக்கும். எப்படியோ சிரமப்பட்டு வாக்கியத்தை வடித்த பிறகு பல தடவை அந்த வாக்கியத்திற்கும் கடிதத்தின் மற்ற வாக்கியங்களுக்கும் சம்பந்தமே இருக்காது. இப்படித் தாளம் தவறிய வாக்கியங்களை அடித்து, அவற்றின் மறு ஜோடனை ஆரம்பமாகும். “நான் கேரளத்துக் கிழிவிகளிடம் மனமிழந்தேன்” வாக்கியம் ரமணனின் கடிதத்தில் வரக்கூடிய வாக்கியமாக இருந்தாலும் அதற்குப்பிறகு வரும், “அதனால் வங்கிக்காரர்கள் தொந்தரவு கொடுக்கிறார்கள்” என்பது பின்வரியின் பொருத்தமில்லாத தன்மையை எடுத்துக் காட்டும். அல்லது “என் மனைவிக்கு ஒரு வாரமாக உடல்நலம் சரியில்லை”க்குப்பின் “என்று தெரிவிக்க மகிழ்ச்சியடைகிறேன்” என்ற வாக்கியம்வர எப்படி சாத்தியப்படும்? அதற்கும்முன் அவனுக்கு மனைவியே இல்லாதபோது?

அம்மா தான் அடையாளம் காணும் சொற்களை நினைவில் வைத்துக்கொண்டு, “இது சரியாக இருக்குமா பார்” என்று என் கருத்தைக் கேட்டு, அதன்பிறகு என்னிடமிருந்து அதை எழுத வைப்பாள். அவள் என்றும் அதில் தானாக எழுதியது எனக்கு நினைவில்லை. அவ்வப்போது கடிதத்தை எடுத்து வெறித்துப் பார்த்துக்கொண்டு, சொற்களை ஊகம் செய்து கொண்டு, அதன் வழியாக எங்கேயோ இருக்கும் தம்பியுடன் தொடர்பை ஏற்படுத்திக் கொள்பவளைப் போல நிற்கும் அவள் காட்சி என் மனத்தில் உயிர்ப்புடன் இருக்கிறது.

ஓரிரு வாரங்களில் ஒவ்வொன்றாகச் சொற்கள் தங்கள் அர்த்தங்களை விட்டுக்கொடுக்கத் தொடங்கி, அதைஎளிதாகப்

படிக்கும் கட்டத்தை அடைந்துவிடும். அந்தத் தாறுமாறான கோடுகளிலிருந்து லிபிகளையும், லிபிகளிலிருந்து சொற்களையும், சொற்களிலிருந்து பொருள்இருக்கும் வாக்கியங்களையும், வாக்கியங்களில் இருந்து எண்ணங்களையும் உருவாக்குவது நாகரிகத்தில் மொழி வளர்ந்துவந்த முழுப்பயணத்தையும் குறுக்குப் பாதையில் கடந்து போனது போல இருக்கும். அவன் கடிதத்தை எளிதாகப் படிக்க முடிந்த ஓரிரு நாட்களிலேயே அம்மா என்னிடம் இருந்து பதில் கடிதம் எழுத வைப்பாள். பிறகு கடிதத்தை கம்பியில் குத்தி கொத்தை சுவர்ஆணியில் தொங்கவிடுவேன்.

ரமணனின் ஒவ்வொரு கடிதத்திலும் அம்மாவைப்பற்றி ஏதாவது செய்தி இருக்கும். இங்கே கிடைக்கும் பருப்பு வேக அதிக நேரம் பிடிக்கிறது என்பது அவளைக் குறித்த வாக்கியமாக இருக்கும். லௌகீக விஷயங்களுக்குப் பிறகு கடைசியில் சில வரிகள் வரலாறு, அரசியல் விஷயங்களாக இருந்தே இருக்கும். அவை சிலவரிகளாகவே இருந்தாலும் அவன் கிறுக்கு எழுத்துகளைப் புரிந்துகொண்டு அதில் அடங்கியிருக்கும் பொருளை வெளிப்படுத்துவது கல்லைப் பிழிந்து தண்ணீர் எடுப்பது போலாகும். இப்படிப்பட்ட சிந்தனைகளின் பரிச்சயமே இல்லாததால் என்றும் கேட்டிருக்காத பூர்ஷ்வா, சர்வாதிகாரம் போன்ற சொற்களை ஊகிப்பதாவது எப்படி? அப்பாவோ அதைப் "பொன்மொழி" என்று கிண்டலாகப் பெயர்சூட்டி இருந்தார். அதில், "ஒருநாள் அல்ல ஒருநாள் மக்களுக்கு எல்லாவற்றிலிருந்து சோர்வாகும். சமத்துவப் பேச்சுக்களைக் கேட்கும் காலம்வரும்." இதுபோன்ற வரிகள் இருக்கும்.

ரமணனின் லிபிகளை எளிதாகப்படிக்க அவனாலும் முடியாது. ஒரு விடுமுறைக்கு வந்தபோது அந்தண்ணா பழைய கடிதம் ஒன்றைக் கொடுத்து, ஒரு வாக்கியத்தின் மீது விரல்வைத்து, "இது என்னடா சாமி ஒண்ணும் புரியலை" என்று கேட்டிருந்தார். சிகப்பு மை நிறைந்து போர்க்களம் போலக்கண்ட கடிதத்தைப் பிடித்துக்கொண்டு ரமணன் ஐந்து நிமிடம் திண்டாடி "அய்யோ இதை எதற்குப் படிப்பது. இப்போது நானே வந்திருக்கிறேனல்ல" என்று சொல்லிவிட்டான்.

பிறகு யாரும் அதைப்பற்றி மூச்சுவிடாவிட்டாலும் ரமணனின் கடைசிக்கடிதம் எழுப்பிய சலசலப்பு எங்கள் குடும்ப நினைவில் நிலையாக நிலைத்துவிட்டது.

அது ஜூன்மாதத் தொடக்கநேரம். சிலவாரங்களில் ஆரம்பமாகும் என்ஜினிரிங் கல்லூரியில் சேர்வதற்கு நான் தயாராக இருந்தேன். இதை நினைவில் வைத்துக் கொண்டு அப்பா சத்திய நாராயண வழிபாடுசெய்து சொந்தக்காரர்களை அழைத்து

சாப்பாடு போட்டார். மொத்தத்தில் மகிழ்ச்சி. கொண்டாட்ட சூழ்நிலை. மதிய உணவிற்குப் பிறகு திண்ணையின் ஒரு மூலையில் ஆண்கள் வெற்றிலை போட்டுக் கொண்டு அரட்டை அடித்துக் கொண்டு உட்கார்ந்திருந்தார்கள்.

திண்ணையின் மற்றொரு கோடியில் விரித்திருந்த பாய்மீது பெண்களின் கூட்டம் கூடி இருந்தது. அங்கே அருகே பெஞ்சின் மீது வேணுமாமி செவிட்டை நடித்துக்கொண்டு எல்லாப் பேச்சுகளையும் கேட்டுக்கொண்டு படுத்திருந்தாள். நடுவயதில் வேணு மாமா இறந்துபோன பிறகு, கணவனின் கூட்டுக் குடும்பத்தில் உழைத்துக்கொண்டிருப்பது அவளுக்குக் கட்டாயமானது. அவளுக்கு ஒருபெயர் இருக்கிறது என்பதையும் புறக்கணித்து வேணுவின் மனைவி ஆனதால் வேணு மாமி என்று அழைத்தார்கள். இதுபோன்ற வீடுகளில் பிள்ளைகள் இல்லாத விதவையின் பாடு எப்படி இருக்கும் என்பதை வெகுவிரைவில் புரிந்துகொண்ட வேணுமாமி போட்ட பல பாதுகாப்பு உபாயங்களில் செவிடு முக்கியமானது. கணவனின் சாவின் அதிர்ச்சியால் மந்தமாகத் தொடங்கிய தன் காது இப்போது முழுமையாகக் கேட்பதில்லை என்று ஒரு ஆண்டுக்குள் சாதித்து விட்டாள். அதை நியாயப்படுத்த உரத்தகுரலில் பேசுவதைப் பழகிக்கொண்டாள். கொடுத்த வேலையை அரைகுறையாகச் செய்வது, வீட்டு ஆண்களுக்கு எதிராகப் பேசுவது போன்றவற்றுக்கு எல்லாம் செவிடு உதவியாக இருந்தது. காது சோதனை மற்றும் எந்திர செலவுக்கு பயந்து பயந்து கணவன் வீட்டார்கள் பெரிய மருத்துவமனைக்குப் போவதைத் தள்ளிப்போட்டது அவளுக்கு வரமானது. “செவிடி” பட்டம் தனக்கு ஒட்டிக்கொண்டது அவளுக்கும் தெரியும். “வேண்டியதை பேசுங்கடா எனக்கு காது கேட்காது” என்று சொல்லும் வேணு மாமிக்கு இப்போது வயதாகியிருந்தாலும் செவிட்டுத்தனத்துப் பிடிவாதத்தை தளர்த்தவில்லை. “வயதானாலும் பெண்கள் பொழப்பு மாறுவதில்லை” என்பது அவள் அடிக்கடி சொல்லும் வார்த்தை.

அரட்டைக்கு நடுவில் சில பெண்கள் வேணுமாமியை கேள்விகளால் சீண்டி அவள் பேசுவதற்கெல்லாம் சிரித்துக் கொண்டிருந்தார்கள். சிலசமயம் யாரும் கேட்காவிட்டாலும் வேணுமாமி தானாகவே எதையாவது சொல்வாள்.

பெண்கள் கூட்டத்தில் ஒரு குரல். “அந்த திம்மண்ண பட்டரின் திருமணத்திற்குப் போயிருந்தேனா. அங்கே இருந்த பகட்டைப் பார்த்து என் வீட்டுக்காரர் அசந்துபோனார். சாப்பாட்டுடன் கோல்ட் ட்ரிங்க் என்றால் பார்த்துக் கொள்ளுங்கள்.”

கேட்டுக்கொண்டிருந்த வேணு மாமி மறுபக்கம் திரும்பினாள். "அட, அங்கே எதுக்குடி போனே? ஜனார்தனின் வீட்டில் தண்ணி குடிக்கக்கூடாது. அதையும் கணக்குப் போடும் கஞ்சன் அவன். மூத்திரத்தில் மீன்பிடிக்கும் கூட்டத்தைச் சேர்ந்தவன்."

அவளுடைய சம்பந்தமில்லாத பதிலுக்கு எல்லோரும் கொல்லென்று சிரித்தார்கள். வேணு மாமிக்கும் அந்த ஜனார்தனன் வீட்டாருக்கும் ஆகாது என்பது தெரிந்திருப்பவர்களுக்கு மட்டும் அவள் பேச்சு அவ்வளவு வெகுளியானதல்ல என்று தெரியும்.

அவர்கள் எல்லாம் சிரிப்பதைப் பார்த்து வேணு மாமி மேலும் ஒய்யாரம் செய்தாள். "சிரிங்கடி சிரிங்க. இருப்பதை இருப்பது போல சொன்னா சிரிக்கிறீங்க. காது கேட்காதுன்னு நினைக்க வேண்டாம். கேட்கும் தெரியுமா. நான் சொன்னதில் என்ன தப்பு இருக்குன்னு நீங்க சிரிக்கறீங்க."

"வேணுமாமிப் பாட்டி உனக்கு காது கேட்காதா?" சிறிய பெண்ணொருத்தி அவள் அருகேவந்து காதில் கத்தினாள்.

"ஜிலேபி வேண்டாம் தாயி. சாப்பாட்டில் தின்னதே போதும். இப்ப மறுபடி எதுக்கு? தேநீருடன் பார்க்கலாம்" என்று பதில் சொல்லி தேநீர் குடிக்கும்போது ஜிலேபி வேண்டும் என்பதை அப்போதே உணர்த்தி இருந்தாள். இதற்கும் அந்தக் கூட்டத்தில் சிரிப்பு அலைமோதியது. எந்த நேரத்திலும், எவ்வளவு தேநீர் கொடுத்தாலும் பருகுவதற்கு வேணுமாமி புகழ்பெற்றவள்.

இப்படிப் பெண்கள் பக்கமிருந்து பொங்கிய மகிழ்ச்சி அலைகள், அடுத்தவர் நிந்தனை செய்யும் லகரிகள் ஆண்கள் உட்கார்ந்திருந்த இடத்திற்கும் பாய்ந்து அதை அவர்களையும் ஆனந்தப்படுத்தியது. வயிறுநிறைந்த சோம்பல் காரணமாகவோ சாதாரணமாக இறுக்கமாக இருக்கும் அப்பாவும் நெகிழ்ச்சியாக இருந்தார்.

அரட்டைக்கு இடையே இன்னொருத்தி "நம் சுனந்தாவின் கணவனுக்கு சிவமொக்காவுக்கு மாற்றலாகி இருக்கிறது" என்ற செய்தியைச் சொன்னாள். வேணுமாமி சும்மா இருந்ததால் மற்றவள் ஒருத்தி "வேணுமாமி கேட்டதாடி?" என்று சீண்டினாள்.

வேணுமாமி குரலை உயர்த்தி: "கேட்டது, கேட்டது. நம் சுஜாதாவுக்கும் ரமணனுக்கும் திருமணம் செய்யும் விஷயத்தில் நான் மூக்கை நுழைக்க மாட்டேன். ஆனால் நடக்கட்டும். ஜோடி அழகாக இருக்கு."

மீள எல்லாப்பக்கமும் சிரிப்பு. வேணுமாமி தன் விருப்பத்தை இப்படி வெளிப்படுத்துகிறாள் என்பது தெரிய

சகீனாவின் முத்தம் ❋ 123 ❋

வேண்டியவர்களுக்குத் தெரிந்தது. சுஜாதா வேணு மாமிக்கு உறவு. முன்பு ஒருமுறை இதேபேச்சு வந்தபோது "ரமணன் முதலில் திருமணத்திற்கு ஒத்துக்கொள்ளட்டும். பிறகு அடுத்த பேச்சு" என்று அம்மா சொன்னது எனக்கு நன்றாக நினைவிருந்தது.

வேணுமாமி சொன்னதைக் கேட்டு ஒருவன் கேட்டான் "என்ன நம் காக்கைகால் குருவிக்கால் ரமணனா?" மறுபடியும் சிரிப்பு. இதன் இழையைப் பிடித்துக்கொண்டு ஆண்கள் கூட்டத்தில் சிந்தனை ரமணன் பக்கம் திரும்பியது.

"தில்தார் மனிதன். தேநீர் குடித்த பில்லை தான்தான் கொடுப்பேன் என்று மனப்பூர்வமாக சண்டை போடுபவன் அவன் ஒருவன்தான்."

"அவன் பேசினால் தாலுக்கா ஆபீஸ் அதிகாரி கூட நடுங்குவார்."

"பாத்து ரொம்ப நாளாச்சு. கடிதம் எழுதறானா?"

"அவனுடையது பிரம்ம லிபி படிக்க பிரம்மனாலும் முடியாது."

அதற்குள் ஏதோ உற்சாகம் வந்து அந்தண்ணா "பார்க்கறயாடா ரமணனின் கடிதத்தை?" என்று பதிலுக்கு காத்திருக்காமல் உள்ளேபோய், வாரத்திற்கு முன்வந்த ரமணனின் கடிதத்தை எடுத்துக் கொண்டு வந்தார். இன்றைய விழாவின் ஏற்பாடு களில் தொடங்கியிருந்ததால் கடிதத்தின் சிக்குகளை விடுவிக்க நாங்கள் யாரும் தீவிரமுயற்சி செய்யவில்லை.

கூட்டத்தில் முன்னால் உட்கார்ந்திருந்த ராஜா அதை அந்தண்ணாவின் கையிலிருந்து எடுத்துக் கொண்டான். அதை அவன் படிக்கத் தொடங்கியவுடன் "ஆரம்பத்திலிருந்து படிக்க வேண்டும்" என்று மற்றவர்கள் கட்டளை இட்டார்கள். கண் முன்னால் கிறுக்கலாக இருந்த எழுத்துகளைப் பார்த்துக் குழம்பி, ஒவ்வொரு எழுத்துகளாகப் பொறுக்கி அன்புள்ள அக்காவான என்பதை "அக்குப்புக்கு பக்காவான" என்று உச்சரித்தவுடன் சிரிப்புப் பொங்கியது. தான் எடுத்துவந்த கடிதத்தின் இப்படியான பலன் அந்தண்ணாவுக்கு மகிழ்ச்சியைத் தந்தது.

"போதும், போதும் இங்கே கொடு எனக்கு. நான் படிக்கிறேன்" பஞ்சு என்பவன் கடிதத்தைப் பறிப்பவன் போல முன்னே வந்தான். ராஜா எந்த எதிர்ப்பையும் காட்டாமல் அவனிடம் கொடுத்தான்.

கடிதத்தின் மீது ஒரு பார்வையை ஓடவிட்டதும் பஞ்சுவுக்கு தான்செய்த துச்சாகசம் அறிவுக்குவந்து முகம் நிறமிழந்தது.

மேலும் ராஜு எதற்கு அவ்வளவு வேகமாக அதைத் தனக்கு நீட்டினான் என்பதும் தெரிந்தது. இப்போது அவனுக்கு வேறுவழி இருக்கவில்லை. கூடவே பெண்கள் கூட்டத்திலிருந்து ஓரிருவர் திண்ணையின் இந்தப் பக்கத்து நடவடிக்கைகளைப் பற்றி கவனம் செலுத்தத் தொடங்கினார்கள்.

ஓரிரு கணங்கள் பஞ்சு அந்தக் கடிதத்தின் சிக்கலான எழுத்துவலையில் மெய்மறந்து போனான். அவன் உச்சரித்த முதல்வாக்கியம் நம்பிக்கையை அளிப்பதுபோல இருந்தது. அன்புள்ள அக்காவான சுந்தரிக்கு சாஷ்டாங்க நமஸ்காரம் என்று சிரமமாக இருந்தாலும் அதிகத் தடை இல்லாமல் படித்தான் என்பது சிறப்பாக இருந்தது. பிறகு அடுத்தது இரும்புக் கடலை. பஞ்சு கடிதத்திலிருந்து கண்ணை விலக்கிவிட்டு சிலநொடி அங்கும் இங்கும் பார்த்தான். கூடியிருந்தவர்கள் தன்பக்கமே பார்த்துக் கொண்டிருந்ததால் துணிச்சல் இழந்தவன்போலத் தெரிந்தான்.

“தெரியாவிட்டால் அந்த வாக்கியத்தை விட்டு விடு. முன்னால் போய் என்ன தெரிகிறதோ அதைப் படி. நாங்கள் அவன் கடிதத்தை ஒரே மூச்சில் படித்ததே இல்லை” அந்தண்ணா சிரித்துக்கொண்டே அவனை உற்சாகப்படுத்தினார்.

பஞ்சு கையில் இருந்த தாளை கொஞ்சம் மேலே நகர்த்தினான். அவன் பார்வை கடிதத்தின் கீழ்ப் பகுதிக்குப் பாய்ந்தது தெரிந்தது. எழுத்துகளை மனத்திற்குள்ளேயே கூட்டிப் பார்க்கிறான் என்பது தெரிந்தது. அவற்றைச் சொற்களாகக் கூட்டி எப்படியோ வாய் திறந்தான்: சகீனாவின் முத்தம்!

“சரியா இருக்கு. இன்னொரு முறை படி பார்ப்போம்” என்று ஒருவன் தாளித்தான். கடிதத்தில் கண்ணைப் பதிய வைத்திருந்த பஞ்சுவுக்கு அவன் காலிழுப்பது புரியாமல் மற்றொருமுறை “சகீனாவின் முத்தம்” என்று உரக்கப் படித்தான்.

“முன்னால் படி. எப்போது,எவ்வளவு என்று எழுதி இருக்கிறானா பார்ப்போம்” மற்றொருவன் சொன்னவுடன் கூடி இருந்தவர்கள் சிரித்தார்கள். பஞ்சுவுக்கு நிலைமைபுரிந்தாலும் “அட, நான் சரியாகத்தான் படிக்கிறேன். பாருங்க இங்கே. சகீனாவின் முத்தத்தைப் பெறுவது எளிது.” இந்தமுறை அடுத்த இரண்டுசொற்களையும் சேர்த்தே படித்தான்.

“சகீனாவிடமிருந்து முத்தம் பெற்றது அக்காவுக்குக் கடிதம் எழுதிச் சொல்லுமளவிற்கு அவசரமான விஷயமா என்ன?” பொங்கி வந்த சிரிப்பை அடக்கிக் கொண்டேகெக்கெகே என்றான் ஒருவன்.

பஞ்சு தொடர்ந்தான். "எனக்கு சகீனாவின் பயமில்லை."

மொத்த சூழ்நிலையில் இருந்த லகுவானதன்மையில் மிதந்து கொண்டே, கூடியிருந்தவர்கள் ஆளுக்கொருபேச்சாகப் பேசினார்கள்.

"ஆமப்பா, மிகவும் துணிச்சல்காரன்! முத்தம் பெற்றபிறகு இனி எதற்கு பயம்?"

"மறுபக்கம் வேணுமாமி சுஜாதா என்கிறாள். நீ சகீனா என்கிறாய். ரமணனுக்கு சான்ஸ்."

"முன்னால் படிப்பா. வெட்கப்படவேண்டாம். நாங்களும் கேட்கிறோம். அவன் முத்தத்தோடு நிறுத்துபவன் அல்ல."

யார் எப்படிப்படித்தாலும் கடிதத்தில் அப்படி எதுவும் இருக்காது என்ற நம்பிக்கையில் அந்தண்ணாவும் அப்பாவும் அமைதியாக உட்கார்ந்துகொண்டு நடந்து கொண்டிருக்கும் நிகழ்வுகளில் மகிழ்ந்திருந்தார்கள்.

அப்போது குருதாசன் என்பவன் "நான் அவன் கிளாஸ் மேட் ஆக இருந்தேன். என்னிடம் கொடுங்கள் நான் படிக்கிறேன்." என்றவுடன் பஞ்சு கடிதத்தை குருதாசனிடம் நீட்டினான். கிளாஸ் மேட்டாக இருந்தேன் கடிதத்தைப்படிக்க மற்றும் கையெழுத்தை புரிந்துகொள்ளத் தேவையான அருகதை இருக்கிறது என்று அவன் பறைசாற்றியது யாருக்கும் தவறென்று தெரியவில்லை.

ஓரிரு நிமிடம் அதைக் கூர்ந்து பார்த்தபிறகு குருதாசன் நிதானமாக இருந்தாலும் ஏறக்குறைய புரியும்படி கடிதத்தைப் படிக்கத் தொடங்கினான். கடிதத்தின் தொடக்க நலம் விசாரிப்பு வாக்கியங்களைக் கடந்து பிறகு இருக்கும் வார்த்தை களை அவன் பொருள் பிசகாமல் பிரித்துப் பிரித்துப் படிப்பதை ஒருவன் பார்த்து "நீயாக எதையாவது படிக்காதே. அங்கே இருப்பதைப் படி" என்று கேலி செய்தான்.

"பள்ளியில் அவன் பரீட்சைப்பேப்பரை ஆசிரியர் என்னிடமிருந்து படிக்கவைப்பார் தெரியுமா? அவன் பாஸ் ஆனதே என்னால்தான்." குருதாசன் மறுபதிலடித்தான்.அவன் படிக்கும் வேகத்தைப் பார்த்தால் அவன் சொல்வது பொய்யாக இருக்காது.

"இத்தனை தெரிந்திருந்தால் உன்னிடமிருந்தே படிக்க வைத்திருப்போமேப்பா" அந்தண்ணா சொன்னார்.

பஞ்சு செய்ததுபோலவே குருதாசன் கடிதத்தைச் சிறிது மேலே உயர்த்தினான். அவன் பார்வை கீழேபுரண்டது.

எதிரில் உட்காரந்திருந்தவர்கள் இப்போது அவன் சகீனாவின் முத்தச்செய்தியைப் படிப்பான் என்று காத்திருந்தார்கள். குருதாசனின் முகத்தில் குழப்பம் நிறைந்தது. கடிதத்திலிருந்து கண்ணை எடுத்துச் சுற்றிலும் பார்த்தான். தலையைத்தூக்கி கூரையைப் பார்த்தான்.

கடிதத்தில் இருக்கும் விஷயம் நல்லசெய்தி இல்லை என்பதைப்போல அவன் முகம் வெளிரியது. சிரிப்புப்பொங்கிவரத் தவித்திருந்தவர்கள் அவனிடமிருந்து வரும் பொன்மொழிகளுக்காக காத்திருந்தார்கள். சுற்றிஇருக்கும் எக்காளம், சிரிப்பு, நகைச்சுவை யான உற்சாக சூழ்நிலைக்கு எதிரான நிலையைத் தான் ஒருவனே தாங்கமுடியாதென்று, துணிச்சலுடன் வாய் திறந்தான். இறுக்கிய கயிறை அவிழ்த்துக்கொண்டு கொடூரமான விலங்கொன்றை ஏதும்அறியாத மக்கள்கூட்டத்திற்குள் ஏவுவது போல அந்த வாக்கியத்தை ஒரே மூச்சில் சட்டென்று உச்சரித்து விட்டான்.

“சாவிலிருந்து முக்தி அடைவது எளிது.”

இதுவரை மீளமீளக்கேட்டு மகிழ்ந்தவரி இப்போது சோகநாடகத்தின் இறுதியுரை போல கேட்டது. மகிழ்ச்சியான வாழ்க்கையின் மிகஅருகே நின்று துரதிர்ஷ்டம் பல்லிளித்தது. “சகீனாவின் முத்தம்” என்று எல்லோரும் மகிழ்ச்சியடைந்த இரட்டைச் சொற்கள் உண்மையில் “சாவிலிருந்து முக்தி” என்பதாக இருந்தது.

இது காதில்விழுந்தவர்கள் எல்லாம் உடனே எச்சரிக்கை யடைந்தார்கள். ஆண்கள் உட்கார்ந்திருந்த இடத்தில் கூச்சல் குறைந்து சத்தம் இறங்கி கிசுகிசு எஞ்சியது. இதுவரை அவன் எளிதாகப் படித்ததற்கும் இப்போது படிபபதற்கும் நம்பகத் தன்மை இருந்தது. தெளிவுபடுத்த வார்த்தையை மீளதொடக்கத்திலிருந்து ஆரம்பித்தான்.

“போலீஸ்காரர்களிடம் சிக்கிக் கொள்வதை விட சாவிலிருந்து முக்திஅடைவது லேசு.”

இதைக் கேட்டவர்களுக்கு உடம்பின் மீது குளிர்ச்சியான நீரை ஊற்றிக் கொண்டதுபோலாகி, முழுமையாகப் புரியாவிட்டாலும் அது ஒரு கெட்ட செய்தி என்று உறுதியாகி கிசுகிசு தொடங்கியது.

தனக்குக்கிடைத்த கவனத்தை வீணடிக்காமல் கடமையாற்றுபவனின் பற்றின்மையுடன் குருதாசன்அடுத்த இரண்டு வாக்கியங்களைப் படித்தான்.

“இனி நீ என்னைப் பார்ப்பாயோ இல்லையோ. என் பங்கின் சொத்தை இப்படிப் பகிர வேண்டும்.”

இது காதில் விழுந்ததும் உட்காரந்திருந்த அப்பா திடீரென்று எழுந்து அந்தண்ணாவின் பக்கம் பார்த்தார்.

"ஏ, ஏய். என்ன படிக்கிறேடா? அபத்தம். அபசகுனம். போதும் போதும். கொடு இங்கே. வேடிக்கைக்கும் ஒருஅளவு இருக்க வேண்டும்" அந்தண்ணா கோபமாகக் கத்தி அவன் முன்னால் பாய்ந்து கடிதத்தைப் பறித்துக் கொண்டார்.

"நான் ஒருவளுடன் இருக்கிறேன்." அடுத்த சிறிய வாக்கியமும் அந்தக் கூச்சலுக்கு மிரண்ட குருதாசனின் வாயிலிருந்து சிறிய முனகலாக வெளிவந்தது.

நொடியில் நடந்துபோன இந்த திமிக்கினத்திற்கு எப்படி எதிர்வினை செய்வது என்றுதெரியாமல் நிறைந்திருந்த ஆண்கள் உடனே அமைதியானார்கள். கடிதத்தை வைத்திருந்த அந்தண்ணாவைப் பின்தொடர்ந்து அப்பா வீட்டிற்குள் போனார்.

உடனே அங்கே தீட்டுச் சூழல் மூண்டது.

யாரும் ஊகிக்காத முறையில் நடந்த நிகழ்வின் ஆழ அகலம் எவர் அறிவுக்கும் சரியாக எட்டவில்லை. அந்தண்ணாவின் எதிர்வினையின் தீவிரம் எப்படி இருந்ததென்றால் இனி அதிகநேரம் அங்கே இருப்பது சரியல்ல என்பதை யாருக்கும் சொல்லத் தேவை இருக்கவில்லை. செய்தி, திண்ணையின் இந்தப் பக்கத்திலிருந்து அந்தப்பக்கம் பெண்கள்வரை போவதற்குள் "ரமணனின் கடிதத்தில் ஏதோ கெட்டசெய்தியாம்" என்று சுருக்கமாக மாறியிருந்தது. தான் படித்த கடிதச் செய்தியின் சுமை சரியாகப் புரிந்த குருதாசன் மறுகணமே அங்கே இருந்து சைக்கிள் ஏறி கண் மறைந்து விட்டான்.

சமையல்காரர்களும், காலையிலிருந்து உழைத்த மற்றவர் களும் அப்போதுதான் சாப்பிட்டிருந்தார்கள். அம்மாவுக்குச் செய்தி சென்றடையும் முன்பே அப்பாவும் அந்தண்ணாவும் கடிதத்தை உள்ளே மறைத்துவைத்து சப்பை முகத்துடன் வெளியே வந்தார்கள். "என்ன? என்ன ஆனது?" என்று நொண்டிக் கொண்டே விரைந்த அம்மாவை சும்மா இருக்கவைக்க அப்பா வேறுஎதையோ சொன்னார். உல்லாசம் நிறைந்திருந்த வீட்டிற்குள் சில நிமிடங்களில் சோகத்தின் பாரமான நிழல் நீண்டது.

எதுவும் சரியாகத்தெரியாவிட்டாலும், மாறிய சூழலைப் புரிந்துகொண்ட விருந்தாளிகள் ஒவ்வொருவராக விரைந்து புறப்பட்டார்கள். வேணுமாமி தேநீர் வருவதற்கும் காத்திருக்க வில்லை. சிறிது நேரத்தில் வீடு காலியானது.

எல்லோரும் போனபிறகு அப்பாவும் அந்தண்ணாவும் கூடத்தில் ரமணனின் கடிதத்தை முன்னால் வைத்துக்கொண்டு

பாய் மீது உட்கார்ந்தார்கள். எதிர்ச் சுவரில் சாய்ந்துகொண்டு நானும் அம்மாவும் மற்றொரு பாய் மீது அமர்ந்தோம். பீதியடைந்த அம்மா கேட்கத்தொடங்கிய கேள்விகளுக்கு பதில் யாரிடமும் இருக்கவில்லை. "எனக்குத் தெரிந்தால்தானே சொல்வதற்கு?" என்று அப்பா சிடுசிடுத்தார். கடிதத்தின் இரகசியத்தை அறிந்து கொள்ளத் துடித்துக்கொண்டிருந்த அப்பாவும் அந்தண்ணாவும் சிறிதுநேரத்திற்குப் பிறகு "நீங்களும் பாருங்கள்" என்று அதை எங்கள் பக்கமாக நீட்டினார். எனக்கு அதில் ஒரு எழுத்தும் புரியவில்லை. கடிதத்தின் நடுப்பகுதியில் சகீனாவின் முத்தம் என்பது மட்டும் தெரிந்தது. அதைத் தலையிலிருந்து எடுத்துக் கடாச எவ்வளவு முயன்றாலும், பல்லை இளித்துக் கொண்டு நையாண்டி செய்யும் விதியைப்போல அடிக்கடி அதே வடிவமைப்பு அதே சொல்லாடல் தெரியத்தொடங்கியது. அம்மா கண்ணீரைத் துடைத்துக்கொண்டே கடிதத்தைப் பார்க்க மறுத்து உட்கார்ந்து விட்டாள்.

"மறுபடியும் குருதாசனை அழைக்கவா?" அந்தண்ணா கேட்டார்.

"முதலில் அப்படித்தான் நினைத்தேன். வீட்டு விஷயம் வெளியாட்கள் வாயிலிருந்து கேட்பது வேண்டாமென்று சும்மா இருந்தேன்." அப்பா உற்சாகமில்லாமல் சொன்னார்.

"கடிதத்தை எதற்கு வெளியே எடுத்து வந்தேனோ?" ஒரு நொடி மெய்மறந்த தவறுக்கு அந்தண்ணா வருந்தினார்.

அடுத்த நான்கைந்து மணி நேரம் நாங்கள் கூடத்தில் அமர்ந்துகொண்டு கடிதத்தை கைக்குக்கை மாற்றிக்கொண்டு அதைத் தகர்க்க முயன்றோம். கடிதத்தின் லகரி மாறுபட்டிருந்ததால் எங்களுக்குத் தோன்றும் சொற்கள் வேறாக இருந்தன. சாவைச் சுற்றிய சொற்களே மனத்தில் அதிகமாக நுழையத்தொடங்கின. அதே மதியம் "எனக்கு சாவின் பயமில்லை" என்ற வாக்கியத்தை "எனக்கு சகீனாவின் பயமில்லை" என்றுபடித்து எவ்வளவு சிரித்திருந்தோம்!

அன்றுஇரவு யாரும் சரியாகச் சாப்பிடவில்லை. மதிய சமையலில் மீதமிருந்ததை அம்மா சூடு பண்ணிப் பரிமாறினாள். நாள்முழுவதும் வேலைசெய்து ஓய்ந்திருந்தாலும் அம்மாவின் கண்களில் தூக்கத்தின் அறிகுறி இருக்கவில்லை.

இரவு சுமார் ஒன்பது மணி சமயத்தில் கடிதத்தின் முக்கிய வரிகள் கிடைத்தன. அதற்குள் இருந்த செய்தியில் ஒரு முறை இருக்கவில்லை. மனத்தில் தோன்றிய வரிசையிலேயே அவற்றை எழுதியதுபோல இருந்தது.

"மிகமுக்கியமான வேலைநிமித்தமாக தலைமறைவாக இருக்கிறேன். போலீஸ்காரர்கள் பிடித்தால் கொன்றுவிடுவார்கள். எனக்கு சாவைப்பற்றிய பயமில்லை. அவர்களுக்கு என்னைப் பற்றி எல்லாம் தெரிந்திருக்கலாம். அவர்கள் வீடுவரை வந்தே வருவார்கள். போலீஸ்காரர்களின் கைகளில் கிடைப்பதை விட சாவிலிருந்து முக்திபெறுவது லேசு."

"இனி நீ என்னைப் பார்ப்பாயோ இல்லையோ. என் பங்கின் சொத்தை இப்படிப் பகிர்ந்து கொடுக்கவேண்டும். நான் ஒருவளுடன் இருக்கிறேன். நாங்கள் திருமணம் செய்து கொள்ளவில்லை. பிறகு எப்போதாவது அவள் உன்னைத் தேடிவந்தால் அவளுக்கு அதைக் கொடுத்துவிடு. அவள் பெயரை நேரடியாக இங்கே எழுதவில்லை. அவளுக்கு அநீதி ஏற்படக்கூடாது. அவள் வராவிட்டால் சொத்தை நம் நான்கு வேலைக்காரர்களுக்குப் பகிர்ந்துகொடு. உன் காலைப்பற்றி அக்கறை இருக்கட்டும். நான் எழுதிய பழையகடிதங்கள் இருந்தால் இப்போதே எரித்துவிடு. முக்கியமாக எனக்கு கடிதம் அனுப்பிய விலாசங்கள் யார் கைக்கும் கிடைத்துவிடக்கூடாது. வெவ்வேறு பெயர்களில் வாழ்ந்து வேறுமனிதனைப்போல தோன்றுகிறது. ஆனாலும், என் சிறிய வாழ்க்கைக்காலத்தை பெரியவேலைகளுக்கு அர்ப்பணம் செய்ததற்கு பெருமையாக இருக்கிறது. இதன் மகத்துவம் உன் ஒருவளுக்கு மட்டுமே தெரியும்."

கடிதத்தின் முடிவில் அப்பா கிண்டல்செய்தார் "பொன்மொழி" இல்லை என்பது அபசகுனம் போலத் தோன்றியது. "கடிதம் வந்த போதே படித்திருக்க வேண்டும்." அந்தண்ணாவின் கருத்துக்கு எல்லோருடைய மௌன சம்மதம் இருந்தது. அம்மா விசும்பிக்கொண்டே சாமி அறைக்குப் போனாள்.

"வீட்டுக்கு மாரி, அடுத்தவர்களுக்கு உபகாரி." அவன் பங்கு சொத்தாம். ஹா." அப்பாவின் தாழ்ந்த குரலின் பேச்சு அம்மாவின் காதுகளை எட்டவில்லை.

மறுநாள் விடியலிலேயே கம்பிக்கொத்திலிருந்து எல்லாப் பழைய கடிதங்களையும் எடுத்து அந்தண்ணா குவித்து வைத்தார். அதில் ரமணனின் கடிதங்களைத் தேடி எடுப்பது சிரமமாக இருக்கவில்லை. அவற்றைக் குளியலறை அடுப்பிற்கு ஆகுதி கொடுப்பதற்கும் முன்பு அப்பா ஒவ்வொரு கடிதத்தின் மீதும் ஒருகணம் கண்ணை ஓடவிட்டிருந்தார். அண்ணன் தம்பிகள் அடுப்பிற்கு முன் உட்கார்ந்து கொண்டு கடிதங்களை நெருப்பில் போடும்போது நானும் அம்மாவும் பின்னால் நின்று பார்த்துக் கொண்டிருந்தோம். ரமணனின் இருப்பை

வீட்டிலிருந்து நிரந்தரமாக அழிப்பது போல கடிதங்களை அனலுக்கு கொடுக்கும் காட்சி எனக்கு சிதையை நினைவூட்டியது.

அடுத்த நாட்களில் இன்னும் கொடூரமான நிகழ்வுகள் நடக்கவிருந்தன. கடிதம் ஆகுதியான மூன்றாம்நாள் வீட்டிற்கு மூன்று போலீஸ்காரர்கள் மஃப்டியில் வந்தார்கள். அதன் பிறகு நடந்த விசாரணையின் ஒவ்வொருநிமிடமும் எனக்குள் பசுமையாக இருக்கிறது.

மூலையில் எங்கோ சேர்ந்துவிட்ட சிறியபொருளைத் தேட கால்சட்டைப்பைகளைத் தேடி உட்பகுதியை வெளியே இழுத்து உதறுவது போல குடும்பத்தார்களை போலீஸ்காரர்கள் அலசினார்கள். நாங்கள் ஊகித்திருக்காதகேள்விகள். எதற்கு அவற்றை எல்லாம் கேட்கிறார்கள் என்றும், எங்கள் எதிர்வினை எந்தவகையில் பிறகு நம்வாழ்க்கை மீது விளைவுகளை ஏற்படுத்தலாம் என்பதும் தெரிந்திருக்கவில்லை.

ரமணன் விடுமுறையில் ஊருக்குவரும்போது என்னுடன் அதிகநேரத்தைக் கழிப்பான் என்பது வீட்டார்கள் அல்லாமல் வேலையாட்களும் சொன்னார்கள். அதனால் போலீஸ்காரர்கள் சுற்றிவளைத்து என்னிடமே வருவார்கள். ஒரு மனிதனின் தினசரி நடவடிக்கைகளை அப்படிப் பலவகைகளில்,நுட்பமாக கவனிக்கத் தகுந்ததென்று எனக்குத் தெரிந்ததே அப்போதுதான். என்னுடன் பேசும்போது மாடி மீதுஇருக்கும் அறைக்கோ அல்லது வீட்டிலிருந்து தொலைவாக இருந்த பின்புறத் திறந்தவெளியில் இருக்கும் கிணறுக்கட்டுக்கோ தனியாக அழைத்துப் போவார்கள்.

“படிப்பது என்றால்? வெறும் புத்தகங்கள் மட்டுமா வேறு ஏதாவது கடிதங்களா?”

“தினமும் வெவ்வேறுபுத்தகம் என்றால் உங்கள் வீட்டில் அத்தனை புத்தகங்கள் இருக்கவேண்டுமே. எங்கே வைத்திருக்கிறார்கள்? தென்படவில்லையே.”

“ஒரு புத்தகத்தையும் விடாமல் எடுத்துக்கொண்டு போனானா?”

“அது மட்டுமல்லாமல் வேறு ஏதாவது புத்தகத்தின் பெயர் நினைவிருக்கிறது?”

“என்றால் தோட்டவேலைக்குப் போகவில்லை போல.”

“பகலில் என்ன செய்வான்?”

“ஹஹா... நன்றாக இருக்கிறது. தான் சாப்பிடுவது தூங்குவது பேலுவது என்று நினைத்துக் கொண்டு புல்லரித்துப் போவானோ?”

"எத்தனை மணிக்குப் படுப்பான்?"

"தினசரி பத்து மணிக்கா?"

"ஹா, அப்படி என்றால் தினமும் இந்த நேரம் என்பதில்லை. எப்போது அவன் தாமதமாகப் படுப்பான்?"

படுக்கும் நேரத்துச் சுவடுபிடித்து ஒன்றோடொன்று கொக்கி போட்ட கேள்விகளுக்கு பதிலளிக்கும் போது எத்தனை விவரங்கள் வெளிவந்தன என்றால் அவைஎல்லாம் என்நினைவில் இருந்தனவென்பது எனக்கே வியப்பை ஏற்படுத்தியது.

இல்லை, ரமணன் தினமும் பத்துமணிக்குப் படுக்க மாட்டான். இரவு படிக்க உட்கார்ந்தால் எப்போது படுக்கப் போவானோ தெரியாது. அதேபோல விடியற்காலையில் எப்போதும் அவன் எல்லோரை விடவும் முன்பே எழுந்து விடுவான். வீட்டு மாடியில் இருக்கும் பெரியகூடத்தின் இரண்டு பக்கங்களிலும் இரண்டு அறைகள். அதில் வலதுபக்கத்தில் ரமணனின் அறை. அவன் இல்லாதிருக்கும் போது அவனுடையது என்று எந்தப் பொருளும் அங்கே இருக்காது. வரும்போது எடுத்து வரும் சின்னப்பையில் இரண்டு ஜோடி பேண்ட் சட்டை, ஒரு மெல்லிய துண்டு, இரண்டு வேட்டி, பிறகு இரண்டு கைக்குட்டைகளைத் தவிர மற்றவை எல்லாம் புத்தகங்கள். அரைக்கைச் சட்டை மற்றும் தளர்வான பைஜாமாவைப்போல பருத்தி பேண்ட். இஸ்திரி செய்யாத சுருக்கமான அவன் பேண்ட் பாணி எனக்கு மிகவும் பிடித்தமாக இருந்தது. சுவருக்கு ஒட்டிய அவன் படுக்கை, அவன் சுவரில் சாய்ந்து கால்நீட்டி உட்கார்ந்துகொண்டு படிப்பது. ஒருமுறை புத்தகத்தின் மீது ஆர்வெல் என்ற பெயரைப் பார்த்ததைத் தவிர வேறு எதுவும் நினைவில்லை. அநேகமான புத்தகங்கள் பழையவை. பல வாசிப்பாளர்களின் கையில் நடமாடிப் பழுதடைந்தவை. அதிகமானவற்றுக்கு முகப்பு அட்டைக்கு பதிலாக தினசரிப் பத்திரிகையால் பைண்ட் போட்டிருப்பார்கள். படிக்கும் புத்தகத்தைத் தவிர மற்றவை எல்லாம் அவன் பையில் இருக்கும். இடது பக்கம் வகிடு எடுப்பான். சுருட்டை முடி. எண்ணெய் தேய்க்கமாட்டான். அடர்ந்த புருவங்கள் நெற்றிக்கு நடுவில் கூடுமளவிற்கு நெருக்கமாக இருந்தன. அழகான நேர்த்தியான மூக்கு. அவ்வப்போது அவன் அம்மாவுடன் சமையல் விஷயத்தை விவாதம் செய்வான். அவனுக்கு நன்றாக சமைக்க வரும். தேநீர் காப்பி அருந்தும் பழக்கம் இருக்கவில்லை.

"கடைசிமுறையாக அவனிடம் பேசியது எப்போது?"

அவன் பேசிய கடைசிப்பேச்சு எதுவென்று எவ்வளவு முயன்றாலும் நினைவுக்கு வரவில்லை. அவன் புறப்பட்ட நாள் தோட்டத்தில் நடைபழகும்போது “கீழே விழுந்த இலைகளை எடுக்கக்கூடாது. அவை அங்கேயே அழுகி நல்ல உரமாகும்” என்றதுதான் அவன் கடைசிப்பேச்சோ அல்லது கிணற்றில் குனிந்துபார்த்து “தண்ணீர் கீழே இறங்கி இருக்கிறது” என்று சொன்னதா? எது முதலாவதாக இருந்தது அன்று?

அம்மாவைக் கேள்வி கேட்டபோது அவள் மிகவும் அழுதாள். அவனுக்குப் பிடித்தமான சமையல், அவன் தன் துணிகளைத் தானே துவைத்துக் கொள்வதை நினைத்துக் கொண்டு அவளால் துயரத்தைத் தாங்கிக்கொள்ள முடியவில்லை. ஏதேதோ நிகழ்வுகளை எடுத்துக்கொண்டு அவன் நல்ல தனத்திற்கு நிதர்சனங்களை அளித்தாள். அவள் சம்பந்தப்படாத சங்கதிகளை விவரிக்கும் போது அப்பா “அழுகையை நிறுத்து அவர் கேட்பதற்கு மட்டும் பதில் சொல்” என்று மிரட்டினாரும் கூட. போலீஸ்காரர்கள் அவள் என்ன பேசினாலும் தடுக்கவில்லை. சூழ்நிலையின் கூத்து என்றால் அம்மா அவர்களுக்கு தேநீர் போட்டுக்கொடுத்தது. மதியம் அவர்கள் எங்களுடனேயே சாப்பிட்டு விட்டு, இரண்டிரண்டு வாழைப்பழங்களைத் தின்று விசாரணையைத் தொடர்ந்தார்கள்.

ரமணனுடன் உண்மையாகவும் நெருக்கமாக இருந்தவள் அம்மா ஒருவள்தான். அவள் மட்டும் அவன் சார்பாகப் பேசியவள். மற்ற நாங்கள், போலீஸ்காரர்கள் அழுத்தம் கொடுத்தவுடன் குடும்பத்து ஒருத்தனை எப்படி விட்டுக்கொடுத்து விட்டோம். எளிதாகக் கழன்றுகொண்டதுமல்லாமல் அதற்கு சட்டத்தை மதிப்பது, இம்சை, மன்னிக்க முடியாதது போன்ற நீதியின் கவசம் வேறு.

அம்மா அவர்களுடன் வாதத்தில் இறங்கியபோது “தெரியாதா என்ன? அவர்கள் போலீஸ்காரர்கள்” என்று அந்தண்ணா பதட்டப் பட்டார். அவர் தாழ்ந்தகுரல் இருந்த சரணாகதியால் வியப்பும் பயமும் அளித்தது.

“போலீஸ்காரர்கள் என்று அநீதி இழைக்கலாமா? நான் அப்படி எல்லாம் சும்மா விடுபவள் அல்ல.”

“அரசாங்கத்திற்கு எதிராக நடந்துகொண்டிருக்கிறான். தன்னுடன் நம்மையும் மூழ்கடிப்பான்.” அந்தண்ணா எகத்தாளமாகப் பார்த்தார்.

“நீ எதற்கு இதில் தலையிடுகிறாய்? நாங்கள் பார்த்துக் கொள்கிறோம்.” அப்பா அவளைத் தாஜா செய்தார்.

“அவன் எங்கே இருக்கிறான் என்று முதலில் சொல்லுங்கள்.” அம்மா போலீஸ்காரர்களிடம் கேட்டாள்.

“நாங்கள் அவனைத் தேடிக்கொண்டிருக்கிறோம். அதற்கு உங்கள் உதவி வேண்டும். உங்களுக்குத் தெரிந்த எல்லாவற்றையும் சொல்லுங்கள். அவனுக்கு கெட்டபழக்கங்கள் இருந்தனவா? தினமும் அதே நேரத்திற்கு செய்யும் பழக்கங்கள் இருந்தனவா? அது இல்லாமல் முடியவே முடியாது என்று ஏதாவது இருந்தனவா? எடுத்துக்காட்டுக்கு தலைக்குப்போடும் எண்ணெய். அல்லது சிகரெட். எந்த சோப் உபயோகிப்பான்?”

துப்பில்லாத தினசரி சங்கதிகளைக் குறித்த அவர்களது கேள்விகளை நினைத்துக் கொண்டால் ஆச்சரியமாகும். தப்பித்துக் கொண்டு ஓடும் ஒருமனிதனை, இப்படியான சாதாரண சங்கதிகள் வழியாக, இந்தப் பரந்த உலகில் தேட முடியுமா? எந்தச் சிறிய விவரமும் மற்றவற்றுடன் பொருத்திப் பார்க்கும் போது சிறப்பானதாகிவிடுகிறது.

“அவன் பேச்சில் வந்த பெயர்கள் நினைவிலிருக்கின்றனவா? அவன் நண்பர்கள்?”

ஆர்வெல் என்றேன். ஷேக்ஸ்பியர். மார்க்ஸ். நம் நாட்டவர்கள் பெயரைச் சொல்லுப்பா என்றான் ஒருவன். “தோழிகளையும் சொல்லு. இருக்கலாமே.” என்றொருவன் சிரித்தான். “அல்லு சரிதா” என்றேன். அவர்கள் அதிர்ந்துபோனார்கள். மீளமீள சொல்ல வைத்தார்கள். அது எதற்கு அந்தப்பெயர் நினைவில் இருந்ததோ தெரியவில்லை. அது எங்கே இருந்து என் வாயிலிருந்து வந்ததோ தெரியாது. அதைக்கேட்ட அவர்களில் ஒருவன் ஆங்கிலத்தில் கத்தியது, அதன் தொனியுடன் நினைவிருக்கிறது. “திஸ் பாய் ஈஸ் அ கோல்ட் மைன்.”

அவர்கள் தங்கச்சுரங்கத்திலிருந்து தாதுக்களைத் தோண்டி எடுத்தார்கள். நான் தேவைக்கு அதிகமாகவே ஒத்துழைக்க வேண்டும். அவர்கள் என்னை எப்படிப் புகழ்ந்து பாராட்டினார்கள் என்றால் நான் உண்மையைச் சொன்னேனா அவர்கள் விருப்பத்தை ஊகித்துச் சொன்னேனா என்றும் தெளிவாகவில்லை. அந்தப் பெயரைக் கேட்டவுடன் அவர்கள் நடந்துகொண்ட முறை வெகு நாட்களாக அவளைத் தேடிக்கொண்டிருக்க வேண்டுமென்று தோன்றியது. “சொல், சொல் அந்தப் பெயரை உனக்குச் சொன்ன சூழநிலையை ஞாபகப்படுத்திக் கொள்” என்று வற்புறுத்தினார்கள். எனக்கு எதுவும் தோன்றாவிட்டால் அவர்களே விவரத்தை அளிப்பார்கள். நான் சும்மா தலையசைத்தேன். “அவர்கள் ஹனுமகொண்டாவில் ஒன்றாக இருந்தார்கள் அல்லவா?” என்று கேட்டதும் நான் அதற்கு தலையசைத்ததும் நினைவிருக்கிறது.

“இருவர் மட்டுமே இருந்தார்களா. இன்னும் ஒருத்தர் இருந்தாரா ?” என்று கிளற ஆரம்பித்தார்கள். உடனே எனக்கு ரமணன் அவள் பெயரைச் சொன்ன தருணம் நினைவானது. நம் ஊர்மக்கள் ஒன்றாக ஒவ்வொரு ஆண்டும் நடத்தும் நாடகத்தில் அந்த ஆண்டு ஒரு நையாண்டிப் பாட்டு மிகவும் பிரபலமாக இருந்தது. “அங்கேயும் செல்லாத இங்கேயும் செல்லாத பல்லூமாமா” என்ற பல்லவிப் பாட்டை நான் அவ்வப்போது முணுமுணுப்பதைக் கேட்ட ரமணன் “எனக்கொருத்தி அங்கேயும் சரிதா என்று தெரியும். அவள் ஒரு ஊறுகாய் செய்வாள். அப்பா, நாக்கு நுனியில் பட்டால் போதும் உடம்பு மூலை மூலையும் பக்குன்னு பத்திக்கும்” என்று சொல்லியிருந்தான். கேட்டுக் கொண்டவன், “உடம்பு பக்குன்னு பத்திக்குமாம். ஊறுகாய் சாக்கு. ரசிகத் தேவிடியாப் பய.” என்றான். அவர்கள் ஒவ்வொன்றாகப் பிடித்து மெல்லப் பிழிந்தார்கள். இப்படி சின்னச்சின்ன சங்கதிகளையும் மீளமீளப் பேசிப்பேசி மூண்ட சித்திரம் இப்படி அல்லாமல் வேறு எப்படியும் இருக்கவில்லை என்பது தோன்றத் தொடங்கியது. அவனை போலீஸ்காரர்கள் பிடித்திருப்பது உண்மையானால், எந்த விவரத்திற்கு எதை இணைத்து அவனைத் தேடிக்கண்டுபிடித்தார்களோ, நான் கொடுத்த எந்த விவரம் அவன் இரகசியத்தைத் திறக்கும் சாவியாக இருந்ததோ எனக்குத்தெரியாது. ஆனால் அது சாத்தியப்படும் அளவிற்கு விவரம் என்னிடமிருந்து கிடைத்திருக்கலாம். ஏனென்றால் பிறகு ரமணன் எந்தக்கடிதத்தையும் எழுதவில்லை. அவனும் வரவில்லை. அதிசயம் என்றால் போலீஸ்காரர்கள் என்னை அந்தக் கடிதங்களைப்பற்றி கேட்கவே இல்லை. அநேகமாக இந்தக் கேள்வியை வீட்டின் மற்றவர்களுக்காக ஒதுக்கி வைத்திருக்கவேண்டும். தனிப்பட்ட விசாரணையில் அப்பாவும் அந்தண்ணாவும் அவரிடம் என்னவெல்லாம் சொன்னார்களோ எனக்குத் தெரியாது.

போலீசாருடன் நான் அவ்வளவு எல்லாம் பேசினாலும் நான் எல்லாவற்றையும் சொல்லவில்லை. முக்கியமாக எனக்கும் ரமணனுக்கும் இடையேநடந்த சில பேச்சுவார்த்தைகள். ரமணனும் போலீஸ்காரர்களைப்போலவே நூத்தியெட்டு சின்னச் சின்ன கேள்விகளின் சரமாலையைத் தொடுத்துவைப்பான். இதற்கு இடையே என்ஜினிரிங் படிப்பது, பட்டணத்தில் வேலை செய்வது இதுபோன்ற என் ஆசைகளை ஒருமுறை வெளிப்படுத்திய போது அவன் கம்பீரமாகச் சொல்லி இருந்தான். “மிகவும் சப்பை, மிகவும் சாதாரண வாழ்க்கைக்குத் தவிக்கிறாயே. இதில் என்ன இருக்கிறது ? சம்பளத்தை எண்ணிக்கொண்டு வெள்ளத்தோடு யார் வேண்டுமானாலும் மிதக்கலாம். நானும் மிதந்திருக்கலாம். சமனற்ற அமைப்பு கொடுக்கும் வாய்ப்புகளைக் கூச்சமில்லாமல்

பறித்துக்கொள்வது மிகப்பெரிய ஊழல். அதற்கு நேர்மை, மெரிட் என்ற பாதுகாப்பு வேறு. மக்கள் வாழ்க்கை மீது விளைவுகளை ஏற்படுத்தும் காரியங்களைச்செய். அதில் நிறைவு இருக்கிறது."

சப்பை சொல் என்னைக் குத்தியது. என் வாழ்க்கையின் மகத்துவமான ஆசைகளைச் சாதாரணம், சப்பை என்றதற்கு அவமானமானது. அந்த ஊழல்பேச்சு வேறு. இருக்கும் சுகங்களைப் புறக்கணித்து எதற்கு சிரமங்களுக்கு ஏங்க வேண்டுமோ புரியவில்லை. அவன் ஊருக்கு வரும்போதெல்லாம் அவனை சூழ்ந்துகொண்டு அரசாங்க அலுவலகங்களுக்கு அலைய வைக்கும் மக்கள் நினைவிற்கு வந்து, "எனக்கு அரசியலில் ஆர்வம் இல்லை" என்றேன்.

அவன் சிரித்தான். அந்த சிரிப்பில் அவமதிப்பைப் பார்த்தேன். "அதிலிருந்து தப்பித்துக் கொள்வதும் ஒன்றுதான், வீட்டில் படுத்த படுக்கையாக இருப்பதும் ஒன்றுதான். கண்ணுக்குத் தெரியாவிட்டாலும் அது எல்லா இடத்திலும் இருக்கும்."

"நான் தனியாக என்ன செய்யமுடியும்?"

"ஆயிரக்கணக்கான செங்கல்களால் கட்டிய வீட்டின் பத்து செங்கல்களை ஒரே இடத்திலிருந்து எடுத்தால் வீட்டிற்கு கன்னமிடலாம். நினைவில் வைத்துக் கொள். பத்துப் பேர் ஒன்று கூடினால் போதும்" அவன் இரண்டு உள்ளங்கைகளையும் விரித்து, விரல்களை ஆட்டி பத்தை அபிநயித்துக் காட்டினான்.

புறப்படும்போது போலீஸ்காரர்கள் ரமணனின் குழுவின் நடைமுறைகளை பயங்கரமாக வர்ணிக்கும் போது அம்மா மிகவும் சங்கடப்பட்டாள். "சாத்தியமில்லை. நீங்கள் தவறாகப் புரிந்து கொண்டிருக்கலாம். எறும்பைக்கூட கொல்லும் பையனல்ல அவன்" என்று எதிர்த்தாள்.

"நீ சும்மா இரு. இதில் பெண்கள் தலையை நுழைக்காமல் இருந்தால் நல்லது" அப்பா மிரட்டினார்.

"எதுவும் கட்டுக்கதையல்ல. இவர்கள் எல்லாம் நல்ல கல்வி பெற்றவர்கள்தான். இப்படிப்பட்டவர்களே இதுபோலச் செய்தால் போலீஸ்காரர்களால் என்ன செய்யமுடியும்? நம் உயிருக்கு ஆபத்து என்றால் கைகட்டி உட்கார வேண்டுமா என்ன?" போலீஸ்காரர்கள் தங்கள் கொடூரத்திற்கு கடமையின் சமாதானம் சொன்னார்கள். அந்தக் கதைகளை நம்புவது சிரமம் என்ற அளவிற்கு கொடூரமாக இருந்தது.

ஒரு இரவு போலீஸ்காரன் ஒருவன் வீட்டிற்குள் நுழைந்து அவன் மனைவி, பிள்ளைகளைக் கட்டிப்போட்டு, அவன்

முன்னாடியே அவனை சுட்டுவிட்டார்கள். அவன் சாகவில்லை. சாகடி என்று கெஞ்சினாலும் விடாமல் அவனை அரை உயிருடன் விட்டுவிட்டுப் போனார்கள். அவன் தண்ணீருக்காக இரவு முழுதும் தவித்து குடும்பத்தின் கண் முன்னாடியே சாகும்போதும் கட்டிப் போட்டிருந்த அவர்களால் எதுவும் செய்ய முடியவில்லை.

"அதன் தலைமை வகித்தவன் அதே உங்கள் கருணையுள்ளம் படைத்த ரமணன். பிடிப்போம். விடமாட்டோம். அவனை மறைத்து வைத்தவர்கள் பாடு நாய் பாடாகும். போலீஸ்காரனைக் கொன்று தப்பித்து விடுவேன் என்று நினைக்கிறான் தேவிடியாப் பய. உங்கள்மீதும் கண் வைத்திருப்போம். ஒருமுறை போலீஸ் கண்ணுக்கு விழுந்தால் போதும். கண்ணுக்குள் இப்படி சின்ன தூசிகளை வெளியே எடுத்துப்போடும்வரை நாங்கள் சும்மா இருக்கமாட்டோம். அல்லது, அவ்வளவு பலம் இருந்தால் போலீஸ் கண்ணில் பிடிக்காத அளவிற்கு பெரிய தூசியாக இருக்க வேண்டும்."

அவர்கள் போனபிறகு அம்மாவை இந்த சங்கடம் முழுமையாகச் சூழ்ந்துகொண்டது. யார் கண்ணாலும் பார்க்க முடியாத துயரம் எப்படி மனிதர்களை உள்ளுக்குள்ளேயே கரையானைப் போலத் தின்றுவிடும் என்றுநான் அறிந்து கொண்டேன். இதனால் அவள் வாழ்க்கை மீது பற்றுக் குறைந்து விடும் என்பதைப்பற்றி எனக்குச் சந்தேகமில்லை. அவன் வந்தே வருவான் என்று சமாதானப்படுத்தும் வார்த்தைகளை நான் அவ்வப்போது சொன்னாலும் தன் தம்பியை மறுபடி பார்க்க மாட்டேன் என்பது அவள் உயிருக்குத் தெரிந்திருக்க வேண்டும். துயரத்தின் அப்படிப்பட்ட தீவிரங்களை, அன்பின் அதுபோன்ற தீவிரங்களை அதற்குப்பிறகு நான் எங்கும் காணவில்லை.

★

சகீனாவின் முத்தம்

7

ரேகா வந்தபோது மாலை நான்கு மணி.

வெளியே முற்றத்தில் அந்தண்ணாவின் உற்சாகத்தின் உரத்தகுரலைக் கேட்டும், ஏறிய ஸ்வரத்தில் இருந்த தோரணையாலும், தொனியில் இருந்த மிகையான நிம்மதியாலும் ரேகா வந்திருப்பது உறுதியானது. பக்கத்தில் படுத்திருந்த விஜி கூரையை வெறித்துப் பார்த்துக்கொண்டிருந்தாள்.

“நட, எந்திரி வந்துவிட்டாள் ராஜகுமாரி” என்றேன்.

என் குரலில் இருந்த பொறுமையின்மையை அடையாளம் கண்டுகொண்ட விஜி, “எல்லார் முன்னாலும் கூச்சல் போடவேண்டாம். முக்கியமாக, அவள் வந்துவிட்டாள் தானே. மற்றதை பிறகு பார்த்துக் கொள்ளலாம்.” என்றாள்.

இருவரும் வெளியே வந்தபோது அந்தண்ணா மலர்ந்தமுகத்துடன் வேலையாளுடன் பேசிக் பொண்டிருந்தார். “போய் அவனை அழைத்து வா. இப்பவே அர்ஜெண்டா நான்கு இளநீர் பறித்துக் கொடுக்கச் சொல். நீ வேகமாகப் போ.” உற்சாகத்தில் கட்டளையிட்டு, “நான் சொன்னேன்தானே” என்பதைப்போல எங்கள் பக்கம் பார்த்தார்.

ஜீன்ஸ் பேண்ட் தளர்வான சட்டை அணிந் திருந்த ரேகா தோளிலிருந்து இறக்கிய பேக்கை கதவருகே சாய்த்துவைத்தாள். நான் எதிர்ப் பட்டபோது, எங்களை அங்கே எதிர்பார்த்திருந்தவள் போல அவள் முகத்தில் எந்த மாற்றமும் தெரியவில்லை.

“துரத்திக்கொண்டு வந்தீர்களா. இப்போது கிடைத்து விட்டேன் தானே. லாஸ்ட் அண்ட் ஃபவுண்ட். ஹ.”

அவள் பேச்சிலாகட்டும், முக உணர்வுகளில் ஆகட்டும் அவள் கண் மறைவாக இருந்தது எங்களிடம் ஏற்படுத்திய ஆதங்கத்தைப் பற்றிய குற்ற உணர்வு கொஞ்சமும் இருக்கவில்லை. மாறாக, தேடிக் கொண்டு இதுவரை வந்தது எங்கள் தவறென்பதைப் போன்ற தோரணை என்னைச் சீண்டியது. கலைந்த முடி. வெய்யிலுக்கு கறுத்த முகச்சருமம். வியர்வை ஒழுகி டீஷர்ட் கழுத்து விளிம்பைச் சுற்றி ஈரமாக இருந்தது. திண்ணைக்கட்டு மீது உட்கார்ந்து காலில் இருந்த ஸ்போர்ட் ஷூவை கழற்றத் தொடங்கினாள்.

விஜியே தொடரட்டும் என்று காத்திருந்தேன். ரேகா அப்போதே சுரேஷனை சந்தித்து வந்திருக்கலாம் என்ற சந்தேகத்தால் பொறாமையாக இருந்தது.

“வா உள்ளே. சாப்பிட்டாயா?” விஜி கேட்டாள்.

“எல்லாம் ஆச்சு. முதலில் குளித்துவிட்டு தூங்குகிறேன். மிகவும் சோர்வாக இருக்கிறது.” பையை எடுத்துக்கொண்டு எங்களை உதாசீனப்படுத்தி ரேகா உள்ளே போனாள். யாரையும் நேரிட்டுப் பார்க்கவில்லை.

விஜி அவள் பின்னாலேயே உள்ளே நுழைந்தாள். இருவரும் அறைக்குள் சென்று கதவை ஒருக்களித்ததைக் கவனித்தேன். நான்கு மணியாகி இருந்தது. இரவு பேருந்தைப் பிடித்து திரும்பும் சாத்தியக் கூறுகளைப்பற்றி யோசித்தேன். டிக்கெட் புக் செய்வதற்கு முன் ஒருமுறை விஜியைக் கேட்கலாம் என்று அறைக்கதவைத் தள்ளி உள்ளே போனேன்.

விஜி ஸ்டூல் மீது அமர்ந்திருந்தாள். அறைக்குள் மெல்லிய இருட்டு. கதவுக்கு முதுகைக் காட்டிக்கொண்டு நின்றிருந்த ரேகா மற்றொரு கோடியில் கட்டில் மீது இருந்த தன் பையில் கை ஆட்டிக் கொண்டிருந்தாள். குளிக்கத் தேவையான துணிகளை எடுத்துக்கொண்டு பைக்கு பூட்டை சிக்கவைத்து, பூட்டு எண்களை சர்ரென்று சுற்றி, அந்தச் சின்ன செய்கையிலேயே தன் அசமாதானத்தையும், எங்கள் மீதான அவநம்பிக்கையையும் வெளிப்படுத்தினாள்.

“எல்லாவற்றுக்கும் ஒரு எல்லை இருக்கவேண்டும்” விஜி பட்டாசு சரத்திற்கு பொறிவைத்தாள்.

“நீ இன்னும் சின்னப் பொண்ணு. தெரிந்திருக்கட்டும்” சின்ன மற்றும் பொண்ணு இந்த இரண்டு சொற்கள் அவளைச் சீண்டும் என்று தெரிந்தும் சொன்னேன். அவள் பதிலளிக்கவில்லை.

எதை யார் சொன்னார்கள் என்று தெரியாமல் நாங்கள் இருவரும் குதித்தோம். "உயிருக்கு ஆபத்தாகும் வேலைக்கு இறங்கினால் தடுக்காமல் இருப்போமா?"

"நேற்றிலிருந்து துடித்துக் கொண்டிருக்கிறோம். எங்களுக்கும் தெரிவிக்காமல் போகும் வேலை அவ்வளவு எளிதானதாக இருக்காது."

"அங்கே உன் கல்லூரிப் பையன்கள் வீடுவரை வந்து தொந்தரவு கொடுக்கிறார்கள். அதே நேரம் நீ காணாமல் போனால் நாங்கள் என்ன நினைக்கவேண்டும்?"

"போனது எங்கே என்று முதலில் சொல்லு."

"அதென்ன எமர்ஜென்சி? அப்பா அம்மாவிடம் சொல்லாமல் போவது? மகாப் பெரிய உலக சேவை உன்னுடையது."

"அலுவலகத்தில் காலில்விழுந்து லீவ் எடுத்துக்கொண்டு இதுவரை வரவேண்டியதானது."

"அவனால் தான் நடந்திருக்கிறது. தனக்கு எதுவும் தெரியாது என்று காலையில் பொய்வேறு சொல்கிறான்."

"அவன் சார்பாக ஏதாவது சொன்னால் பார். எங்களுக்கு என்ன கண் தெரியாதா? முகத்தின் மீது பொய் தெளிவாகத் தெரிந்தது. ஒருத்தன் போதும் ஊரைக் கெடுக்க."

"உதைத்து உள்ளே தள்ள வேண்டும் இவர்களை. அடுத்தவர்கள் பிள்ளையைக் கிணற்றில் தள்ளி ஆழம் பார்ப்பவர்கள் இந்த சனம்."

"பெண் என்று பேதம்காட்டி வளர்க்கவில்லை. ஆனால் அதிகமாக சலுகை கொடுத்தது தப்பாய் போனது." வேறு எந்தச் சூழ்நிலையிலும் என் இந்தப் பேச்சைப் பிடித்துக் கொண்டு ரேகா சண்டைக்கு நின்றிருப்பாள். இந்தக் கணத்தில் எதற்கும் வாய்ப்பு இருக்கவில்லை.

ரேகாவின் முகத்தின்மீது அயர்வு தெளிவாகத் தெரிந்தது. சுரேஷன் மீது மேலும் கோபம் அதிகமானது.

"குளிக்கப்போ. கொஞ்சநேரம் படு." விஜி கொஞ்சம் தாழ்ந்தாள்.

"இன்று இரவே புறப்படலாம். டிக்கெட் போடுகிறேன்."

நான் கூடத்திற்குத் திரும்பினேன். அந்தண்ணா நிம்மதியாக அங்கேயும் இங்கேயும் கண்டாரே தவிர எதுவும் பேசவில்லை.

"இரவு பஸ்ஸுக்கு மூன்று டிக்கட் வைக்கச் சொல்."

அந்தண்ணா நம்பிக்கையுடன் புறப்பட்டார். "சீட் கிடைத்தே கிடைக்கும். சனிக்கிழமை மட்டும் கொஞ்சம் சிரமம்."

நான் கூடத்தில் பாய் விரித்துக்கொண்டு அசந்து படுத்தேன்.

ரேகாவின் குளியலுக்குப்பிறகு அம்மாவும் பொண்ணும் படுத்தார்களா பேசிக்கொண்டே பொழுதைப் போக்கினார்களா தெரியவில்லை. எனக்கு கண் சொக்கியது.

சின்ன தூக்கம் போட்டு எழுந்தபோது அறைக்கதவு எப்படி இருந்ததோ அப்படியே இருந்தது. எழுந்து அங்கேபோனால் அறைக்குள் கிசுகிசு பேச்சு.

"பயப்பட வேணுமா எதுக்கு? எல்லாம் வெளியே வரட்டும்." ரேகாவின் மெல்லிய குரல்.

"அவர்களுடையது அவர்களுக்கே சேரட்டும். கேள்வி நேர்மையானது." விஜியின் பேச்சு சரியாக கேட்கவில்லை.

ரேகா பதில் அளித்தாள். அது என்னவென்று கேட்கவில்லை. கதவை நகர்த்தினேன். ரேகா விட்டத்தைப் பார்த்துக்கொண்டு மல்லாக்காகப் படுத்திருந்தாள். விஜி அவள் பக்கமாகப் புரண்டு படுத்திருந்தாள். வெகு நேரமாக இருவரும் பேசிக்கொண்டிருந்தது போலத் தெரிந்தது.

"என்ன பேசிக்கொண்டிருக்கிறீர்கள்?"

"இன்றே நாம் புறப்பட வேண்டும். ஆபீசை தவிர்க்க முடியாது. என்றேன்."

இருவரும் எதையோ மறைப்பது தெளிவானது. கதவை குறுக்கே சாத்தி, கட்டில் விளிம்பில் உட்கார்ந்தேன்.

நான் வெளியே படுத்திருந்தபோது விஜியிடம் எல்லாம் சொல்லி இருக்கலாம் என்று பேச்சைத் தொடங்கினேன்.

"எங்களுக்கும் சொல்லாமல் போகக்கூடிய அப்படி என்ன பெரிய வேலை அது?"

"நீ கேட்க வேண்டாம். நான் சொல்ல மாட்டேன்."

"எத்தனை நாள் மூடி மறைப்பாய்? அவன் மூணுகாசு பேப்பரில் வந்த பிறகாவது தெரியும்தானே."

"அதுவரை காத்திருக்கப் போவதில்லை. சரியான நேரத்தில் நானே தெரியப்படுத்துகிறேன்."

"நீ இப்போது சும்மா இரு. சொல்லும்போது சொல்வாள்." விஜி இப்போது அவள் பக்கம் சாய்ந்திருந்தாள். நான் கேட்டுக்கொண்ட

கிசுகிசு பேச்சுக்கும் நாளை அலுவலகத்திற்குப் போவதற்கும் சம்பந்தம் இல்லை என்று உறுதிஇருந்தது. "பயப்பட வேண்டுமா எதற்கு" என்று சொன்னாளே. யாருக்கு யார் பயப்படுவது? அதுமட்டுமல்ல விஜியின் அந்த நேர்மையான பேச்சு.

என்னை ஒதுக்கி வைத்தார்கள் என்று அவமானம் ஆனது. கோபமும் வந்தது. "என்ன அம்மாவும் பொண்ணும் சேர்ந்து வேடிக்கை செய்கிறீர்களா? உனக்கு இதெல்லாம் தேவை இல்லை. அவனிடமிருந்து விலகி இரு." பேசிக்கொண்டே குரலை உயர்த்தினேன்.

என் இதுபோன்ற எதிர்பாராத எதிர்வினையால் இருவரும் அசந்துபோனார்கள். விஜி சுதாரித்துக்கொண்டு, "இல்லாததை கற்பனை செய்துகொள்ளவேண்டாம். அவள் இப்போது வந்திருக்கிறாள். அதன்முன் எதுவும் முக்கியமல்ல. நேற்றிலிருந்து நான் அனுபவித்தது எனக்குமட்டும் தெரியும்." என்றாள்.

ஒரு மணிக்கு முன் என்னுடன் சேர்ந்து கொண்டு ரேகாவை வெளுத்துவாங்கிய விஜி இவ்வளவு சீக்கிரம் மாறிவிட்டாள். எனக்குத் தெரியாத எதையோ இருவரும் பகிர்ந்து கொண்டது உறுதியானது. "போனதே தப்பு. இப்போது திரும்பி வந்து உபகாரம் செய்வதுபோல ஆடுகிறாள். இதில் சுரேஷின் பங்கு என்ன? தரித்திர தேவிடியாப் பய. அங்கே நம் வீட்டிற்கு வந்திருந்தார்களே அங்கிள்கள், அவர்களுக்கும் இவனுக்கும் ஏதாவது தொடர்பு இருக்கிறதா? இருந்தே இருக்கும். எல்லாம் லோஃபர்கள். மீடியாகக்காரர்களுக்கெல்லாம் பிளாக் மெயிலிங் ஒரு தொழிலாப் போச்சு."

"அப்பா, உன்னிடமிருந்து இது போன்ற சொற்கள் வரும் என்று ஊகிக்கக் கூட முடியாது."

"சீண்டினால் இன்னும் கெட்ட சொற்கள் வரும். என் மகளை பயன்படுத்திக் கொண்டவர்களைப் பாராட்ட வேண்டுமா?"

"அதற்கும் இதற்கும் என்ன தொடர்பு?"

"அப்படி என்றால் பிறகு எது எதுக்கு தொடர்பு இருக்கிறது என்று சொல்."

"எதற்கும் இல்லை."

"நீ போனது எங்கே?"

"சொல்ல முடியாது."

"மகா பெரிய பேப்பர் இவனுடையது. உனக்கு பாகுபாட்டின் ஞானம் கிடையாது."

விஜி நடுவில் புகுந்தாள். "விடு திரும்பத் திரும்ப அதையே கிளரவேண்டாம். அவளாகவே சொல்வாள்."

"என்றால் உனக்குத்தெரியும். எனக்குமட்டும் சொல்ல மாட்டாய்."

"இல்லை எனக்கும் தெரியாது. எல்லாம் தெரிய வேண்டும் என்று நான் உன்போல தவிப்பதில்லை. தெரிஞ்சது எல்லாத்தையும் சொல்ல ஆரம்பிச்சா வாழ முடியாது."

இனிபேச்சுக்கு பேச்சுபேசத் தொடங்கினால், பொறுமை இழந்து ஏதாவது விபத்து ஏற்படலாம் என்று எழுந்தேன். புறப்படும் போது மீண்டும் எச்சரித்தேன். "சீக்கிரம் ஒப்புக்கு சாப்பிட்டு விட்டு புறப்படலாம். இரவு பஸ்ஸுக்கு."

"நான் இரண்டுநாள் கழித்துவருகிறேன் அப்பா. நீங்கள் புறப்படுங்கள்."

"முடியாது என்றால் முடியாது. மூவரும் இன்றே ஒன்றாகப் புறப்படுகிறோம்." என் குரலில் இருந்த கடுமைக்கு விஜியும் கூட அதிர்ந்து போனாள்.

அந்தண்ணா அறைக் கதவருகே தெரிந்தார். உதவியை நாடி அவரிடம் புகார் கொடுத்தாள். அவரும் கைப் பிடிக்கவில்லை.

"இன்றைக்குப் போ. இன்னொரு முறை வருவாயாம். அப்பாடா, இன்னைக்கு நீ வந்து மானம் எஞ்சியது. உன்னை அப்பாவிடம் ஒப்படைத்துவிட்டேன். இனி அவனுக்கு விட்டது."

ரேகாவின் முகம் களைஇழந்தது.

சரியான பாடம் நடந்தது தானே என்பதைப் போல ரேகாவின் பக்கம் பார்த்தேன். அவள் சோர்ந்த முகத்தைப் பார்த்து நொடி அய்யோ என்று தோன்றினாலும் அவளை ஊரில் விட்டுவிட்டுப் போகும் துணிச்சல் இருக்கவில்லை.

★

8

இரவு பத்துமணிப் பேருந்தில் மூவரும் புறப்பட்டோம்.

விஜியும், ரேகாவும் ஒன்றாக உட்கார்ந்தார்கள். ரேகா சன்னல் பக்கத்து இருக்கையில். அவர்கள் பின்சீட்டில் நான். பேருந்தை ஏறியதும் பேச்சுக்கு இடம் கொடுக்காமல் ரேகா கண்ணாடி மீது தலை சாய்த்துக் கண்ணை மூடிக்கொண்டாள்.

பேருந்தின் முன்பகுதிப் படியின் அருகில் நீலநிறத்து சிறிய இரவுவிளக்கொன்று எரிந்து கொண்டிருந்தது. எனக்குத் தூக்கம் வரவில்லை. ரேகாவின் பிடிவாதம் நூறு ஊகங்களை எழுப்பத் தொடங்கியது. எங்கே போயிருக்கலாம்? எதற்கு? சுரேஷை மகிழ்விக்கத் தன்னை அபாயத்தில் ஈடுபடுத்திக் கொண்டாளா? முன்பு ஒருமுறை பத்திரிகையில் படித்த கட்டுரை மனத்தில் மீளத் தோன்றியது. இருண்டகாடுகளில் புரட்சிக்காரர்களைத் தேடி, அவர்களுடன் சில நாட்களைக் கழித்துவந்தவளின் சாகசக்கதை அது.

இந்த இரண்டு நாட்களை ரேகா கழித்தது எங்கே என்பது ஊகத்தில் வளரத் தொடங்கியது.

எப்போதும் போலீஸ் கண் பார்வையிலிருந்து தப்பித்துக்கொண்டு வாழவேண்டியவர்களைத் தொடர்புகொள்வதே முதலில் பெரும் சாகசம். ரேகா யாருக்கோ செய்தியை அனுப்பி, எங்கே இருந்தோ பதில்பெற்று அவர்கள் கொடுக்கும் சைகைகளைப் பின்பற்றி அவர்கள் இடத்தை அடைந்திருக்க வேண்டும். என் கற்பனை எல்லையில்லாமல் பாயத்தொடங்கியது. ஊரிலிருந்து புறப்பட்ட ரேகா முதலில் நிச்சயித்தது போல ஒரு ஊரில் இறங்கி இரவைக் கழிக்கிறாள். மறுநாள் காலை காட்டுக் கோடியில் மற்றொரு ஊரை அடைகிறாள். சிகப்பு நிறத் துண்டை தலையில் போர்த்திக் கொண்டு

விவேக் ஷான்பாக்

பேருந்திலிருந்து இறங்க அவளிடம் சொல்லப்படுகிறது. இறங்கியதும் கொஞ்சநேரம் எதுவும் நடப்பதில்லை. பிறகு ஆட்டோக்காரன் ஒருவன் வந்து, "மேடம், வாங்க. கைலாயத்திற்கு அழைத்துச்செல்கிறேன்" என்பான். அதுதான் இரகசியவார்த்தை. அவள் பின்தொடர்கிறாள். அவளை ஊரிலிருந்து தொலைவாக அழைத்துப் போய் ஏதோ வீட்டின்முன் விட்டுச்செல்கிறான்.

இவள் கேட்டைத் தாண்டும்போதே மெல்ல முன்கதவு திறக்கிறது. எதிரில் ஒரு பெண்.

"எங்கே?"

"கைலாயம்."

அந்தப்பெண் உள்ளே அழைக்கிறாள். அதுதான் எல்லா வழிகளையும் திறக்கும் கடவுச் சொல். அந்த வீட்டிலிருந்து அவள் கண்ணைக்கட்டி அழைத்துச் செல்கிறார்கள்.

பிறகு அவள் உண்மையைச் சோதிக்க பலவகையான பரீட்சைகள் வைக்கப்படுகிறது. ஆண்கள் சுற்றிநின்று எங்கள் போராட்டத்திற்கு எதையும் பலிகொடுப்பாயா என்று கேட்கிறார்கள். ஆம் என்பதற்கு உன் இளமையையும்? என்ற கேள்வி. ஒருவன் அவள் ஆடைகள்மீது கைவைக்கிறான். என் இதயம் நடுங்கியது. இனி கற்பனை தொடரவில்லை. ச்சே இப்படி எல்லாம் இருக்காது. இதைப்பற்றிய என் அறிவை எல்லாம் சொத்தை மீடியாவிலிருந்து பெற்றதே தவிர வேறெந்த உறுதியான அடிப்படையும் இல்லை என்று தோன்றி கவலையானது. யாரோ பத்திரிகையில் எழுதிய கட்டுரை. அல்லது வலைத்தலங்களில் பகிர்ந்துகொண்ட கருத்து. ஏதோ சினிமா. மொத்தத்தில் சுயமாகச் சோதனைசெய்து பார்க்கமுடியாத சங்கதிகளால் உருவாகும் கருத்துகள். தீர உயிருக்கு ஆபத்து வராத புரிதல்களை எங்கே இருந்து பெற்றார்கள் என்ற அலட்சியம் இதுபோன்ற விஷயங்களைக்குறித்து இருக்கும். இப்போது விஷயம் நம் மடிமீதே கைவைக்கும்போது ஒவ்வொரு சின்னவிவரமும் மகத்துவமாகத் தெரிகிறது. எவ்வளவு விரைவாக முடிவின் பக்கம் ஓடத்தவிக்கிறேன். ரேகா இப்படி நடந்து கொள்வாள் என்று நினைக்கவில்லை. அவ்வளவு அருகாமையிலும் ரமணனுக்குள் இருந்த இம்சை தெரியவில்லை. அது உண்மையா என்று யாரும் கூட கேட்கவில்லை. அமைப்பின் வலுவே அதுதான். அது சின்னச் சின்ன நூல்களை கையில்கொடுத்து கயிறு திரிக்கவைக்கும். பிறகு ஒருநாள் நம்மையே தூக்கில் போடுவதற்கு.

தலைகால் இல்லாத கற்பனைகளை மனத்திலிருந்து கடாசிவிட முயன்றேன். ஆனாலும் தூக்கம் நெருங்கவில்லை.

சகீனாவின் முத்தம்

ரேகாவின் எதிர்காலத்தைக் குறித்து கவலையாக இருந்தது. அதை ஊகித்து நடுங்கினேன். நடுஇரவில் கூட்டம் கூட்டமாக பைக்களிலும் கார்களிலும் திரியும் பையன்களின் இடுப்பை வளைத்துப்பிடித்துக்கொண்டு தள்ளாடும் பெண்கள் நடுவில் அவள் தெரிவாள். பாய் பிரெண்ட்களை மாற்றிக்கொண்டே, தன் தான்தோன்றித்தனத்திற்கு இடைஞ்சல் என்று வேறு வீடு பிடித்து, அதன் விலாசத்தை எங்களிடம் சொல்லாமல் அலைக்கழிக்கும் காட்சி கண்முன் வந்துகொண்டிருந்தது. நம் கழுத்துக்கு வராமல் இருக்கும்போது என்ன சுதந்திர சர்ச்சைகளைச் செய்தாலும் இப்போது அவள் நலன்கருதி திருமணம், குடும்பம் போன்ற பாதைகளில் புகுத்தி கணவனின் பொறுப்பில் விட்டுவிடும் கற்பனை அதிசயமான நிம்மதியைக் கொடுத்தது. இப்போது நினைவிற்கு வருகிறது, எங்கள் திருமணச் சடங்கு முடிந்தபிறகு விஜியின் அப்பாவை வாழ்த்தியவர்கள் “உங்கள் தலை மீது இருந்த சுமை இறங்கியது” என்று சொல்லிக்கொண்டிருந்தார்கள். எல்லா இடத்திலும் கேட்டு சலித்துப் போன அந்தப் பேச்சு அப்போது வழக்கத்தில் இருந்தது.

சாலையின் அக்கம்பக்கத்தில் இருக்கும் சின்னச்சின்ன ஊர்கள் வழியாகக் கடந்து வரும் பேருந்து அந்த ஊர்களின் இரவைக் கலங்கடிக்கும். சில வீடுகள் முன் எரியும் மங்கலான தீபங்கள்.

முன்னால் குனிந்து பார்த்தால் இப்போது விஜியும் தூக்கத்தில் ஆழ்ந்திருந்தாள். விஜி உடல்மீது போட்டிருந்த சால்வையின் பாதி ரேகாவைப் போர்த்தி இருந்தது. அப்படிஒன்றும் குளிராக இருக்கவில்லை. இது குளிருக்காகப் போர்த்தியது அல்ல. ஒரே போர்வைக்குக் கீழேஇருக்கும்போது தோன்றும் இதமான உணர்வே வேறு.

கொஞ்சம் கண் சொக்கியது. அரைத்தூக்கம். பேருந்தின் குலுங்கலுக்கு இடையே பாதை கடந்தது கொஞ்சம் அறிவுக்கு எட்டியது. பெங்களூர் வந்தடைந்தபோது காலை ஆறரை மணி. ஆட்டோக்காரனுடன் பேரம்பேச நேரமில்லாமல் கேட்டதை ஒத்துக்கொண்டு ஏறினோம். இக்கட்டாக இல்லாமல் ரேகா எங்களுக்கு இடையே கொஞ்சம் முன்னால் நகர்ந்து உட்கார்ந்து கொண்டாள். கொஞ்சம் குளிர் இருந்தது. விஜி தான் போர்த்தியிருந்த சால்வையை ரேகாவின் உடல் மீதும் இழுத்து, ஆட்டோவின் இடைவெளிகளில் இருந்து நுழையும் காற்றிலிருந்து பாதுகாக்க முயன்றாள். இவள் போயிருந்தாளே அந்தக் காட்டில், அங்கே குளிர் இருந்ததோ, மழை இருந்ததோ யாருக்குத் தெரியும்? காட்டிற்குப் போயிருந்தாளா வேறு எங்கேயாவது? என் சிந்தனைகள் ஒரேபோக்கில் இருந்தன.

சிறிது தொலைவு போவதற்குள் ரேகா தூங்கிவிழுவதைக் கவனித்தேன். அழகாக இருந்தது. என் கடுமை அவள் நல்லதற்குத் தானே தவிர நான் அவள் எதிரியல்ல என்பதைத் தெளிவுபடுத்த வேண்டும். நான் கசப்புக் குளிகை அவ்வளவுதான். இப்படிச் சொன்னாலும் என்னை கேலி செய்வாள்.

வீடு வந்து சேர்ந்தபோது ஏழு மணி. லிஃப்ட் கதவைத் திறக்கும் போது பையின் ஓரத்தில் இருந்த பிரிவில் கைவிட்டு விரல் நுனித் தொடுதலால் வீட்டு சாவிக்கொத்தை தேடத்தொடங்கினேன். அது உடனே கிடைக்காமல், எப்படியோ அதை வெளியே எடுப்பதற்குள் வீட்டுவாசலில் விஜியும் ரேகாவும் படபடப்புடன் காத்திருந்தார்கள்.

“முதலிலேயே எடுத்து வைத்துக்கொள்ளக்கூடாதா?” விஜியின் முணுமுணுப்பு.

சாவியை ஓட்டையில் விட்டு கடக்கடக் என்று இருமுறை திருப்பி பூட்டைத் திறந்தேன். எப்போதும் போல கதவை மெல்லத் தள்ளினேன். கதவு திறக்கவில்லை.

“சீக்கிரம் திற. எனக்கு அர்ஜெண்டா டாய்லெட் போகணும். பேருந்தில் பயணம் செய்தால் இதுதான் அவஸ்தை. ஆண்களுக்கு என்ன? எங்கே என்றால் அங்கே நின்றுவிடுவீர்கள்.” விஜி அவசரப்படுத்தத் தொடங்கினாள்.

கதவைத் தள்ளினேன். வலுவாகத் தள்ளினேன். ஊகூம். மற்றொருமுறை சாவியை உள்ளே நுழைத்து மெல்ல பூட்டைப் பூட்டி, இவை எல்லாம் இயல்பாகவே நடக்கும் என்று பூட்டை நம்ப வைக்க முயல்வது போல கையை முடிந்த அளவிற்கு எளிதாக திருப்பிக் கொண்டே பூட்டைத் திறந்தேன். இப்போது இன்னும் அதிக பலம் கொண்டு கதவைத் தள்ளினாலும் அது அசையவில்லை.

கதவு பணியாததற்குத் தடுமாறினேன். அது எதற்கு திறந்துகொள்ளவில்லை என்பது தெரியவில்லை. இதைப் பார்த்துக்கொண்டே நின்றிருந்த விஜியும் ரேகாவும் கூட குழம்பிப் போனார்கள்.

“நான் திறக்கிறேன். இந்தப் பக்கம் வாங்க.” விஜி முன்னால் வந்தாள்.

சாவியை அவளிடம் கொடுத்து பின்னால் நகர்ந்தேன். அவள் சாவியைத்திருப்பும் அந்தநொடி, உள்ளேஇருந்து கொக்கி போட்டிருக்கலாம் என்பது தோன்றியது. “உள்ளே இருந்து கொக்கி போட்டிருப்பது போல இருக்கிறது.”

“அது எப்படி? உள்ளே போக இருப்பது இந்த வழி ஒன்றுதான்” விஜிக்கு அதிர்ச்சியாக இருந்தது.

“பிறகு எதற்கு திறக்கவில்லை?”

வெளியே கொக்கியைப் பரீட்சை செய்தேன். நானாக முன் வந்து, பூட்டைப் பூட்டி மற்றொருமுறை திறந்தேன். தள்ளினாலும் திறந்து கொள்ளவில்லை. கதவின் மீது அடித்தேன். “யாரது உள்ளே?” என்றேன். இன்னும் உரக்கக்கூவ மனதானாலும் விடிகாலையில் சத்தம்போட்டு அக்கம்பக்கத்து வீட்டுக்காரர்களை எழுப்பும் மனம் வரவில்லை. முக்கியமாக, உள்ளே யாராவது இருப்பார்களோ அல்லது அது எங்கள் பூட்டின் பிரச்சினையா, எனக்கே இன்னும் உறுதியாகவில்லை.

வீட்டார்கள் எல்லாம் வெளியே நின்றுகொண்டு எங்கள் வீட்டுக்கதவையே தட்டிக்கொண்டிருந்தோம். விஜி மணி அடித்தாள். இரண்டு மூன்றுமுறை. பதிலில்லை.

வலதுதோளை கதவில்சாய்த்து வேகமாகத் தள்ளினேன். விஜியும் சேர்ந்துகொண்டாள். ஊகூம், கொஞ்சமும் அசைந்து கொடுக்கவில்லை. கதவுக்கு உள்ளே இருந்து கொக்கி போட்டிருக்கிறது என்பதில் இனி சந்தேகமில்லை.

“இது பூட்டின் பிரச்சினை அல்ல. உள்ளே இருந்து கொக்கி விழுந்திருக்கிறது.” “விழுந்திருக்கிறது என்றால்? அது எப்படி தனக்குத்தானே விழும்? இரவு மட்டும்தானே நாம் அந்தக் கொக்கியைப் போடுவது. உள்ளே யாராவது இருக்கிறார்களா?” விஜி எச்சரிக்கையானாள்.

“பொறு, இந்த ஒருமுறை மூவரும் சேர்ந்து பார்ப்போம்.” மீள தோளைக் கதவின் மீது சாய்த்தேன். ரேகா அருகே நின்று வலுவைக் கொடுக்கத் தயாரானாள்.

“இப்ப… கஜ… புஜ… பலம்…” நான் சொன்னவுடன் மூவரும் ஒன்றாகத் தள்ளினோம். கதவு அசைந்து கொடுக்கவில்லை. எத்தனையோ ஆண்டுகளுக்குப் பிறகு பிரயோகம் செய்த என் சக்தி மந்திரம் டுஸ் என்று போனது.

கடந்த மூன்று நாட்களின் ரகளைகள், தூக்கமில்லாத பேருந்து இரவுகள், சுற்றிவளைத்த தாளமேளம் இல்லாத சங்கதிகளிலிருந்து விடுதலையை விரும்பி இருந்தேன். வீட்டிற்குள் பரிச்சயமான சூழலின் அமைதிக்காக மனம் தவிக்கும் போது, வாசலிலேயே எங்களைத் தடுத்து நிறுத்திய அந்த துரதிர்ஷடத்தால் நொந்து போனேன். “பொறு, வாச்மேனை அழைத்துவருகிறேன்” ரேகா

படிகளைத் தடதடவென்று தாண்டி கீழே ஓடி, லிஃப்டில் வாச்மேனுடன் வந்தாள்.

அவசரமில்லாத, ஆர்வமில்லாத அவன் நிதானத்திற்கு கோபம் ஏறத் தொடங்கியது. "உள்ளே இருந்து தாழ்ப்பாள் போட்டிருக்கிறது. கதவைத் திறக்க முடியவில்லை."

"அது எப்படி சாப்? நீங்கள் மூன்றுபேரும் இங்கேயே இருக்கிறீர்கள். உள்ளே யார் கொக்கி போடுவார்கள்?"

"அதுக்குத்தான் உன்னை அழைத்தது. உள்ளே யாரோ இருக்கலாம்."

என் அறிவில்லாமல் குரல் ஏறியது. விடிகாலையின் சத்தத்திற்கு பதில் என்பதைப் போல பக்கத்து வீட்டுக் கதவு தடார் என்று திறந்து கொண்டது. ஃபெர்ணான்டிஸ் வெளியே வந்து விசாரிக்க நடந்ததை எல்லாம் சொன்னேன். அடுத்த வீட்டு கஷ்யப் மற்றும் அவர் மனைவியும் வெளியே எட்டிப் பார்த்தார்கள். அவருக்கு ஃபெர்ணான்டிஸ் உற்சாகமாக சூழ்நிலையை விவரிக்கத் தொடங்கினார்.

"எங்கள் வீட்டில் கடப்பாறை இருக்கிறது வேண்டுமானால்." கஷ்யப் மனைவி உதவிக்கு வந்தார். விஜி டாய்லெட் உபயோகிக்க அனுமதிவேண்டி அவர் வீட்டிற்குள் போனாள்.

அதே மாடியின் கடைசிவீட்டு ரஞ்ஜோய் தென்பட்டார். எல்லா ஆண்களும் தாங்களாகவே ஒருமுறை கதவைத் தள்ளிப் பார்த்து உள்ளே இருந்து கொக்கி போட்டிருக்கிறார்கள் என்ற முடிவிற்கு வந்தார்கள். கீழ்வீட்டு அனிருத் படியேறி மேலே வந்து கூட்டத்தில் சேர்ந்துகொண்டான். ஆளுக்கொரு பேச்சு.

"இத்தனை பேர் இருக்கிறோமல்ல, உள்ளே இருந்து அவன் ஏதாவது வெளியே ஓடிவந்தால் பிடிபடுவான்."

"கையில் கத்தி இருந்தால்?"

"எத்தனை பேருக்கு கத்தி போடுவான்? ஒருவருக்குப் போடலாம். அவ்வளவுதான்."

"அப்படி என்றால் நீங்கள் முன்னே வரவும் பார்க்கலாம்."

எல்லோரும் சிரித்தார்கள்.

இது ஒரு வேடிக்கையாவது எனக்கு எரிச்சலூட்டியது. கதவை உடைப்பதைத் தவிர வேறுவழி தெரியவில்லை. கஷ்யப் வீட்டிலிருந்து கடப்பாறையைக் கொண்டு வந்து, கதவை உடைக்கத் தயாராகும் தருணம் அபார்ட்மெண்டின் பாதி மக்கள் அங்கே

நிறைந்திருந்தார்கள். வாச்மேன் தான் என்ன செய்யவேண்டும் என்பது தெரியாமல் "உள்ளே இருந்து கொக்கி போட்டுக் கொண்டு சிக்கிக் கொண்டான். இருப்பது ஒரே கதவு" என்று தனக்குத் தானே பேசிக்கொண்டு குழம்பிப் பதட்டப்பட்டுக் கொண்டிருந்தான்.

எல்லோரை விடவும் இளைஞனாகவும், உடல்வாகுள்ளவ னாகவும் இருந்த அனிருத் கடப்பாரையைப் பிடித்தான். அவன் வலது மணிக்கட்டில் நிறம் மங்கிய ஐந்தாறு தடித்த கயிர்கள் இருந்தன. "எங்கள் அத்தை வீட்டுது. குறைந்தது எழுபது ஆண்டு பழசாக இருக்கலாம்" கஷ்யப் மனைவி கடப்பாரைப் புகழ்ச்சியில் தொடங்கி இருந்தார். கதவை உடைப்பதாவது எங்கே, எப்படி என்ற கேள்வி எழுந்தது. தாராளமாக அறிவுரைகள் வரத்தொடங்கியபோது, அனிருத் கடப்பாரையை ஓங்கி எங்கே முதலில் அடிக்கலாம் என்று கதவைக் கண்ணால் அளந்து கொண்டிருக்கும் போது,

"பொறுங்க, பொறுங்க எனக்கு இதெல்லாம் நன்றாகத் தெரியும். உடைக்க வேண்டாம், நான் இதோ வந்தேன்." கூவிக்கொண்டே ரஞ்ஜோய் கூட்டத்தில் நகர்ந்து கொண்டே முன்னால் வந்து கதவு முன் நின்ற வீரனின் கையிலிருந்த கடப்பாரையை முதலில் கீழே இறக்கி வைத்தார். பிறகு அமைதியாக பொறுமையாக பரிந்துரை செய்தார். "கடப்பாரையின் ஒரு நுனியில் தடித்த துணியை சுற்றிக் கொள்ளுங்கள். அல்லது, துணியைக் கதவுமீது வைத்து அதன் மீது அடியுங்கள். கொக்கி இருக்கும் இடத்திலேயே அடித்தால் உள்ளே இருந்து அது விட்டுவிடும். வேறு எங்கே அடித்தாலும் கதவு விரிந்து விடும் எச்சரிக்கை."

இவ்வளவு கச்சிதமாகக் குறிப்புகள் கிடைத்ததால் கஷ்யப் வீட்டிலிருந்து பழைய துண்டு வந்தது. தினம் இரவு படுக்கும் முன் பாலுக்குப் பையை வெளியேவைத்து, கதவைச் சாத்தி, உள்ளே இருந்து போடும் கொக்கியை நினைத்துக் கொண்டே ;கொக்கி மேல் பகுதியில் இருக்கும். இங்கே, இங்கே" என்று அதன் இடத்தை கதவுச் சட்டத்தின் மூலையில் விரல்வைத்துக் காட்டினேன்.

"முதலில் டோர்லாக் சாவியை எடுத்து வைத்துக் கொள்ளுங்கள்" ரஞ்ஜோய் மறுபடியும் பரிந்துரை செய்தார். பூட்டு திறந்திருக்கிறது என்று உறுதி செய்துகொண்டேன்.

துண்டை கடப்பாரை நுனிக்கு இறுக்கமாகச் சுற்றி அனிருத் ஒரே ஒரு முறை வலுவாக அடித்தான். அப்படி அடிக்கும் போது பல்லைக் கடித்துக் கொண்டு "ஜெய் ஹனுமான்" என்றான். தடித்த துண்டால் சத்தமாகவில்லை. அவன் வலுவை விடவும் அதிகமாக கோஷத்திற்கு பயந்து போனது போல கொக்கி எளிதாக முறிந்து

சத்தமில்லாமல் கதவு திறந்துகொண்டது. கதவுக்கு சின்னக் கீறலும் விழவில்லை. உள்ளே இருந்து கொக்கி போட்டிருந்தது உறுதியானது. இவ்வளவு சப்பையாக காட்சி முடிந்ததற்கு நிராசை அடைந்தவர்களிடமிருந்து "என்ன? திறந்ததா? ஒரே அடிக்கா?" ஓலங்கள் எழுந்தன. ரஞ்ஜோய் பெருமையுடன் சுற்றியும் நோட்டம் விட்டார்.

உள்ளே கூடத்தில் அரைஒளி. எல்லாம் அமைதியாக இருந்தன. கதவை முழுவதுமாகத் தள்ளினேன். இவ்வளவு நேரம் வீராப்புப் பேசியவர்கள் எல்லாம் ஒரு அடி பின்னால் நகர்ந்தார்கள். கையை நீட்டி கதவுக்குப் பக்கத்தில் இருந்த ஸ்விட்சைப் போட்டேன். உள்ளே வெளிச்சமானது. யாரும் காணவில்லை.

"உள்ளே போக வேண்டாம்." விஜி என்னைத் தடுத்தாள்.

நாடகத்தனமாக ஏதோ ஒன்று நடப்பதை எதிர்பார்ப்பவர்கள் போல கூடிஇருந்தவர்கள் எல்லாம் மொத்தமாக கதவுப் பக்கம் எட்டிப் பார்த்தார்கள். சில நிமிடங்கள் ஆனது. எதுவும் நடக்கவில்லை. உள்ளே இருந்து யாராவது வெளியே பாய்ந்தால் அடிக்கவென்று அனிருத் கையில் கடப்பாரை மீது பிடியை இறுக்கி நின்றிருந்தான்.

யாரும் உள்ளே கால்வைக்கத் தயாராக இல்லை. பின்னாலிருந்து ஒருவர் "வாச்மேன், உள்ளே போய் பாருப்பா" என்றார். கட்டடத்தைக் காவல் காக்கும் செக்யூரிட்டி என்பதற்காக உள்ளே போய் அபாயத்தில் சிக்கிக்கொள்ள, கையில் தடியைத் தவிர வேறு எந்த ஆயுதமும் இல்லாத வாச்மேன் தயங்கினான்.

"யாராவது இருந்தால்?" பெரிதாக ஓலமிட்டான்.

"அதைத்தான் பார்த்துவா என்று சொல்கிறோம்" என்று யாரோ சொன்னதற்கு அங்கே சிரிப்புப் பரவியது.

சில நிமிடம் எந்த ஓசையும் இல்லாமல் இருப்பதைக் கவனித்து உள்ளே ஒரு அடி எடுத்து வைத்தேன். "உஷார். திருடர்கள் தனியாக வரமாட்டார்கள்" பின்னால் இருந்து யாரோ எச்சரித்தார்கள். முதல் முதலாக கதவுக்குப் பின்னால் யாரும் இல்லை என்பதை உறுதிப்படுத்திக் கொண்டேன்.

அதனால் துணிச்சல் வந்து, இப்போது தான் எதையும் செய்யாவிட்டால் தப்பாகுமென்று வாச்மேன் கையில் இருந்த தடியை தரைமீது தட்டிக்கொண்டே நான்குஅடி முன்னால் போய் ஒப்புக்காக கூவினான். "யாருடா அது தாயோலிமவனே, கொன்னு போடுவேன் வா வெளியே." உண்மையான கோபத்திற்கும் பாசாங்குக் கோபத்திற்கும் இருக்கும் வேறுபாடு

அவன் உச்சரிப்பில் தெரிந்தது. இப்போதும் எந்த சத்தமும் இல்லை. மக்கள் வாசலில் உற்சாகத்துடனும், கொஞ்சம் உத்வேகத்துடனும் காத்துக்கொண்டிருந்தார்கள். புதிதாக கூட்டத்தில் சேர்ந்தவர்களுக்கு முன்பிருந்தவர்கள் முதலில் இருந்து விவரித்துக் கொண்டிருந்தார்கள்.

உள்ளே இருந்து எந்த எதிர்வினையும் இல்லாததால் வாச்மேன் மேலும் துணிச்சலாக திருடனை அழைத்து, தடியால் தரையை தட்டிக் கொண்டே முதலில் சமையலறையில் தேடினான். அங்கே முடித்து விட்டு இந்தப் பக்கமாக வந்து உள் அறைகள் கதவருகே நின்று உள்ளே கண்ணை ஓடவிட்டுக் கூவினான். "இங்கே யாரும் இல்லை சார்." அவன் குளியலறையை பார்க்கவில்லை என்று தோன்றி, சொன்னால் பூட்காலுடன் உள்ளே போய் விடுவான் என்று நானே போய்ப்பார்க்க முடிவு செய்தேன்.

வீட்டுக்குள் ஏதாவது தாறுமாறாக இருக்கிறதா என்று கண்ணால் அளந்துகொண்டு ஒவ்வொரு அறையாக சோதிக்கத் தொடங்கினேன். எங்கள் படுக்கைஅறைக்கு ஒட்டிஇருந்த பாத்ரூமில் கால் வைத்தவுடன் அங்கே சன்னல் கண்ணாடியை வெட்டி எடுத்திருந்தது தெரிந்தது. சுவரிலிருந்து வெளியே கயிறு தொங்கிக் கொண்டிருந்தது. கயிறைப் பிடித்து ஏற இறங்க எளிதாக இருக்க நடுநடுவில் ஒரு முடிச்சுப் போட்டிருந்தார்கள்.

"இங்கே பாருங்கள், இங்கே இருந்துதான் வந்தது" என் கூச்சலுக்கு விஜி, ரேகா, வாச்மேன் ஓடிவந்தார்கள்.

"மிக புத்திசாலிகளாக இருக்கவேண்டும். கட்டிடத்தின் இந்தப்பகுதியில் இருந்து இறங்கினால் பகலிலும் கண்ணுக்குத் தென்படுவது சாத்தியமில்லை." வாச்மேன் திருடர்களைப் பாராட்டிக் கொண்டே, இதில் தன் தவறில்லை என்பதை மறைமுகமாகச் சொன்னான்.

வெளியே நின்றிருந்தவர்கள், "எங்கே இருந்து, எங்கே இருந்து, எப்படி" என்று கேட்டுக்கொண்டே ஒருவர் பின்னால் ஒருவர் வரத்தொடங்கினார்கள். வந்தவர்கள் ஆர்வத்தில் எல்லாப் பக்கமும் எட்டிப் பார்த்தார்கள். தினசரி பார்க்கும் பொருட்களும் மற்றவர் வாழ்க்கையில் மாறுபட்ட வெளிச்சத்தில் காண்பதால் அந்த சபலத்தை அடக்கமுடியாத சிலர் காரணமில்லாமல் சமையலறையையும் ஒரு சுற்றுச் சுற்றி வந்தார்கள். திருடர்கள் வந்துபோன பாதையை சுயமாகப் பார்க்கும் தவிப்பில் பாத்ரூமில் கூட்டம் சேர்ந்தது. மற்றவர் கண்ணால் பார்த்தவுடன் எங்கள் பாத்ரூம் அசிங்கமாகக் கண்டது. தண்ணீர் கரையால் துவண்டு போன ஷவர் கர்டன்,

சுவர் டைல்ஸ்களில் மங்கிய சந்துகள், சோப் ட்ரேயில் படிந்து போன பல தலைமுறைகளின் பழைய சோப்பின் எச்சங்கள் – பார்க்கும் அளவுக்கு அதிக சங்கடமானது. அதே உணர்வால் பாதிக்கப்பட்டவள் போல விஜி பாத்ரூம் மூலையில் இருந்த டப்பையும் அதில் துவைக்க என்று திணித்து வைத்த துணிகளை யும் மொத்தமாக எடுத்துக் கொண்டு படுக்கை அறையில் வைத்து அதன்மீது ஒரு துண்டை மூடினாள்.

சமையலறையிலிருந்து கஷ்யப் கூவி அழைத்தது கேட்டது. போனால், அவர்கள் இடியாப்பம் பிழியும் கருவியை விரிவாக பரீட்சை செய்து கொண்டிருந்தார்கள். “இதை எங்கே இருந்து வாங்கினீர்கள்? எவ்வளவு நாளாக நல்லதொன்றை வாங்க வேண்டும் என்று தேடிக் கொண்டிருந்தேன்” என்று உற்சாகமாகக் கேட்டார். நேரம் காலத்திற்குத் தகுந்த கேள்வியல்லாததால் பித்தம் ஏறியது. “தெரியாது” பொறுமையின்றி பதில் சொல்லி படுக்கையறைக்குப் போனேன். உள்ளே போனவுடன் பீரோவில் தொங்கிக்கொண்டிருந்த சாவிக்கொத்து கவனத்திற்கு வந்தது. உடனே விஜியை அழைத்தேன். ஊருக்குப் போகும் அவசரத்தில் அப்படியே விட்டுவிட்டு வந்துவிட்டோமா அல்லது திருடர்கள் சாவியை எடுத்தார்களா அவளுக்கும் தெரியவில்லை. போகும் முன் பீரோவில் இருந்து எதை எடுத்தோம் என்பதும் நினைவுக்கு வரவில்லை. பீரோவின் பக்கம் கையைநீட்டியவன் அங்கே திருடர்களின் கைரேகை அடையாளம் இருக்கலாம் என்று தோன்றி, பையில் இருந்த கைக்குட்டையைப் பிடிமீது வைத்து, வேறு எங்கும் கை படாமல் கதவைத் திறந்தேன். உள்ளே எப்படி திணித்து வைக்கப்பட்டிருந்தது என்றால் வித்தியாசமானாலும் தெரியவராது.

“அதிகமாக திருடு போனதா என்ன?” கீச்சுக் குரல் ஒன்று மிகஅருகில் கேட்டு நாங்கள் இருவரும் அதிர்ந்து போனோம். கீழ்மாடியின் தனிப்பெண் வாசந்திபாய் பல்லை இளித்துக் கொண்டு எங்கள் பின்னால் நின்றிருந்தார். அரைகுறையாக நரைத்த, கலைந்து பரவி இருந்த தலைமுடி. படுக்கையிலிருந்து நேராக இங்கே வந்தவர் போல இருந்தார். திறந்த கண்களுடன் இமை மூடாமல் பீரோவுக்குள் கண்ணைப் பதித்திருந்தார். பீரோ கதவைத் தடார் என்று மூடினேன். “இல்லை ஒன்றுமில்லை” என்ற விஜியின் பேச்சை நம்பாதவர் போல வாசந்திபாய் கண்ணைப் பெரிதாக்கி, இரண்டு புருவங்களையும் உயர்த்தினார். அவ்வளவு நெருக்கத்திலிருந்து அவரை என்றும் பார்த்திருக்காத எனக்கு அவர் தாடையின் நரைத்தமுடியும் முகபாவங்களும் அசிங்கமாகத் தோன்றியது.

வாசந்திபாய் செருப்புப் போட்டுக்கொண்டிருப்பதை கவனித்து, திடீரென்று கத்தினேன். "செருப்பு போட்டுக்கொண்டு உள்ளே வரக்கூடாது. உங்கள் வீட்டில் இப்படி செய்தால் சும்மா இருப்பீர்களா?"

அவர் கலங்காமல் கூடத்துப் பக்கம் விரலைக் காட்டினார். "எத்தனை பேர் போட்டிருக்கிறார்கள். செருப்பு இல்லா விட்டால் குளிருக்கு கால் வலிக்கும்."

"அவர்களிடமும் சொல்கிறேன். முதலில் நீங்கள் கழட்டி வைங்க."

உள்ளே கூட்டத்தால் ரகளையாகத் தொடங்கியது. ரேகா தன் அறைக்குள் நுழைந்து, கதவை ஒருக்களித்து மேசை மீது உட்கார்ந்து எதையோ செய்து கொண்டிருந்தாள். அரைகுறையாக திறந்த கதவிலிருந்து தெரிந்த அவள் முதுகும், வேலையில் மூழ்கிய அவள் தோரணையும் இனம்புரியாத தடையைப் போட்டது. யாரும் அந்த அறைக்குள் கால்வைக்கும் முயற்சியைக் கூட செய்யவில்லை.

இப்படியொரு கூடத்துக்கூட்டம் தங்கள் வீட்டிலும் நடந்திருக்கலாம் ஆனால் தங்களது அக்கறையால் நடக்க வில்லை என்று மறைமுகமாகச் சொல்லமுயன்றது. கஷ்யப் எப்படி தான் ஒவ்வொரு சன்னலுக்கும் அது பாத்ரூமாக இருக்கட்டும், பெட்ரூமாகவே இருக்கட்டும் இரும்பு கிரில் போட்டிருக்கிறேன் என்று பீத்திக் கொண்டிருந்தார்.

கீழ்மாடியின் டிஸோசாவின் கவனம் வாச்மேன்கள் பக்கம் போனது. "வாச்மேன்கள் என்ன செய்துகொண்டிருந்தார்கள் என்பதை நாங்கள் இப்போது கேட்கலாமா வேண்டாமா?" மேலே இருந்து இறங்கி வந்து இப்படி வீட்டுக்குள் நடமாடிப் போகும் வரை இவர்களுக்கு எச்சரிக்கை இருக்கவில்லை என்றால் இவர்களை வைத்துக்கொண்டு என்ன பயன்? இவர்களை நாட்டைக் காக்க விட்டால் முடிந்தது கதை." முன்பு எப்போதோ அவன் இளமையில் மிலிடரி கேன்டீனுக்கு பொருட்கள சப்ளை செய்துகொண்டிருந்த ஒரே தகுதியில் செக்யூரிட்டிக்கு தொடர்புள்ள பேச்சுக்களை, அது கட்டடமாக இருக்கட்டும், நாடாக இருக்கட்டும், உரிமையுடன் பேசுவார்.

வக்கீல் ரமேஷுக்கு இந்த சின்னத் தூண்டுதல் போது மானது. "முந்தாநாள் நான் செகண்ட் ஷோ முடித்துக் கொண்டு வந்தால் இருவரும் தூங்கிக்கொண்டிருந்தார்கள். அதுவும் எப்படி, தூக்கத்திலிருந்து எழுப்ப போதும்போதுமானது. எழுப்பிய கோபத்திற்கு முகத்தைச் சுளித்துக்கொண்டு

கேட்டைத் திறக்கிறார்கள். நம்ம வீட்டை நாமதான் பாதுகாப்பா வைச்சுக்கணும்."

"எங்கள் பில்டிங் அசோசியேஷன் பிரசிடெண்ட ஷர்மா எங்கே? இன்று அவர் நம் செக்யூரிட்டியை உண்டு இல்லைன்னு பண்ணிடுவார்." டிஸோசாவின் பேச்சின் நையாண்டி தெரிந்தவர்களுக்கு சிரிப்பை அடக்க முடியவில்லை. ஷர்மா மிகவும் மென்மையான இயல்புடையவர்.

"ஷர்மா இன்னும் இரண்டு நாள் விட்டு வருவார். ஊருக்குப் போயிருக்கிறாராம். பிறகு கர்னல் சாப் கூட ஊரில் இல்லை." அனிருத் விவரணை. அவன் இன்னும் கையில் கடப்பாரையைப் பிடித்துக்கொண்டு நடமாடிக்கொண்டிருந்தான். கடப்பாரையின் வேலைமுடிந்ததா இல்லையா தெரியாமல் அதைத் திருப்பிக் கேட்கும் சரியான நொடிக்காகக் காத்துக் கொண்டு மிஸஸ் கஷ்யப் அவன் முன்னும் பின்னும் சுற்றிக்கொண்டிருந்தார்.

மிஸஸ் காமத் அனிருத்தின் வீரத்தைப் பாராட்டி எல்லோரையும் சிரிக்க வைத்தார். "நீங்கள் கதவை உடைத்த தோரணையைப் பார்த்து பயமானது. அவ்வளவு எளிதாக கொஞ்சமும் சத்தம் இல்லாமல் விட்டுக்கொடுத்தது என்றால் மிகவும் உறுதியாக இருக்கவேண்டும் நம் பூட்டுகள்!"

"கடப்பாரை தேவை இருக்கவில்லை. கையால் பலமாகத் தள்ளி இருந்தாலே போதும்." அனிருத் தன் பலப்பிரயோகத்து மப்பிலிருந்து இன்னும் வெளிவந்திருக்கவில்லை.

"உங்களுக்குப் பழக்கம் இருக்க வேண்டும்." கூடி இருந்தவர்கள் கொல் என்று சிரிக்கும் போது அனிருத்துக்கு மிஸஸ் காமத் தன் காலை வாரியது புரிந்தது.

டெராசுக்குப் போய் சோதனை செய்துவந்த வாச்மேன் இறங்கி வந்தான். "மேலே இருந்து இறங்கி பிறகு அப்படியே ஏறிப் போயிருக்கிறார்கள். கயிறு அவ்வளவு நீளம்தான் இருப்பது. கீழே வந்திருந்தால் எங்கள் கண்ணில் பட்டிருப்பார்கள்."

டிஸோசாவுக்குக் கோபம் வந்தது. "அவர்கள் ஆகாயத்திலிருந்து டெராஸ் மீது இறங்கினார்களா என்ன? கேட் வழியாக வந்து கேட் வழியாகவே போயிருப்பார்கள். நீங்கள் ரெண்டு பேரும் அங்கே கழுதை மேய்ச்சுக்கிட்டு உட்கார்ந்திருந்தீங்களா."

இந்த வழக்கிலிருந்து தப்பித்துக் கொள்ளும் உபாயங்களைத் தேடித் தவித்துக் கொண்டிருந்த வாச்மேன் முகம் சுருங்கியது. போலீஸ் வந்ததும் விசாரணை அவனிடமிருந்தே தொடங்கும் என்பதில் சந்தேகமில்லை. இப்படிப்பட்ட பில்டிங்கில் எந்த வீட்டில்

திருடு போனாலும் கொஞ்சம் உதைவாங்குவது வாச்மேன்களால் தவிர்க்க முடியாது. தலைமறைவாகப் போனாலோ அவர்கள்தான் குற்றவாளிகள் என்பதில் போலீஸ்காரர்களுக்கு சந்தேகமே இருக்காது.

இவை எல்லாம் விரைவாக முடிந்தால் போதுமாக இருந்தது. கிசுகிசுவை உடைத்து, எல்லோர் காதுகளில் விழும்படி குரலை உயர்த்தி "யாரிடம் போலீஸ் ஸ்டேஷன் நம்பர் இருக்கிறது? இன்ஸ்பெக்டர் யாருன்னு தெரியுமா?" என்று கேட்டேன்.

இது தன் இலாகா என்ற தோரணையில் வக்கீல் ரமேஷ் உற்சாகமாக முன் வந்தார். "ஃபோன் செய்தால் எதுவும் நடக்காது. திருடர்களைப் பிடித்தால் ஓடிவருவார்களே தவிர நேற்றைய திருட்டுக்கு யாரையும் அவசரமாக அனுப்பமாட்டார்கள். இந்த விடியக்காலையில் அங்கே போதுமான போலீஸ்காரர்கள் இருப்பார்களா இல்லையோ. நீங்களே ஸ்டேஷனுக்குப் போய் பேசிவிட்டு வாங்க. இன்ஸ்பெக்டர் நல்லவர். முந்தாநாள் என் மகனின் மொபைல் தொலைந்து போனது என்று போயிருந்தேன். நன்றாகப் பேசி அனுப்பினார். மொபைல் கிடைக்கவில்லை, அது வேறுவிஷயம். ஸ்டேஷன் தெரியும் தானே, இங்கேதான் நான்கு தெருத்தாண்டி."

"நீங்க வேற இப்பத்தான் வந்திருக்கிறீர்கள். தேநீர் அருந்தி சுதாரித்துக் கொள்ளுங்கள். நகை, பணம் திருடு போயிருக்கிறதா பாருங்கள். அதைத்தான் அவர்கள் கேட்பார்கள். முழு டீடயில்ஸ் கொடுங்க. இப்போது இல்லாவிட்டாலும் பிறகு எப்போதாவது திருடன் பிடிபட்டால் உதவிக்கு வரும். இன்சூரன்ஸ் செய்திருக்கிறீர்களா?" அதுவரை ஒரு ஓரமாக நின்றுகொண்டு கேட்டுக்கொண்டிருந்த கிரிராயர் களத்தில் இறங்கினார்.

"வீட்டில் பணம், நகை வைக்கமாட்டார்கள். வேறு எதுவும் போனது போலத் தெரியலை." பணிவாகவே விவரித்தேன்.

நான் அந்தப் பக்கம் திரும்பியதும் கிரிராயர் "எப்படி பேச்சை மறைக்கிறார் பாருங்கள். வீடு என்றபிறகு கொஞ்சம் நகையோ பணமோ இருந்தே இருக்கும். அவரவர் சமாதானத் திற்காக அப்படிச் சொல்வது. அல்லது போலீசுக்குச் சொல்ல முடியாத கறுப்புப் பணமாக இருக்கலாம். என்ன புரிந்தது தானே? ஹா..." என்றது காதில் விழாததுபோல நடித்தேன்.

இனி இவர்களை எல்லாம் அனுப்பாவிட்டால் தலை கெட்டுவிடும் என்று தோன்றியது. "இப்போது போலீஸ்காரர்களை அழைக்கிறேன். வீட்டுக்காரர்களைத் தவிர மற்றவர்களின் விரல் அடையயாளம் தெரிந்தால் தேவை இல்லாமல் சிரமமாகும்.

போலீஸ் நாய் மோப்பம் பிடித்து உங்களிடம் வந்தால் என்னைத் திட்ட வேண்டாம். தயவு செய்து எல்லோரும் வெளியே போகவும். யாரும் எதையும் தொட வேண்டாம், ப்ளீஸ். உங்கள் எல்லோருக்கும் நன்றி. விடியக்காலையிலேயே உங்கள் எல்லோருக்கும் சிரமம் கொடுத்தோம்."

அவர்களை அனுப்பிவைக்க இப்படி ஒரு தந்திரம் தோன்றியதே என்று தெம்பானேன்.

போகும்முன் டிஸோசா என்னிடம் சொன்னார் "இது உங்களுக்குத் தெரிந்தவரின் கைவரிசை. நீங்கள் வீட்டில் இல்லை என்று யாருக்குத் தெரிந்திருந்தது என்று யோசியுங்கள். நான் யாரையும் சந்தேகப்படவில்லை. யோசியுங்கள் என்று மட்டுமே சொல்கிறேன்."

மக்கள் மெல்ல சிதறத்தொடங்கினார்கள். நிமிடத்தில் வீடு காலியானது. முன்கதவை சாத்தப்போனவன் அது மிகவும் முரட்டுத்தனமாகத் தெரியலாம் என்று கதவை சும்மா ஒருக்களித்தேன். கழன்று வந்த கொக்கியின் வளையம் கதவின் மேல் பகுதியில் கொடிபோல கொக்கியின் கம்பிக்கு மாட்டிக்கொண்டு நின்றிருந்தது. வளையத்தைக் கழற்றி, கொக்கிக்கம்பியைக் கீழே நகர்த்தி, சத்தமில்லாமல் கதவை மூடினேன்.

ஊரிலிருந்து புறப்படும்போது மறுநாள் வேலைக்குப் போவதென்று முடிவு செய்திருந்தோம். இப்போது எதிர்பாராமல் மாறிய சூழ்நிலையால் என்ன செய்யவேண்டும் என்று தோன்றவில்லை. தினசரி சக்கரம் சரியாகச் சுழல வேண்டுமென்றால். இப்போதே அது தயாராக வேண்டி இருந்தது. சமையலறையில் நோட்டம் விட்டுக்கொண்டிருந்த விஜியிடம் போனேன்.

"இங்கே எதெதைத் தொட்டார்களோ. எல்லாவற்றையும் தூக்கி எறியவேண்டும் என்று நினைக்கிறேன். எதைத் தேடி வந்தார்களோ ?" அத்துமீறி நுழைந்ததால் அவளுக்கு அசௌகரியமாக இருந்தது.

ஏதோ முன்னும்பின்னும் ஆன உணர்வு என்னிடமும் தோன்றியது. வீட்டில் ஒவ்வொன்றையும் சின்னச் சின்ன விவரங்களுடன் பார்க்கத் தொடங்கியதால் இதுமுதலில் இப்படித்தான் இருந்ததோ அல்லது அவர்கள் தொடுதலால் இப்படித்தெரிகிறதா புரியவில்லை. மேடைமீது இடுக்கி வைத்திருந்த வகையைப் பாரத்தால், சிங்க் அருகே கழுவி வைத்த தேநீர் கரண்டிகளில் இருந்து தண்ணீர் வடியட்டுமென்று வைத்த கூடையைப் பார்த்தால், நாங்கள் இவற்றை எல்லாம் இப்படி

பயன்படுத்தினோமா என்ற சந்தேகம் வந்தது. கோப்பைகளை சிங்க் உள்ளே நாங்கள் தான் இப்படி அலட்சியமாக வைத்ததா? சர்க்கரை டப்பாவை எப்போதும் உள்ளேதானே வைப்பது? காலியான இந்த பிளாஸ்டிக்டப்பாவில் என்ன இருந்தது? வீட்டுக்குள் யாரோ புகுந்து போன சிறிய நிகழ்வால் இதுவரை மறைவாக இருந்த பொருட்கள் எல்லாம் பளீர் என்று தெரியத் தொடங்கின. பரிச்சயமானவைகளையே புதிய கண்களால் பார்க்க வேண்டியதானது.

“அன்று வந்திருந்தார்களே எம்பித்ரீ அங்கள்கள் அவர்களுக்கும் இதற்கும் ஏதாவது தொடர்பு இருக்கலாமோ?” டிஸோசாவின் பேச்சு நினைவிற்கு வந்து, தலைக்குள் தோன்றிய புதியபுழுவை விஜிக்குக் கடத்தினேன்.

“ஆண்டவனுக்குத்தான் தெரியும். என் தலை கெட்டுப் போயிருக்கிறது.”

“இன்று நீ வேலைக்குப் போயாக வேண்டுமா? நான் விடுமுறை சொல்கிறேன். போலீஸ்ஸ்டேஷன் வேலையில் எவ்வளவு நேரம் போகுமோ சொல்லமுடியாது. இரண்டு இரவு சரியாக தூக்கமில்லை.”

“எனக்கு முக்கியமான மீட்டிங் இருக்கிறது. தாமதமானாலும் போக வேண்டும்” அவள் தன் வேலை உலகிற்குள் நுழையத் தவித்துக் கொண்டிருந்தாள்.

ரேகாவை அழைத்துக்கேட்டால், ‘நான் காலேஜுக்கு போகிறேன்” என்றாள். தனக்கும் இதற்கும் சம்பந்தமே இல்லை என்பதைப் போல நடந்துகொள்வதைப் பார்த்துக் கோபம் வந்தது.

“உஷாரா இரு. அன்று வந்தவர்களை நினைத்துப் பார்க்கவே பயமா இருக்கு. பயங்கரமான ஆட்கள்.” சாதாரண நாட்களில் என்னால் சாத்தியப்படாத முற்சார்புப் பேச்சுகளைத் தற்போதைய அழுத்தமான சூழ்நிலையில் பயன்படுத்திக்கொண்டு எளிதாகப் பாயவிட்டேன்.

ரேகா சினம் கொண்டாள்.

“நீ பயந்தாங்கொள்ளி அப்பா. அந்த கிளாஸ் மக்கள் என்றால் பயம் தானே? எம்பித்ரீ முட்டாளே தவிர வேறொன்றுமல்ல. அந்த அங்கள்கள் வாடகைக் கூலிங்க. அந்த பித்துக்குளி காதலுக்கு மாமா வேலை பாத்துக்கிட்டு அலையரானுங்க. அவனுங்க இவனுக்கு பாடிகார்டுங்க. தினமும் காலேஜை சுத்திக்கிட்டு கிடப்பானுங்க. இவனுங்கதான் அந்த சரளா வீட்டுக்கும் போயிருந்தானுங்க. அவங்க அப்பா கலாட்டா பண்ணி போலீசைக் கூப்பிட்ட பிறகு

பைத்தியம் விட்டது. பிறகு வீணா கிட்ட நடந்தது. இப்ப என் பின்னாடி. இப்ப வேற யாரோ மாட்டியிருக்கலாம். எதுக்குன்னா இரண்டு நாளா அவன் மெசேஜ் இல்லை. இல்லைன்னா பகல் இரவு நச்சரிப்பான். மிக விலைஉயர்ந்த பொருட்களை எனக்கு பரிசா கொடுக்கணுமாம். எப்படி சிரிச்சேன் தெரியுமா. டோன்ட் வரி. அவன் மீது இரக்கமே தவிர பயமில்லை" என்று விஜிப் பக்கம் நோட்டம் விட்டாள். ஒருகணம் அந்த மின்னல் பார்வையில் என்ன இருந்ததோ எனக்குப் புரியவில்லை. மேலும் பேச்சைத் தொடராமல் ரேகா தன் அறைக்குப் போனாள்.

"போலீஸ்காரர்கள் வரும்வரை வீட்டில் முடிந்த அளவுக்கு இருப்பது இருப்பது போலவே வைப்பது நல்லது. நான் போலீஸ் ஸ்டேஷனுக்குப் போய் வருகிறேன்."

"வரும்போது ஏதாவது பலகாரம் கட்டிக்கொண்டு வா." விஜி நாஷ்டாவைப் பற்றி யோசித்தாள்.

"இட்லி வடை வாங்கி வரவா ?"

விஜி அரைமனத்துடன் சம்மதித்து தலையசைத்தாள்.

ரேகாவின் அறை வாசலில் நின்று "இட்லி, வடை ?" என்றேன். அவள் தன் பேக்பேக்கில் எதையோ திணித்துக் கொண்டிருந்தாள். அது என்ன என்ற கேள்வி நாக்கு நுனிக்கு வந்தாலும் அவள் புருவத்தைச் சுளித்துக்கொண்ட தோரணையைப் பார்த்து அமைதியானேன். பிள்ளைகள் எவ்வளவு பெரியவர்கள் ஆனாலும் இப்படி இரகசியமாக இருப்பதை முழுமனத்துடன் சகித்துக் கொள்வது சிரமம் தான்.

"எனக்கு எதுவும் வேண்டாம். பிரெட் வாங்கி வந்தால் நானே சியாண்டவிச் செய்து கொள்கிறேன்."

அவள் பதிலுக்கு என் எதிர்வினையை ஊகித்தவள் போல உடனே, "சரி. எதையாவது வாங்கி வா. சாப்பிடுகிறேன்" என்றாள்.

❍

டைனிங் டேபல் மீது பலகாரப் பொட்டணங்களைத் திறந்து கொண்டே "இட்லி இன்னும் எப்படி சூடா இருக்கு" என்றேன். விஜி, "அங்கே என்ன நடந்தது அதை முதலில் சொல்" என்றாள்.

"டாணாவுக்குப் போனபோது சப்இன்ஸ்பெக்டர் இருக்க வில்லை. மற்றொருவர் அநேகமாக ஹெட்கான்ஸ்டபல் ஆக இருக்கலாம், எல்லா விவரங்களையும் கேட்டுக்கொண்டார். என்ன தெரியுமா, போலீஸ்ஸ்டேஷன் நான் நினைத்தது போல இருக்கவே இல்லை. பணிவாக இருந்தார்கள். அவர்கள் எல்லோருக்கும்

தேநீர் வந்தது. டீ வேணுமா சார் என்று அவர் என்னை உபசாரம் செய்தார்."

"அதே இடத்தில் மக்களை அடித்துச் சாகடிப்பார்கள். மறந்து விடாதே." ரேகாவின் எதிர்வினை கூர்மையாக இருந்தது.

அவளைப் புறக்கணித்துத் தொடர்ந்தேன். "நான் உத்வேகத்தில் இருந்தேன். அவர்கள் இதுபோல தினமும் எத்தனையைப் பார்ப்பார்களோ. அவசரமில்லாமல் பேசினார்கள். பில்டிங் பெயர் சொன்னதும் ஷர்மா தானே உங்கள் சொசைட்டி பிரஸிடெண்ட என்றார். இவை எல்லாம் அவர்களுக்கு எப்படித் தெரியுமோ. கடந்த இரண்டுவாரத்தில் நம் ஏரியாவிலிருந்து மூன்று கம்ப்ளைண்ட் வந்திருக்கிறதாம். ஆனால் ஃப்ளாட்டுக்குப் போனது இதுதான் முதல்முறையாம். அங்கே கிடைப்பது சிரமம். சிசிடீவி இல்லாமல் இருந்தாலும் யார் கண்ணிலாவது விழுவார்கள் என்றான். வாச்மேன் வேலையை விட்டுப் போய்விட்டாரா? நீங்கள் எந்த ஊருக்குப் போயிருந்தீர்கள்? எதற்குப் போயிருந்தீர்கள்? என்று கேட்டார். நாய்களை அழைத்து வரமாட்டீர்களா? முட்டாளைப் போலக் கேட்டேன். நிறையத் திருடு போயிருக்கா? கேஷா, நகையா? விசாரித்தார். என் பதிலைக் கேட்டு இதற்கெல்லாம் டாக் ஸ்கிவாட் எல்லாம் வரவழைக்க முடியாது. மிகப் பெரிய கொள்ளையாக இருந்தால் அழைப்போம். ஒருமுறை எங்கள் ஆட்கள் பார்க்கட்டும். உங்கள் பின்னாலேயே அனுப்பி வைக்கிறேன், என்ன செய்ய வேண்டும் என்று அவர்களே சொல்லுவார்கள். பிறகு கம்ப்ளைண்ட் எழுதிக் கொண்டு வாங்க. விசாரிக்கிறோம் என்று அனுப்பிவைத்தார். பலகாரம் கட்டிக்கொண்டு வரும்போது அவன் பேசிய பாணியை யோசித்துக் கொண்டே வந்தேன்."

"அடுத்தது என்ன?" விஜி கேட்ட பாணிக்கு நான்தான் இதற்குத் தீர்வு காணவேண்டும் என்ற குறிப்பு இருந்தது.

"அவர்கள் வந்து பார்க்கட்டும். பிறகு பார்த்துக் கொள்ளலாம்."

மூன்று பேரும் பலகாரத்தைமுடித்து அறையை அடைந்தஅரை நொடியில் அழைப்பு மணி அடித்தது.

வெளியே இரண்டு போலீஸ்காரர்கள் நின்றிருந்தார்கள். அவர்களில் ஒருவரை ஸ்டேஷனில் பார்த்திருந்தேன்.

"வணக்கம் சார். ருத்ரய்யான்னு சார். இன்ஸ்பெக்டர் அனுப்பி இருக்கார்.

"வாங்க, உள்ள வாங்க."

பேசியது எல்லாம் ருத்ரய்யாதான். மற்றவர் சும்மா எல்லாவற்றையும் பார்த்துக் கொண்டிருந்தார். "உங்கள் பெயர் என்ன?" கேட்டதற்கு அவர், "சென்னப்பா சார்" என்றார்.

ருத்ரய்யாவின் சீனியாரிட்டி அவர்கள் இருவரின் உடல் மொழியில் தெரிந்தது. ருத்ரய்யா முன்னால் முன்னால்; சென்னப்பா பின்னால் பின்னால். ருத்ரய்யாவின் பேச்சு சென்னப்பாவின் தலையசைத்தல்.

ஊருக்குப் போனது, காலை வந்தபோது கதவு உள்ளே இருந்து தாழ்ப்பாள் போட்டுக்கொண்டிருந்தது, உடைத்துத் திறந்தபோது கண்ட காட்சி – இப்படி எல்லாவற்றையும் அடியிலிருந்து ஆரம்பிக்க வேண்டி இருந்தது. திருடர்கள் நுழைந்த சுளிவில்லாதது போல இருக்கும் உட்பகுதியின் சகஜமான காட்சி வந்தவர்கள் மீது எந்த ஒரு விளைவையும் ஏற்படுத்தியது போலத் தோன்றவில்லை. ருத்ரய்யா முதலில் கூடத்தை உன்னிப்பாகக் கவனித்தார். பிறகு அவர் கேள்விகள் தொடங்கின.

"எப்படி உள்ளே வந்தார்கள்?"

"டாய்லெட் சன்னல் வழியாக உள்ளே இறங்கி இருக்கிறார்கள்."

"எங்கே காட்டுங்கள் பார்க்கலாம்."

அறையில் விஜி கட்டில் மீது அமர்ந்துகொண்டு ஃபோனுக்குள் கண்ணைப் பதித்திருந்தாள். "வணக்கம் மேடம்" என்றார் ருத்ரய்யா. விஜி எழுந்து நின்று வணங்கினாள்.

சன்னல் கண்ணாடியை வெட்டி, உடைத்து துண்டாகாமல் நாசூக்காக அதைப்பிடித்து எடுத்துவைத்து, உள்ளே புகுந்த திறமையைக் கவனித்துக்கொண்டே "ஊம், ஊம்" ஓலத்துடன் ருத்ரய்யாவும் அங்கும்இங்கும் நுட்பமாகப் பார்த்துக் கொண்டிருந்தார்கள். அந்த ஊம் போடல் திருடர்களைப் பாராட்டுவதா அல்லது பழக்கத்தால் வந்த ஓலமோ தெரிய வரவில்லை.

"என்னென்ன காணாமல் போயிருக்கிறது?" ருத்ரய்யாவின் தோரணையில் ஆர்வமாகட்டும், உற்சாகமாகட்டும் தெரியவில்லை.

"இன்னும் எதுவும் தெரியவில்லை. எல்லாம் இருந்தது போலவே இருக்கிறது. எதற்கு வந்தார்கள், எதற்குப் போனார்கள் ஒன்றும் தெரியவில்லை."

திருடர்கள் விஷயம் உங்களுக்கு எதுவும் தெரியாது என்பது போல சிரிப்பு ருத்ரய்யா முகத்தின் மீது வந்துபோனது.

"புதிய திருடர்கள் பீரோக்களை, பூட்டிய பெட்டி, ஷெல்ஃப்களை முதலில் உடைப்பார்கள். அனுபவசாலித்

திருடர்கள் வீணாக சிரமப்படுவதில்லை. தாங்கள்தான் அங்கே ஒளித்து வைத்தவர்கள்போல அதேஇடத்தில் கைபோட்டு எடுத்துக் கொண்டு போய்விடுவார்கள். மக்கள் எங்கே நம்பர் டூ பணம் வைத்திருப்பார்களோ எங்களால் ஊகம் செய்யவே முடியாது. முழு வீட்டிலும் வேறுஎதுவும் கொஞ்சமும் அசைந்திருக்கவில்லை. இருவர் புத்தியும் ஒரேமாதிரி வேலை செய்யவேண்டும்."

ருத்ரய்யாவின் பேச்சின் உட்பொருளை அறியமுயன்றேன்.

"என்னென்ன திருடு போயிருக்கிறது, தோராயமாக தெரியுமா மேடம்?" ருத்ரய்யா என்னைக்கேட்ட கேள்வியை, என் முன்னாடியே மீள விஜியிடம் கேட்டார்.

என் பதிலையே அவள் வேறு சொற்களில் முன்வைத்தாள். "வீட்டில் நகை வைப்பதில்லை. கேஷ் இருக்கவில்லை. மற்றது என்ன என்று இனி பார்க்க வேண்டும்."

"பில்டிங் சிசிடீவி இல்லையா?"

"இன்னும் போடவில்லை."

"நீங்க எங்கே சார் வேலை பார்ப்பது?"

கம்பெனி பெயரைச் சொன்னேன்.

"எதற்குக் கேட்டேன் என்றால் கிருஷ்ணன் கணக்கு இருப்பவர்கள் கம்ப்ளைண்டில் எதுவும் போகவில்லை என்பார்கள். திருடன் கிடைத்துவிட்டால் பெரிய பட்டியலை எடுத்து வருவார்கள். இப்படிப்பட்டவர்களுக்குத்தான் செல்வாக்கும் இருக்கும். பெரிய பெரியவர்கள் ஃபோன் செய்வார்கள். மொத்தத்தில் எங்களுக்கு சங்கடம்."

சென்னப்பா இப்போது வாய் திறந்தார். "ஒரு இடத்தில் வெறும் இந்துஸ்தானி சிடி எடுத்துக் கொண்டு போயிருந்தார்கள். அதிசயமான ஆட்கள். எந்த ட்ரிங்கையும் தொடாமல் ஒருவன் வெறும் விஸ்கியை எடுத்துக்கொண்டு போயிருந்தான்."

விஷயம் திருடர்களின் ஏறுமாறான நடத்தைகளைப் பற்றித் திரும்பியது. எதிரில் பெண்கள் இருப்பதால் அவர்கள் பேச்சுகளில் சிறப்பான உற்சாகம் வந்தது.

சென்னப்பாவின் உற்சாகத்தைக் கட்டுப்படுத்த ருத்ரய்யா "டெரசுக்குப் போய் எப்படி கயிறை இறக்கி இருக்கிறார்கள் பார்த்து வா" என்று கட்டளையிட்டார்.

ருத்ரய்யா புதிய கதையைத் தொடங்கினார். "ஒருநாள் இல்லை ஒருநாள் பிடிபடுவார்கள். எங்கள் சர்வீசில் எப்படிப்

பட்டவர்களை எல்லாம் பார்த்திருக்கிறோம். ஒருநாள் தெரு வோரத்தில் ஸ்கூட்டர் டயரை கழற்றிக் கொண்டு உட்கார்ந் திருந்தவனைப் பார்த்து ஹெல்ப் செய்யலாம் என்று போனால் என்னைப் பார்த்ததும் எழுந்து ஒரே ஓட்டம். ஓடிப்போய் பிடித்தேன். அதற்கே அவன் சாதனைகள் ஒவ்வொன்றையும் கக்கிவிட்டான்."

சென்னப்பா திரும்பி வந்தார். "நீட்டா மேலே இருந்து இறங்கி இருக்காங்க."

"கண்ணாடியைக் கூட உடைக்காமே, எச்சரிக்கையா எடுத்திருக்காங்க" விஜி வியப்படைந்தாள்.

அதற்கு ருத்ரய்யாவின் நீண்ட விவரம். "முதலில் கண்ணாடிக்கு கம் டேப் ஒட்ட வைத்து ஹேண்டல் போல செய்துகொள்வார்கள். பிறகு கிளாஸ் கட்டரால் சுற்றி நீட்டா வெட்டுவாங்க. கம் டேப் ஹேண்டலைப் பிடித்து மெல்ல இழுத்தவுடன் கண்ணாடி சத்தமில்லாமல் கழண்டு விடும். இதே புத்தியை நல்ல வேலைக்குப் பயன்படுத்தி இருந்தா முன்னுக்கு வந்திருப்பானுங்க."

"அப்பாடா, வீட்டுக்குள்ள நாங்க இருக்கவில்லை." "அய்யோ மேடம், வீட்டுக்காரர்கள் படுத்திருக்கும்போதே அவர்களைச் சுற்றி நடமாடுவார்கள். தலையணைக்கு கீழே இருந்து சாவியை எடுத்து பீரோவைத் திறப்பாங்க. தூங்கிக் கொண்டிருந்தவர்களுக்கு விழிப்பு வந்து சண்டை நடந்திருக்கிறது. பிடிபட்டதும் இருக்கிறது."

படுத்திருக்கும்போது அந்நியர்கள் சுற்றிமுற்றி நடமாடும் கற்பனை தோற்றுவித்த சங்கடத்தையும் கொந்தளிப்பையும் விஜியின் முகத்தில் கண்டு ருத்ரய்யா மிடுக்குடன் சிரித்தார்.

"யார் மீதாவது சந்தேகம் இருக்கிறதா? சமீபத்தில் வீடு ரிப்பேர் செய்தீர்களா? பாத்ரூம் ரிப்பேர்? யாருடனாவது சண்டை? விவகாரத்தில் மனவருத்தம்?" ருத்ரய்யா கேள்வி எழுப்பினார்.

"இல்லையே, யார் மீதும் சந்தேகம் கிடையாது" எம்பித்ரீ அவர் அங்கள்கள் மனத்தில் வந்தாலும் அந்த விஷயங்களைப் பேசுவதற்கு இது நேரமல்ல என்று அமைதியாக இருந்தேன்.

"எதற்குக் கேட்டேன் என்றால், சும்மா சும்மா யாரும் வந்து போகமாட்டார்கள். எதையோ தேடிவந்திருக்கிறார்கள். பணமாகவே இருக்க வேண்டுமென்றில்லை. கொஞ்சம் யோசியுங்கள். தெரியவரும்."

நான் எதையும் சொல்லவில்லை.

“பாருங்க சார், என்னென்ன போயிருக்கிறதோ பட்டியல் செய்து மாலை ஒரு கம்ப்ளைண்ட் எழுதிக்கொடுங்கள். பிறகு நாங்கள் பார்த்துக்கொள்கிறோம். என் நம்பரை வைத்துக் கொள்ளுங்கள். பெரிய கேசாக இருந்தால் அக்கம் பக்கத்துத் தெருக்களின் சிசிடீவி பார்க்கலாம். அதற்கெல்லாம் நேரம் வேண்டும். என்ன நடக்குமோ பார்க்கலாம். எதையும் மறைக்காமல் எல்லாம் சொன்னால் ஏதாவது உதவி செய்யலாம்.” கை குலுக்கி ருத்ரய்யாவும் சென்னப்பாவும் புறப்பட்டார்கள். போகும் முன் நம்பரை என் ஃபோனில் பதிவு செய்துகொண்டேன்.

விஜியும் ரேகாவும் கூடத்திற்கு வந்தார்கள்.

“இப்போது என்ன செய்யலாம்?” போலீஸ் நாய்கள், கன் பிடித்த சிறப்புப் படை எல்லாம் எங்கள் கற்பனை. உண்மையில் அது எதுவும் நடப்பதில்லை. இரு கான்ஸ்டபல்கள் வந்து நடமாடிவிட்டுப் போவார்கள். அவ்வளவுதான்.” விஜியின் பேச்சில் உண்மை இருந்தது.

“நாங்கள் வீட்டில் இல்லாதபோது நுழைந்திருப்பது புகாருக்கு வலுவான காரணம்தான். ரேகா கண்ணு, ஏதாவது காணாமல் போயிருக்கிறதா. உன் அறையில் சரியாக ஒருமுறை பார்த்து விடு.”

“அங்கே என்ன இருக்கிறது? எல்லாம் குப்பை. எனக்கே விட்டிருந்தால் நான்கு துணியை வைத்துக்கொண்டு மற்றவை எல்லாத்தையும் வீசி எறிந்து விடுவேன். அவர்கள் அதை எல்லாம் எடுத்துக் கொண்டு போயிருந்தால் என் சிரமம் குறைந்திருக்கும்.” ரேகா குர் என்றாள்.

“இதை ஒரு வாய்ப்பாக எடுத்துக்கொண்டு வீட்டை சுத்தம் செய்வோம். வேண்டாத பொருட்களை கொடுத்து விடலாம்.”

“ப்ளீஸ் அப்பா. ப்ளீஸ் நிறுத்து. இவ்வளவு பாசிடிவ் ஆட்டிட்யூட், அவ்வளவு கத்தரிக்காய் நல்லதல்ல. த்தூ, கொடுத்தால் இந்தக் குப்பையை யார் வாங்குவார்கள்?”

என் மௌனத்தால் மேலும் கிளர்ந்தாள். “நீ எதை வேண்டுமென்றாலும் வாய்ப்பாகப் பார். என்னை என் பாட்டிற்கு விட்டுவிடு. அப்பவே தூக்கம் இல்லை. காலேஜுக்கு வேற போகணும்”

அவளை சீண்டக்கூடாது என்று முடிவுசெய்தேன். “நான் இன்று லீவ் போட்டிருக்கிறேன். ஒருமுறை வீட்டில் எல்லாவற்றையும் பிரித்துப் பார்த்துவிடுகிறேன். ஏதாவது கைக்குக் கிடைக்கலாம். யாரோ இங்கே எல்லாம் நடமாடி இருக்கிறார்கள் என்பதை எளிதாக சகித்துக் கொண்டு இருக்க

என்னால் முடியவே முடியாது. எதையாவது கொள்ளையடித்துக் கொண்டு போயிருந்தால் நன்றாக இருந்திருக்கும்."

"நம் வேலைகளை விட்டுவிட்டு வீட்டில் உட்கார்ந்து கொண்டு இருக்கமுடியுமா? இன்று ஜெய்சங்கர் கிடைத்தால் போலீஸ் கமிஷனருக்கு ஒரு வார்த்தை சொல்ல வைக்கிறேன். அப்போது விசாரணை சூடு பிடிக்கும். முன்பின் தெரியாமல் போலீஸ் அமைப்பை விரட்டினால் அது எங்கே போய் முட்டிக் கொள்ளுமோ சொல்ல முடியாது. எதுவும் நம் கை மீறிப் போகக் கூடாதல்ல. இப்போது நான் குளிக்கப் போகிறேன்." விஜி அறைப் பக்கம் நடந்தாள்.

ஃபோனுக்குள் முகத்தைப் புதைத்துக் கொண்ட ரேகா தன் அறைக்குப்போய் கதவைக் காலால் உதைத்து மூடியதைக் கவனித்தேன்.

★

9

விஜியும் ரேகாவும் போன பிறகு எங்கே இருந்து ஆரம்பிக்க வேண்டும் என்று எனக்குத் தோன்றவில்லை. ஒரு கோப்பை தேநீர் போட்டு எடுத்துக்கொண்டு போய் கூடத்தில் அமர்ந்தேன். முதலில் கண்ணுக்கு விழுந்தது புத்தகம் நிறைந்த மரஅலமாரி. சுவரில் பொதித்த, சுமார் நான்கு அடி அகலத்து மூன்று அடுக்குகளின் அலமாரிக்கு மரச் சட்டமும் கண்ணாடிக் கதவுகளும் இருந்தன. ஃப்ளாட் காட்ட வந்த ப்ரோக்கர் அதை ஷோ கேஸ் என்று வர்ணனை செய்திருந்தான். கட்டிடத்தின் எல்லா வீடுகளிலும் அப்படியொரு ஷோகேஸ் இருந்தது. அவர்கள் எல்லாம் குடும்பப் பெருமைகளை வெளிப்படுத்தும் பொருட்களை அங்கே காட்சிக்கு வைத்து ஷோ என்பதைப் பொருத்தமானதாக ஆக்கிஇருந்தார்கள். பிள்ளைகளுடையதோ பேரப் பிள்ளைகளுடையதோ போட்டோக்கள் குடும்பத்தின் பிணைப்பை பிரதிபலித்தால், சில அதிசயமான பொம்மைகளும் சின்னச்சின்ன உருவச்சிலைகள் வெளிநாட்டுத் தொடர்பைப் பறைசாற்றின. சிலர் விளையாட்டில் வென்ற ட்ரோஃபிகளையோ கோப்பைகளையோ வைத்திருந்தால், இன்னும் சிலர் சாதனைகளை வெளிப்படுத்தும் சர்டிஃபிகேட்களை அடுக்கி வைத்திருப்பார்கள். பளபளக்கும் டீ செட்கள் வசதியின் அடையாளம் என்று எண்ணியவர்களும் இருந்தார்கள். வெகு முன்பு, ஏதோ ஆவணம் கொடுக்க என்று வீட்டிற்கு வந்த கஷ்யப் என் ஷோகேசை பார்த்து ஆட்சேபனை செய்திருந்தார். “என்ன இது? புத்தகத்தை நிறைத்துவைத்து ஷோகேசின் ஷோ எல்லாம் பாழடித்து விட்டீர்கள்!” மருந்துக்கும் ஒரு புத்தகம் வைக்காத கஷ்யப்பின் ரசனையை வெகுகாலம்வரை விஜியோடு சேர்ந்து கேலி செய்ததும் உண்டு. நண்பர்கள் கூடும்போதோ, பார்ட்டிகளிலோ அந்த நிகழ்வை சொல்லிச் சிரித்ததும் உண்டு. முன்பு

ஒருமுறை நான் வாசிக்கும் புத்தகங்கள் கேலிக்குறியானதும் இதற்கும் அதிக வேறுபாடு இல்லை என்பது அந்தக்கணம் சட்டென்று தோன்றியது.

இடது கையில் தேநீர்க் கோப்பையைப் பிடித்துக்கொண்டு ஷோகேஸ் முன்னால் நின்று அருகிலிருந்து கவனித்தேன். நானே சேகரித்த பல புத்தகங்கள். சிலது மேலே குறுக்கே திணித்து வைக்கப்பட்டிருந்தது. அவற்றைத் திறந்து பார்க்காமல் எத்தனை காலமானதோ. சில இருபது ஆண்டுகளுக்கும் பழையவை. இவற்றை வைத்துக் கொண்டு என்ன பயன் என்று தோன்றியதும் ஏதோ புத்தகத்தைப் படித்து "பயன்" சொல்லை என் சொற் களஞ்சியத்திலிருந்து எடுத்து விட முயன்றது நினைவிற்கு வந்தது. "பயன்களை சந்தேகப்படு" என்ற புத்தகம் இங்கே எங்கேயோ இருக்க வேண்டும். கண்ணைப் பாய விட்டால் பல அறிமுகமான பெயர்கள். அவற்றின் இடையே "ஃபைட் ஸ்மார்டர்" கூட இருந்தது.

அந்தப் புத்தகங்களைப்பார்த்தால் உள்ளே ஏதோ விரிசலை மூட நடக்கும் அவசரம் மேலெழுந்து பீடிக்கும். விரிசல்களை விரிசல்களாகப் பார்க்கத் தேவை இல்லை என்ற நிலைப்பாடு சமீபத்தில் உருவெடுக்கத் தொடங்கியது பொய்யல்ல. மக்கள் தங்கள் பொறுமையின்மையையும், முன்சார்புகளையும், தன்மோகத்தையும் மற்றும் சீரழிவையும் எல்லையில்லாமல் வெளிப்படுத்தும் தற்போதைய காலத்தில், அவர் அழுக்கை விட என் அழுக்கு மேல் என்ற வாதம் சாத்தியப்படும் காலத்தில் நமக்குள் தோன்றும் செருக்கு வேறு வகையானது. சில மாதங்களுக்கு முன்பு இரண்டு நாள் பயிற்சிக்குப் போயிருந்த போது, அங்கே கொடுத்த நோட் புத்தகத்தின் முதல்பக்கத்தின் மேல்பகுதியில் ஸ்ரீ என்று எழுதி குறிப்புகளை ஆரம்பித்தேன். இரண்டு பக்கங்களில் இரண்டு செங்குத்தான கோடு இழுத்து நடுவில் ஸ்ரீ எழுதும்போது கை நடுங்கி இருந்தது. ஆனால் ட்ரைனிங் முடித்துப் புறப்படும் போது, மாறுவேடத்தில் மேல்தட்டுக்காரர்கள் எங்கெங்கும் இருக்கிறார்கள் என்று தோன்றி அதை அடித்து மறைத்திருந்தேன்.

புத்தகங்களைப் பார்க்கப் பார்க்க அலமாரியை முழுமையாக காலி செய்ய வேண்டும் என்று தோன்றியது. இவை கண்ணுக்கு எதிரே இருந்தால் ஏதோ தாண்டுதலை விரும்பும் எனக்குள்ளான தவிப்பு நினைவிற்கு வந்துகொண்டே இருக்கும். இத்தனை ஆண்டுகளுக்குப் பிறகும், சில சந்தர்பங்களில், என் சிந்தனைகள் என்னுடையதா அல்லது திவாரி காதில் ஊதியதா என்பதை சோதிப்பது போல விஜி நுட்பமான கேள்விகளைக் கேட்பது எனக்குத் தெரிய வரும். ஆனால் தெரியாதவன் போல நடிப்பேன்.

கடைசிமிடறு தேநீர் அருந்தி புத்தகஅலமாரி முன் நின்றேன். தூசி எவ்வளவு இருக்கிறது என்று பார்க்க அறைகளின் விளிம்பில் எங்களில் ஒருவர் சமீபத்தில் விரல் வைத்து உரசி சோதித்தது நினைவிருந்தது. புத்தகங்களின் முன்னால் இருக்கும் சின்ன இடத்தில் சின்னச்சின்ன பொருட்கள் நெரிசலாகக் கிடந்தன. விளிம்பு உடைந்த மக் நிறைய பேனாக்கள். ஏதோ மீட்டிங்கிற்கோ, கான்ஃபரன்சிற்கோ போனபோது கொடுத்தவை. பழைய கண்ணாடிகளும் அதன் பெட்டிகளும். இரண்டாம் அறையில் ரேகாவின் பத்தாவது வகுப்பு ஃபிசிக்ஸ், கெமிஸ்ட்ரி, கணித புத்தகங்கள். அறிவியல் புத்தகங்களை, அதற்குள் இருக்கும் சரக்கு எல்லாக் காலத்திற்கும் பொருந்தும் என்ற நம்பிக்கையாலோ என்னமோ அவ்வளவு எளிதாகத் தூக்கிஎறிய கைவராது. விஜி எப்போதோ கற்ற கம்ப்யூட்டர் கோர்ஸ்களின் புத்தகங்கள் கூட இருந்தன. நாம் கடந்துபோன மைல்கல்கள் எல்லாம் குவிந்து கிடந்தது போல இருந்தது.

குளியலறையின் சின்னப் பரணிலிருந்து அட்டைப் பெட்டியை எடுத்து வந்து புத்தகங்களை அதில் அடுக்கி வைக்கத் தொடங்கினேன். இன்று காலை, இரண்டாவது மாடி சிவசங்கர் இந்த அலமாரி முன் நின்று கொண்டு புத்தகங்களை உன்னிப்பாகக் கவனித்துக் கொண்டிருந்தார். அவருக்கு இவை எல்லாவற்றையும் கொடுத்தால் எப்படி? அவர் பார்த்துக்கொண்டிருந்தது ஆர்வத்தாலா என்னை அளக்கவா, எப்படிச் சொல்வது? இங்கே இருந்தே இதை குப்பைக்காரனுக்கு கொடுத்து அனுப்புவது அல்லது பெட்டிக்குள் நிறைத்துப் பரண் மீது ஏற்றுவது நல்லது என்று தோன்றியது. மை வறண்ட பேனாக்கள், அரைகுறையாக உபயோகித்த நோட்புக்களை பெட்டி இடுக்கில் திணித்தேன். அங்கங்கே வைத்த சில்லறையை ஒருபக்கம் குவித்தேன். ஒரு பக்கம் பத்துப் பதினாறு புக் மார்க்கர்களைச் சேர்த்து வைத்திருந்த ரப்பர் பேண்ட் கரைந்து ஒட்டிக் கொண்டிருந்தது. வீட்டில் எங்கேயோ அந்த எலெக்ட்ரிக்கல் என்ஜினீரிங் புத்தகமும் இருக்க வேண்டும். கிடைத்தால் அதையும் ஒருவழி பண்ண வேண்டும்.

ரேகா மற்றும் விஜியின் புத்தகங்களை நான் தொடவில்லை. கடைசியில் என்னுடைய இரண்டே இரண்டு புத்தகங்கள் அலமாரியில் எஞ்சின. அதுவும் ஒரே புத்தகத்தின் இரண்டு பிரதிகள். “சமரச வாழ்க்கை” அவைகளை எடுக்க மனம் வரவில்லை.

பெட்டியை மூடி சுவர்ப் பக்கம் தள்ளிய பிறகு இதை இப்போதே செய்யத் தேவைஇருக்கவில்லை என்று தோன்றியது. எந்த மோதலைத் தள்ளிப்போட இந்த வேலையில் கைவைத்தேன்?

“நேரத்தை வீணடிக்கும் உண்மைக் காரணங்கள்” இப்போதுதான் பெட்டிக்குள் திணித்தேன்.

சும்மா வீட்டிற்குள் குறுக்கும்நெடுக்குமாக நடந்தேன். எல்லாம் நன்றாக இருந்த இடத்தில் ஏதோ ஒழுங்கின்மையை, ஏதோ களங்கத்திற்காகத் தேடிக்கொண்டிருந்தேன். ஏதோ நடந்திருக்கிறது. என்னவென்று தெரியவில்லை. இரத்தப்பசை கூட தெரியாதளவு வேகத்தில் கூர்மையான கத்தியொன்று புகுந்து போயிருக்கிறது; அடுத்த எந்தக் கணத்திலும் இரத்தம் சில்லென்று தெறித்து எங்கேயோ மறைந்த காயம் வெளிப்பட நான் காத்துக் கொண்டிருக்கிறேன் என்று தோன்றியது.

ரேகாவின் அறைக்குள் நோட்டமிடலாம் என்று போனேன். இன்று காலை ரகளை இல்லாமல் இருந்தால் அவள் எங்கே போயிருந்தாள் என்பதை வாய்விட்டுச் சொல்லவைக்கும் சங்கல்பம் செய்திருந்தேன். அந்த கசுமாலம் சுரேஷன் பத்திரிகைக்கு இவளுடைய சிறப்புச் செய்தியாம்! “காளிகாதேவிக்கு கணவன் இல்லை, வேதாளத்திற்கு மனைவி இல்லை” என்ற கெட்ட பழமொழி தலைக்குள் புகுந்து போனது. எப்படிப்பட்ட பிரமைகளில் மக்கள் இருக்கிறார்கள். அவன் எழுதுவது வாட்ஸப்பில் வைரல் ஆகிறதாம்! அவள் காலேஜுக்குப் போகும்போது பேக்பேக் எடுத்துச் சென்றதை கவனித்திருந்தேன். அவள் அங்கள்களைப் பற்றிச் சொன்னது அவ்வளவு எளிதாக இருக்குமா? எனக்கு எவ்வளவு அலுப்பாக இருந்தது என்றால் இதை எல்லாம் எப்படியாவது முடிக்க எந்தக் காரணத்தையாவது ஏற்றுக்கொள்ளும் நிலைமையில் இருந்தேன்.

துணி அலமாரிக்கதவு பாதி திறந்திருந்தது. அறையில் சிறப்பானது எதுவும் தெரியவில்லை. ரமணனின் நினைவு வந்தது. எவ்வளவு குறைவில் அவன் வாழ்ந்துகொண்டிருந்தான். ஒரு பை, ஒரு தோள்பையில் அவன் முழுஉலகமே இருந்தது. பின்னால் எதையும் விட்டுச் செல்வதில்லை. அவனுடையது என்று எந்தப் பொருளும் வீட்டில் இல்லாததால் சீக்கிரம் எங்கள் மனத்திலிருந்து மறைந்து விட்டான். அம்மாவின் படலத்தில் மட்டும் அவன் இடத்திற்கு சிறிதும் களங்கம் ஏற்படவில்லை. அவன்போன பிறகு அம்மா என்றும் மோர் தோசை செய்த நினைவில்லை. அது எனக்கும் பிடித்திருந்தாலும் அம்மாவைக் கேட்கும் துணிச்சல் வரவில்லை. கேட்டிருந்தாலும் அவள் செய்திருக்கமாட்டாள்.

ஆயாசமாக இருக்கிறது என்று, கொஞ்சம் நடக்கலாம் என்று படுக்கை அறைக்கு வந்தால், இரும்பு அலமாரியும் அதற்கு சிக்க வைத்திருந்த சாவிக்கொத்தும் கண்ணில் விழுந்தது. பீரோவின்

கதவைத் திறக்கக் கையை நீட்டியவன் எதற்கும் இருக்கட்டும் என்று கைக்குட்டையால் பிடியைத்திருப்பி இரண்டு கதவுகளையும் திறந்தேன். பீரோவின் மேல்பாதிப் பகுதியில் தொங்கும் ஹேங்கர்களில் விஜியின் வண்ணவண்ணச் சேலைகள் நிறைந்து கிடந்தன. வலது ஓரத்தில் திருமண சூட்டின் ஒரு தோள் நீட்டிக் கொண்டிருந்தது. பீரோவின் கீழ்அறைப் பகுதியின் வடிவமே வேறு. இடையே தடுப்புக்களின் இரண்டு பக்கமும் மூன்று மூன்று அறைகள். அதில் ஒரு லாக்கர். லாக்கர்சாவி பீரோ சாவிக் கொத்துடன் இருந்தது. தேவை என்றால் திருடர்கள் அதைத் திறந்திருக்கலாம். திறந்து பார்த்தார்களோ என்னவோ யாருக்குத் தெரியும்?

திருடர் கண்கள் வழியாக எதிரில் இருப்பதை அளக்க முயன்றேன்.

கீழ் கடைசிஅறையில் மூவருடைய பாஸ்போர்ட்கள் கண்ணுக்குத் தெரிந்தன. ஒரே ஒரு ஃபாரின் டூர் போகாவிட்டாலும் வாய்ப்புக் கூடி வந்தால் இருக்கட்டும் என்று பாஸ்போர்ட்களை காலகாலத்திற்கு ரின்யூ செய்திருந்தேன். அதே அறையில் பிறப்புச் சான்றிதழ்கள், திருமண ஆவணம், காலேஜ் மார்க்ஷீட்கள், வங்கியின் பழைய பாஸ்புக்குகள். குடும்பப் பொருளாதார வரலாறு அங்கே இருந்தது. அப்பாடா, சான்றிதழ்களை எடுத்துச் செல்லவில்லை. அவற்றை இழந்திருந்தால் மீள பிரதி பெற எவ்வளவு அலைய வேண்டி இருந்திருக்குமோ. வீட்டுக் கிரயப் பத்திரங்களை அங்கே எங்கேயோ வைத்தது நினைவிற்கு வந்து தேடினால் அது கண்ணுக்கு விழவில்லை. அந்த ஆவணங்களுக் காகவே அவர்கள் வந்திருக்கலாம் என்ற சந்தேகத்தில் அதையே யோசிக்க அது உறுதியானது.

முடிவில் அந்த அத்துவானத்திற்குக் காரணம் தெரிந்ததால் விஜிக்கு ஃபோன் போட்டுச் சொல்லுமளவிற்கு ஆதுரமானது. ஆனால் அந்த மகிழ்ச்சி வெகு நேரம் இருக்கவில்லை. கீழ் அறையின் பின்பகுதியில் வீட்டு எல்லாப் பத்திரங்களும் மொத்தமாகக் கிடைத்தன.

சேலைகள் மிக நெருக்கமாக இருக்கின்றன என்று காற்றாட இருக்கட்டும் என்று அவற்றை ஹேங்கரில் இருந்தபடியே அங்கும் இங்கும் நகர்த்தினேன். அப்படிச் செய்யும்போது அடுக்கிலிருந்து ஒரு விசிட்டிங்கார்ட் கீழேவிழுந்தது. பார்த்தால் அது அந்த கார்பென்டருடையது.அன்று எல்லா இடத்திலும் தேடியபோது அது இங்கே இருக்கலாம் என்ற எண்ணம் கூட எழவில்லை. இது இங்கே வந்ததாவது எப்படி?

நெரிசலாக இருந்த சேலைகளின் பின்பகுதி கண்டோம்களை மறைத்து வைக்கும் இரகசியமான இடம். பிறகு குழந்தை வேண்டாம் என்பதைக் குறித்துப் பேசாமலேயே முடிவாகி இருந்தது. இருவரும் மிக எச்சரிக்கையாக இருந்தோம். அடுத்தவர்களுக்கு, முதலாவது எப்படித் திட்டமிட்டதாகத் தோன்றியது என்றால் எந்த மாதம் ரேகா இந்த உலகிற்கு வரவேண்டும் என்பதை முடிவு செய்து விஜி கர்ப்பமானது போல இருந்தது. ரேகா பிறந்த வாரமே விஜியின் அம்மாவின் கோடை விடுமுறை ஆரம்பமானது. இப்படி நடந்தால், எந்த தற்செயலையும் முன்யோசனை என்று மக்கள் பேசாமல் இருப்பார்களா?

எச்சரிக்கை தவறிய உன்மத்தத்தில் இணைந்து கர்ப்பம் தரிக்கச் செய்யும் களியாட்டம் என்றும் என்னால் முடியவில்லை. ஆசை திரண்டு அடக்கமுடியாமல் அந்தக் காலத்தில் காதலித்து, தற்செயலாக கர்ப்பமாகும் அழகே வேறு. எங்களுடையது ஒழுங்கான பரம்பரை சம்போகமே தவிர பித்துப்பிடித்த ஆட்டமாக இருக்கவில்லை. எப்போதாவது ஒருமுறை உடல் வேட்கை தாக்கும்போதும் இருவரில் ஒருவர் சேலைஅறை அடுக்கில் கைவைத்துத் தேடுவதை மறப்பதில்லை. “வேண்டாம் விடு” என்று சொல்லும் முன் விஜி யோசித்திருந்தாள் என்பதில் எனக்குச் சந்தேகமிருக்கவில்லை. வெளிப்படையாகச் சொல்லாவிட்டாலும் அப்படி ஒரு கணம் வரும் என்று நான் எண்ணித் தயாராகயிருந்தேன். வாழ்க்கையில் எப்படிப்பட்ட மடத்தனமான முடிவுகளை எடுத்திருந்தோம் என்பது எவ்வளவு தீவிரமாக வாழ்ந்திருந்தோம் என்பதைச் சொல்கிறது. மடையர்கள் என்றால் எனக்கு ஆரம்பத்திலிருந்தே பொறாமை. அநேகமாக ரமணனைப் பற்றியும் எனக்கு உள்ளுக்குள்ளேயே மிகையான பொறாமை இருந்திருக்கலாம்.

பீரோவிலிருந்து எல்லாவற்றையும் வெளியே எடுக்கும் வரை மறுபடி அடுக்கி வைக்க முடியாது என்று நினைத்து ஒவ்வொரு அறைகளாக காலி செய்து கட்டிலின் மீது குவித்து வைத்தேன். அந்தக் குவியலில் ரேகாவின் வண்ணச்சித்திரங்களின் புத்தகம் ஒன்று தென்பட்டது. இது எப்படி இங்கே வந்ததென்று ஆச்சரியப்பட்டுக் கொண்டே பக்கங்களைப் புரட்டினேன். ஒரு பக்கத்தில் அம்மா அப்பா ஓவியத்தை வரைந்து கீழே லவ் யூ என்று எழுதி இருந்தாள். பிள்ளைகள் எல்லாவற்றுக்கும் நம்மையே சார்ந்திருக்கும் போது எப்படிப்பட்ட சுகம். ரேகா அந்த சிஇஓ மகளை – என்ன அவள் பெயர், சீதா–வை டோன்ட் லைக் ஹர் என்றபோது என்னமோ மகிழ்ச்சியாக இருந்தது. புரட்சி நம் கட்டுக்குள் இருக்கும்போது எவ்வளவு அணுக்கம்! ஒருமுறை எல்லாம் மீறிப்போனதோ சொந்தப்பிள்ளைகளும் சூடான நெய்.

புத்தகத்தில் அவள் வடித்திருந்த மரங்களையும் குன்றுகளையும் பார்த்து மீண்டும் கட்டில் மீது வைத்தேன். லாக்கரை ஒருமுறை பார்க்கலாம் என்று அதன் சாவியை எடுத்தேன். விலைமதிப்புள்ளது ஏதாவது இருந்ததே ஆனால் அது இங்கேதான் இருக்கும். எதிரில் ஒரு ஸ்டீல் டப்பா இருந்தது. மூடியைத் திறந்தால், உள்ளே விஜியின் தாலி. தாலிபாக்கியம் நினைவானது. இத்தனை ஆண்டுகள் ஆனாலும் அந்தக் கூடலின் விவரங்கள் மங்கிப்போகவில்லை. பணப் பர்சை அவளுக்கு கொடுக்கும் நாடகத்தை நான் மறுபடி என்றும் செய்யவில்லை. தாலியை எடுக்கும்போதும் அவளும் தடுமாறவில்லை.

கையில் இருந்த கறுமணிச் சரம் துண்டாகி இருக்கிறதா அல்லது ஹுக் கழன்றுவிட்டதா என்று நுட்பமாக கவனித்தேன். வெகு முன்பு ரேகா வயிற்றில் இருக்கும் போது, கழன்ற தாலி மணிகளைப் பழுது பார்க்கக் கொடுக்க வேண்டி வந்தபோது எளிதாக எடுத்துக் கொடுத்திருந்தாள். பிறகு கழுத்து வெறுமையாகத் தெரிகின்றதென்று ஓரிழையில் மாற்றுத்தாலி செய்துகொண்டாள். இப்போது அதை அணிந்து கொண்டிருக்கலாம். நான் அவள் கழுத்தை கவனித்ததே இல்லையே. இன்று காலை வீட்டில் எந்த நகையும் இல்லை என்றபோது டப்பாவில் இருந்த இதை மறந்திருக்க வேண்டும். அதே டப்பாவில் ரேகா குழந்தையாக இருந்தபோது போட்டிருந்த வெள்ளி சின்னச்சின்ன வளையல்கள் இருந்தன. அன்பு எந்த ஆழம் வரை போய் கருத்து வேறுபாடு ஏற்படுகிறதோ. பலமுறை கடமையும் அன்பைப் போலவே தோன்றுகிறது. அதைக்கிளறி சோதிக்கப் போகக்கூடாது. எனக்கு யார் மீது உண்மையாகவும் அன்பு இருக்கிறது? உயிரைக் கொடுக்குமளவு? அப்படி என்றால் என்ன? உயிரைக் கொடுத்த பிறகு இனி என்ன எஞ்சும்? ஊரில் பூமாலை தொடுத்து விற்றுக்கொண்டிருந்த பவானி, தன் சிறு குழந்தை கால் வழுக்கி குளத்தில் விழுந்தபோது நீச்சல் தெரியாவிட்டாலும் சேலையோடு தண்ணீரில் குதித்தாள். நொடியில் இருவரும் மூழ்கி இறந்தார்கள்.

ஞானோதயம் ஆனபிறகு உலகமே மாறுபட்டுத் தெரிவது போல, பீரோவிற்குள் மெல்லிய இருட்டில் நெரிசலாக இருந்த பொருட்கள் எல்லாம் கட்டில் மீது பரப்பி விழுந்தவுடன் இருப்பதை விடவும் அதிகமாகவும், அதிக ஒளியில் கொஞ்சம் அற்பமாகவும் தெரிந்தன. காலப்போக்கில் இவற்றுடன் ஒட்டிக்கொண்ட உணர்வுகள் மங்கிப் போய் இப்போது இவை வெறும் பொருட்களாக இருக்கின்றன என்று உணர்ந்தேன். நாம் மகத்துவமானது என்று உணர்ந்ததை மட்டுமே பாதுகாப்பாக பீரோவில் வைக்கிறோம். இதை வாங்கியது திருமணம்ஆன ஆண்டு. அதற்கும் முன்பு

இதற்குள் பல பொருட்கள் எங்களிடம் இருக்கவில்லை. இப்போது இவற்றை எல்லாம் பார்க்கும் போது ஆவணப் பத்திரங்களைத் தவிர மற்றதை எல்லாம் எடுத்துச்சென்றிருந்தாலும் எங்கள் வாழ்க்கைக்கு அப்படி எந்த ஒரு மாறுபாடும் இருக்காது என்று எண்ணினேன். வீட்டிற்குள் புகுந்தவர்கள் இதை எல்லாம் பார்த்தும் கைவைக்காமல் போயிருந்தால், அவர் கண்களில் இதன் மதிப்பு பூஜ்யம் என்று பொருள்தானே.

சமீபத்தில் ஒருமுறை ரேகா, உங்கள் வாழ்க்கை மிகவும் ஆர்டினரி என்று சொல்லி இருந்தாள். எந்தத் தருணத்தில் என்று மறந்து விட்டது. "அட, சிலருடையதைத் தவிர எல்லோருடையதும் ஆர்டினரி தான். உனக்கு வேண்டியது கிடைத்து எல்லாம் இனிதாக இருக்கிறது. அப்படி ஒரு பள்ளிக்கு நீபோனது ஆர்டினரி வாழ்க்கையின் இலட்சணமல்ல தெரிந்துகொள்" என்று குதித்திருந்தேன். என்னை சின்ன சிரிப்பால் சீண்டி "நான் சொன்னது பணத்தைப் பற்றி அல்ல" என்று தன் ஆர்டினரிக்கு வியாக்கியானம் வேறு என்று சொல்லி இருந்தாள். இப்போது தன் வாழ்க்கையை எக்ஸ்ட்ரார்டினரி ஆக்கப் போயிருந்தாளா என்ன? இந்த சுரேஷன், சுரேந்திரன் பட்டாளங்களை அடித்து நொறுக்க வேண்டும் என்று தோன்றியது. சின்னப் பிள்ளைகளை ப்ரெய்ன் வாஷ் செய்து தங்கள் செருக்கை போஷித்துக் கொள்வது. இல்லை என்றால் அவளிடம் இதுபோன்ற சிந்தனைகள், இதுபோன்ற பேச்சுகள் எப்படித் தோன்றும்? அவள் சமூக ஊடகங்களில் எழுதியிருந்ததைப் பற்றி சுரேஷன் சொன்னானே. அதை ஒருமுறை அலசிப்பார்க்க வேண்டும். வாத்வானியின் மகளுக்கும் அவளுக்கும் வேறுபாடு இருக்கிறது என்று தெளிவாக்க வேண்டும். காலையில் சொன்னதுபோல பயந்தாங்கொள்ளி என்று சொல்லலாம். தன் பெயரை மாற்றிக் கொள்கிறேன் என்று சொன்ன பைத்தியக்காரப் பெண். ரமணனும் பல பெயர்களில் வாழ்ந்து அந்த மாறுவேடப் போலீஸ்காரர்களால் தான் தெரிந்தது. மோகனன், செபாஸ்டியன், ரஃபீக், சந்திரகாசன், ராமநாயர். ஒரே முறை கேட்டிருந்தாலும் இந்த ஐந்து பெயர்களும் அச்சு ஒற்றியது போல உள்ளே இருக்கின்றன. செபாஸ்டியனாக இருந்தபோது அல்லது மோகனனாக இருந்தபோது அவனுக்கு மக்களைச் சுடுவது சாத்தியமானதா? வேறு பெயர்களில் செய்த செயல்களுக்கு குற்ற உணர்வு வருந்தச் செய்யாதா? ரேகாவுக்கு சீக்ரெட் பெயர் ஏதாவது இருக்கிறதா? ஆஷா, நடாஷா? அல்லது இசபெல்லா? ஜெனிஃபர்?

கீழ் அறையில் வெளிர்நீலப் பெரியஉறை கண்ணுக்கு விழுந்தவுடன் பல நினைவுகள் எழுந்தன. அதற்குள் இருந்தவை

எல்லாம் அலுவலகத்துப் பழைய ஆவணங்கள். பி எஃப் பதிவுகள், முதல் முதல் வேலையின் நியமனக்கடிதத்துடன் சில ஊதியஉயர்வுக் கடிதங்கள் இருந்தன. பனிரெண்டுஆண்டு பழைய செல்ஃப் அப்ரைசல் கூட இருந்தது. அந்த ஆண்டு டார்கெட்கள், அதன் எதிர்க் கட்டத்தில் செய்த சாதனைகள், படித்துக்கொண்டே ஆண்டு இலக்குகளும் கூடவே என் சாதனைகளும் எவ்வளவு அற்பம் எனத் தோன்றத் தொடங்கின. மனிதனின் அபிமானத்தை பங்கப்படுத்த ஒரு செல்ஃப் அப்ரைசல் போதும். நம்மையே மிகவும் மிகைப்படுத்திய சொற்களில் பாராட்டிக் கொள்ளும் போது நம் மதிப்பு நம் கண்முன் நசிந்துபோகச் செய்வதே அதன் நோக்கம் என்று தோன்றுகிறது. இதை வலுவாக எழுதுவது எப்படி என்பதைக் குறித்த நூல் ஒன்றை இரகசியமாக வாங்கிப் படித்திருந்த நினைவு.

அலுவலகக் காகிதங்களுக்கு இடையே பாலாடை வண்ண உரை ஒன்று இருந்தது. அதற்குள் இருந்த கடிதத்தின் வாசகத்தை மனப்பாடம் ஆகுமளவு பலமுறை படித்திருந்தேன். நீலாவின் கடிதம். அவள் அநேகமாக ரமணனின் காதலி, அல்லது மனைவி. அல்லது வெறும் காம்ரேட். அவள் யார் என்பது நமக்குத் தெரிந்திருக்கும் என்ற நிலைப்பாட்டிலிருந்து அதை விடுவித்துச் சொல்லி இருக்கவில்லை. அவள் பெயரை நாங்கள் இதற்கு முன் கேட்டதில்லை. ஆனால் அதை எழுதியவளுக்கு அவளைப் பற்றி ரமணன் தெரிவித்திருப்பான் என்ற நம்பிக்கை இருந்தது. ஒருமுறை ஊருக்குப் போனபோது நான் தனியாக இருந்த நேரம் பார்த்து அந்தண்ணா கடிதத்தைக் கையில் கொடுத்து “போனவாரம் வந்தது. இது போலீஸ்காரர்களின் சதியாக இருந்தாலும் இருக்கலாம். உனக்குச் சரி என்று தோன்றுவது போல செய்” என்று மட்டும் சொன்னார். நீலாவுக்கு ஊருக்கு வந்து எல்லோரையும் சந்திக்கும் விருப்பம் இருந்தது. அம்மாவின் பெயரில் இருந்த உறை மீது இருந்த விலாசம் ரமணனிடமிருந்தே பெற்றதற்கு சாட்சியைப் போல இருந்தது. தேவைக்கு அதிகமான விவரங்கள் இல்லாமல், நலம்விசாரிப்பு போன்ற சடங்குகள் இல்லாமல் தெளிவாக இருந்தது. அந்தக்கடிதம் வந்தபோது எங்கள் உலகம் ரமணனை மறந்து பல காலமாயின.

ஊரிலிருந்து திரும்பும்போது கடிதத்தை உடன் எடுத்து வந்தேன். தனியாக இருக்கும் போது மீள மீளப் படித்தேன். அதற்குள் கிடைக்கக்கூடிய சமிக்ஞைகளுக்காகத் தேடினேன். கச்சிதமான, அழகான கன்னட எழுத்துக்கள். நேரடியான வாசகம். ரமணனின் கடிதத்தைப் போல கோணல்மாணலான கிறுக்கல் இருக்கவில்லை. அம்மாவை திருமதி சுந்தரி அவர்களுக்கு

என்று அழைத்திருந்தாள். யாரை எப்படிக் குறிப்பிட்டு அழைக்க வேண்டும் என்ற உறுதியற்ற நிலையில் ரமணன் மற்றும் அவள் உறவு பிரதிபலித்தது.

உங்கள் ஊருக்கு வந்து ரமணன் பிறந்து வளர்ந்த நடமாடிய இடங்களை, அவனை உருவாக்கிய சூழலையும், அவன் தோட்டத்தையும் பார்க்க ஆசை என்று சொல்லி இருந்தாள். ரமணன் உயிரோடு இருக்கிறான் என்பது இதன் உள்ளர்த்தமாக இருக்கலாமோ? அல்லதுஇல்லை என்றா? இந்த விஷயங்களை உறுதியாகச் சொல்வது எப்படி? இப்படிப்பட்டவர்கள் பல பத்தாண்டுகள் தலைமறைவாக இருக்க சாமர்த்தியமானவர்கள். வீட்டில் எல்லோர் நலனையும் விசாரித்திருந்தாள். பதிலிற்காக வற்புறுத்தினாள். அந்த சமயம் அப்பா அம்மா உயிரோடு இருக்கவில்லை. அவள் கொடுத்த விலாசமும் ஆந்திர எல்லையில் இருந்த ஊருடையதாக இருந்தது. அவள் எதை சோதிக்கிறாள்?

யாரிடமும் சொல்லாமல் அந்தக்கடிதத்தை பீரோவுக்குள் வைத்தேன். அலுவலகக் காகிதங்களுக்கு நடுவில் வைத்தால் யாரும் தொடமாட்டார்கள் என்று தெரியும். கடிதம் வந்த புதிதில், ஏதாவது முடிவு எடுக்கவேண்டும் என்று அடிக்கடி நினைப்பேன். அது கைவைத்தால் சுடும் நெருப்புப் போல தோன்றியது. அதை சுற்றிக் கொண்டிருக்கும் குடும்பத்தின் அரசியல், இம்சை, வக்கிரமான பிடிவாதம் கலங்க வைத்தது. அவளுக்கு ரமணனிடமிருந்து குழந்தை உண்டாகியிருக்கலாமா, அவர்கள் சொத்தில் பங்கு கேட்பார்களா என்ற சாத்தியக்கூறுகள் கூட மனத்தில் வந்துபோயிருந்தன. சட்டப்படி மற்றும் ஆவணங்களில் ஊசிமுனையளவும் நிலம் ரமணனுக்குச் சேர்ந்ததல்ல. அதை அப்பா எப்போதோ பத்திரப் படுத்திக் கொண்டிருந்தார். இனி என்னஇருந்தாலும் தார்மீகக் கேள்வி. அவள் கடிதத்தில் ரமணனின் தோட்டம் என்று சொல்லி இருந்தாளே. அம்மா இப்போது உயிரோடு இருந்தால் அவளை கண்டிப்பாக அழைத்திருப்பாள். பிடிவாதமாக அவளுக்கு தோட்டத்தை கொடுக்க வைத்திருப்பாள். அவன் கடிதத்தில் எழுதியிருந்ததை நிறைவேற்றும் பொறுப்பை நான் சுமக்க வேண்டுமா?

ரமணனின் கடைசிக் கடிதத்தின் விவரத்தைத் தெளிவாக வாசித்த நாள் அப்பா "வீட்டு மாரி" என்று முணங்கியபோது அந்தண்ணா சொன்னது இப்போது காதில் மீள ஒலித்தது. "அவனுக்கே கொடுக்கவில்லை, இனி அவன் முண்டைக்கா. ஹா."

முடிவாக அந்தக் கடிதவிஷயத்தில் நான் எதுவும் செய்யவில்லை. விஜிக்கும் சொல்லவில்லை. அந்தண்ணாவும்

கூட மீள என்னிடம் கேட்கவில்லை. இரகசியமாக இருக்கும் என்ற நம்பிக்கை இருந்தால் துரோகம் எவ்வளவு எளிது.

பாலாடைவண்ண உரையைத் திறந்து கடிதத்தைப் பிரித்த போது யாரோ இதைத் திறந்து பார்த்திருக்கிறார்கள் என்ற சந்தேகம் மின்னிப் போனது. அறிமுகமில்லாதவர்கள் வீட்டிற்குள் நுழைந்து போயிருக்கிறார்கள் என்ற உணர்வு காலையிலிருந்து உறுத்திக் கொண்டிருந்ததுவும் கூட இதுபோல சந்தேகத்திற்கு காரணமாக இருக்கலாம். நீலாவின் கடிதம் அபாயஅழைப்பைப் போலத் தோன்றி, அந்த வரலாறை முழுமையாக அழிக்க வேண்டும்என்று, அதைக் கிழித்து துண்டு துண்டாக்கி அதே உறையில் நிரப்பினேன். மறுநாள் அலுவலகக் குப்பைக்கூடையில் போடுவது என்று முடிவு செய்து, உறையை என் அலுவலகப்பைக்குள் வைத்தேன்.

இரண்டு தாள்கள் கொண்ட கடித்தத்தை குறுக்கு நெடுக்குமாக மடிப்பு மடித்து வைத்திருந்ததால் அதே தொடர்ச்சியாகப் போகமலிருந்தால் கொஞ்சம் தடுமாற நேரலாம். இன்று கடித்தத்தைத் திறந்து பிடித்த போது அப்படித் தோன்றியது. அப்போது தான் தாளை முழுமையாகத் திறந்ததால் உறுதியாகச் சொல்ல முடியாவிட்டாலும், எத்தனை முறை திறந்து வாசித்த உறையும்,கடிதத்தின் வடிவமும், அதன் தொடுதலும் என் விரலுக்கும் கண்ணுக்கும் பொருந்திப் போயிருந்ததால் அந்த உணர்வை முழுமையாக நிராகரிக்க முடியவில்லை. கடிதத்தை அதே முறையில் மடிக்கப் போனபோது அது வழி மறந்தது போல செயல்பட்டது.

எங்களை எல்லாம் மலைப்பாம்பைப் போல சுற்றிக்கொண்ட குளததுப் பக்கத் தோட்டமும் தன் பிடியைக் காலப்போக்கில் இறுக்கிக் கொண்டே வந்ததுபோலத் தோன்றியது. மறுநாள் எரித்தாலும் ரமணனின் கடிதம் எங்களை விட்டுப் போகவே இல்லை.ரமணன் இறந்து போயிருந்தால் அம்மா அதை எப்படியோ சமாளித்திருப்பாள். அப்படி அல்லாத சாத்தியக்கூறுகள் ஆவலாக கலங்கடித்து அவள் தூக்கத்தை பறித்துக் கொண்டன.

நான் செமிஸ்டர் தேர்வை முடித்து விடுமுறையில் ஊருக்கு வந்த போது அப்படி உருக்குலைந்த அவளைப் பார்த்து ஆதங்கப்பட்டேன். எதற்காக சரியாக சாப்பிடுவதில்லை என்று ஆட்சேபனை செய்த போது, ‘மனதில் வலி இருந்தால் எவ்வளவு தின்னாலும் உடம்பில் ஒட்டாது. எல்லாம் அதற்கே சரியாகும்’ என்றாள். அவள் அந்நிய மனத்துடன் இருந்தது வீட்டிற்குத் தீட்டுச் சூழ்ந்திருந்தது போல இருந்தது. காலை சமையலறையில் புகுந்து, எல்லா வேலைகளையும் முடித்து விட்டு, ஒன்றரை இரண்டு மணி நேரம் பின்கட்டில் நடமாடி

நட வேண்டியதையோ பிடுங்க வேண்டியதையோ செய்து பிறகு குளித்து பூசை அறையை அடைந்து விடுவாள். அதன் பிறகு எங்களுக்கு எல்லாம் சாப்பாடு. சாப்பிட அழைக்கும் முன் சமையலைறையில் தட்டு மூடிகளின் சின்னச் சின்ன சத்தங்கள் வெளிப்படும். வறுக்கும் பண்டம் இருந்தால் அதன் மணம் பரவும். நான் விடுமுறைக்கு வந்த இரண்டு நாட்களுக்குப் பிறகு ஒரு நிகழ்வு நடந்தது. அன்று திங்கட்கிழமை என்ற ஞாபகம் இருக்கிறது. அன்று வெகு நேரமானாலும் சாப்பிட அழைப்பு வராமலும், உள்ளே இருந்து எந்த சத்தமும் வராமலும் இருந்ததால் நான் அவளைத் தேடிக்கொண்டு பூசை அறைக்குப் போனேன். அங்கே பார்த்தால், இரண்டு கைகளையும் முன்னால் நீட்டி நெடுஞ்சாண்கிடையாக வணங்கிய படி அவள் தலையை அங்கேயே ஒரு பக்கமாகச் சாய்த்துத் தரையில் சாய்ந்திருந்தாள். உள்ளே விரைந்தேன். அவள் மெலிதாகக் குறட்டை விட்டுக்கொண்டிருந்தாள். தூங்குகிறாளா, மயக்கம் போட்டு விழுந்து கிடக்கிறாளா தெரியாமல் ‘அம்மா’ என்று தொட்டேன். அவளுக்கு விழிப்பு வந்தது. ஒரு அரைநொடி தான் எங்கே இருக்கிறேன் என்பது புரியாமல் போனது. சுதாரித்துக்கொண்டு எழுந்தாள். நடுப்பகலில் தூங்கியதற்கு சங்கடமாக இருக்கலாம். எதுவும் நடக்கவில்லை என்பதைப்போல நடந்துகொள்ள முயன்றாள். இப்படி அவள் தூக்கத்திற்கு நழுவ வேண்டுமென்றால் அவள் எவ்வளவு தூக்கம் கெட்டிருக்க வேண்டும் என்று ஊகித்தேன்.

நாங்கள் இருவரும் சமையலறையை நோக்கி வரும் போது அப்பா எதிர்பட்டார். அவள் தலைக்குள் என்ன ஓடிக்கொண்டிருந்ததோ அவரைப் பார்த்ததும் ஆட்சேபிக்கும் குரலில். ‘அவன் தோட்டத்தை அவனுக்குக் கொடுத்திருந்தால் வீட்டில் இருந்திருப்பான். கெட்ட சகவாசம் இல்லாமல் இருந்திருக்கும். தப்பி இருப்பான்’ என்றாள்.

‘அவன் ஊரில் வந்து இருப்பேன் என்ற நாள் கொடுப்பேன் என்று எத்தனை முறை சொல்லியிருக்கிறேன். அவன் வந்தானா என்ன?’ அப்பா தன் பழைய வாதத்தை பொறுமையிழந்து முன் வைத்தார்.

‘அவன் ஏதாவது செய்து கொள்ளட்டும், அவனுடையதை அவனுக்குக் கொடுப்பதுதானே நியாயம்.’

இரத்தம் சிந்தி வளர்த்த தோட்டம். பாழடித்து விடுவான்.’ அப்பாவின் குரல் ஓங்கியது.

‘அது உங்களுடையதல்ல. அவனுடையது, அவனுடையது. அதை வைத்துக்கொள்வது பாவம்.’ அம்மா கத்தத் தொடங்கினாள்.

இதுபோன்ற பேச்சுக்கள் முன்பே வீட்டில் நடந்திருக்க வேண்டும் என்று தோன்றியது. அப்பாவின் தற்போதைய நோக்கம் அதை என் முன் அவற்றைப் பேசுவதாக இருந்தது.

'இந்த முறை வரட்டும். வந்தவுடன் கொடுத்து விடுகிறேன். ஏதாவது செய்து சாகட்டும்.'

'நன்றாக கேட்டுக் கொண்டாய் தானே' அம்மா என்னை நோக்கிச் சொன்னாள். நான் எதுவும் பேசவில்லை.

அப்பாவும் அந்தண்ணாவும் அந்தத் தோட்டத்தை என்றும் அவனுக்குக் கொடுக்க மாட்டார்கள் என்று அவளுக்கு ஏன் தெரிவதில்லையோ? நம் சொத்து அது. தலைசிறந்தது. அருகிலேயே குளம் இருந்ததால் வயல் மிகச் செழிப்பாக இருந்தது. இருபது அடி ஆழம் தோண்டியவுடன் நீர் நிரம்பிய இரண்டு கிணறுகள் இருந்தன. பாக்காக இருக்கட்டும், கறுமிளகாக இருக்கட்டும் ஏலக்காயக இருக்கட்டும் போட்ட ஒவ்வொரு விளைச்சலும் பலனளித்தன. அதைக் கொடுக்கும் நோக்கம் இருந்தால் அந்தண்ணா அங்கே உயிரைக் கொடுத்து உழைக்கமாட்டார்.

'அவன் விருப்பப்படி அவளுக்குக் கொடுங்கள். இல்லை ஆட்களுக்குப் பகிர்ந்து கொடுக்கவும். நமக்கது வேண்டாம்.' அம்மா பிடிவாதம் பிடித்தாள்.

நாளைக்கு அவன் வந்து கேட்டால் கைக்கு சிரட்டையைக் கொடுக்கட்டுமா? ஆஹா, அவளுக்குக் கொடுக்கணுமா? பெயர் கூடத் தெரியாது. இனி ஆட்களுக்குப் பகிர்ந்து கொடுக்க எனக்குப் பைத்தியம் பிடிக்கவேண்டும். ஆமாம். ஹா!

ரமணன் திரும்பி வருவான் என்று எனக்கு என்றும் தோன்றியதில்லை. அப்படி செய்தி வராவிட்டாலும் போலீசார்கள் அவனை முடித்துவிட்டிருப்பார்கள் என்று நினைத்தேன். அப்பாவும் அந்தண்ணாவும் அவன் வந்தே வருவான் என்று அம்மாவின் முன் சாதித்தார்கள். வீட்டிற்கு வெளியே அவன் பெயரை சொல்வது சாத்தியமில்லை. ஊரில் என்னென்ன செய்திகள் பரவி இருக்கின்றனவோ, அம்மாவின் தாய் வீட்டார்கள் வருவது முழுமையாக நின்று விட்டது. அன்று அவன் கடைசிக் கடிதத்தைப் படித்த போது சொத்தை விற்கும் பேச்சு சில காதுகளிலாவது விழுந்திருக்க வேண்டும். அதைக் கேட்டுத்தான் அந்தண்ணா சீறி குருதாசன் கையிலிருந்து பத்திரத்தைப் பறித்துக் கொண்டார்.

அம்மா விஜியின் முன்னால் என்றும் ரமணனின் தோட்டப் பேச்சை எடுக்காவிட்டாலும், நாங்கள் சாகும் வரை அதன் நன்றிக்கடனின் முள் குத்தும்படி பார்த்துக் கொண்டாள். அவளுக்குப் பிறகு அந்த சங்கதியை யாரும் நினைவுப்படுத்தவில்லை.

என் கையில் இருந்தநீலாவின் கடிதம் அபாய அழைப்பைப் போலத் தோன்றி, அந்த வரலாறை முழுமையாக அழிக்க வேண்டும்என்று, அதைக் கிழித்துத் துண்டு துண்டாக்கி அதே உறையில் நிரப்பினேன். மறுநாள் அலுவலகக் குப்பைக் கூடையில் போடுவது என்ற முடிவு செய்து,உறையை என் அலுவலகப்பைக்குள் வைத்தேன். கடிதத்தை எடுத்துப் பார்த்தவர்கள் அதன் படத்தை பிடித்து வைத்திருந்தால் நான் கிழித்துப் போட்டது கொள்ளையடித்த பிறகு வாசல் கதவை சாத்தியது போல ஆனதே என்று வருத்ததானது.

கீழ் அறையொன்றில் கைவேலைப்பாடு செய்த சிறிய சந்தனப் பெட்டி காணப்பட்டது. அது எங்கள் திருமணத்தில் பரிசாக வந்தது. பீரோவுக்குள் இருக்கும் பொருட்களுக்கு சந்தன மணம் வரட்டுமென்று உள்ளே வைத்திருந்தோம். வரவரப் பரிமளம் குறைய அது சந்தன எண்ணெய் பூசிய சாதாமரப் பெட்டி என்று தெரிந்தாலும் அதன் இடம் மாறவில்லை. அதற்குள் மூன்று வாக்காளர் அட்டைகளும் வங்கி லாக்கர்சாவியும் இருந்தன. இப்போது இரண்டு மாதங்களுக்கு முன், கடந்த தேர்தல் நேரத்தில் வீட்டிற்குள் நடந்தவை எல்லாம் கண்முன் வந்தன. அப்போது முதல்முறை ரேகா வாக்குப் போட்டது.

தேர்தலுக்குப் பதினைந்து நாட்கள் இருக்கும் போது, எங்கள் தொகுதியின் வேட்பாளர் சங்கர்ராவ் பெண்கள் ஆடைகளைப் பற்றிய வாதத்திற்குறிய அறிவிப்பு இந்தியப் பண்பாட்டுப் பின்னணிகளுடன் இரவு ஒன்பது மணிக்கு டிவியில் சர்ச்சைக்கு உள்ளானது. மூவரும் சாப்பிட்டுக் கொண்டே நடந்து கொண்டிருந்த கூச்சலைப் பார்த்துக் கொண்டிருந்தோம். டிவியில் ராவ் சொன்னதை அடிக்கடி காட்டிக் கொண்டிருந்தார்கள். அவருக்கு கொஞ்சம் எத்துப் பல். ரேகா கோபத்தைத் தாங்கிக்கொள்ள முடியாமல் “சுப்பனின் கோணல் மூஞ்சியைப் பார்” என்றாள். அது சங்கர் ராவைக் கிண்டல் செய்யும் “எத்துப்பல் சுப்ப”னின் குறுகிய வடிவம்.

அங்கே இருந்து தொடங்கிய மூவருக்கும் இடையேயான உரசல்கள் ஒன்றோடொன்று பிணைந்து எங்கே இருந்து எதுவரை போனதென்று நினைத்தால் வியப்பாக இருக்கும்.

அன்று தொடக்கத்தில் மௌனமாக இருந்த விஜி பிறகு மகளுக்குத் துணை போனாள். எல்லாம் கெட்ட வாதங்கள்தான் என்று அவர் பேச்சுக்கு காது கொடுக்காமல் அமைதியாக டிவி பார்த்துக் கொண்டு உட்கார்ந்திருந்தேன். இடையில் திடீரென்று ரேகா "அப்பா, நீ எதற்கு எதுவும் சொல்லவில்லை?" என்றாள்.

"என்ன சொல்ல? என்பாட்டிற்கு நான் நிகழ்ச்சியைப் பார்த்துக்கொண்டிருக்கிறேன்."

"எதற்கு சும்மா இருக்கிறாய் தெரியும்."

"எதற்கு?"

"சுப்பனை சப்போர்ட் செய்கிறாய் அதற்கு."

"சரியாக யோசி. அவன் அப்பவே இரண்டுமுறை வென்றிருக்கிறான். கொஞ்சநஞ்சம் நல்ல வேலைகளைச் செய்திருக்கிறான் என்று மக்களும் நம்புகிறார்கள். அவன் பேசிய தருணம் என்னவென்று பார்க்கவேண்டும். அதை விட்டு, ஒருவருடைய உடல் வக்கிரத்தைக் கேலி செய்வதை நான் ஒத்துக்கொள்ள முடியாது."

"என்றால்? அவன் சொன்னதை ஏற்றுக்கொள்கிறாயா?"

"இவை எல்லாம் அவ்வளவு எளிமையான சரி தப்பாக இருப்பதில்லை. அது மட்டுமல்ல நான் அதை ஒத்துக் கொண்டால் இந்த வீட்டில் இருக்க முடியுமா?"

கடைசிப் பேச்சையே பிடித்துக்கொண்டாள். "என்றால், நாங்கள் ஆதரிக்கவில்லை அதுதானே. உனக்கே விட்டால்?"

"அய்யோ, அவ்வளவு தீவிரமாக எடுத்துக்கொள்ள வேண்டாம். தேர்தல் நேரத்தில் இவை எல்லாம் இருப்பதுதான்."

"நாம் சும்மா இருப்பதால்தான் இப்படிப்பட்டவர்கள் தேர்ந்தெடுத்து வருவது."

"எப்படி எதிர்ப்பது? இங்கே மேசைமீது உட்கார்ந்து கொண்டு?"

ரேகா சாமர்த்தியம் இழந்தாள். ஆனால் விட்டுக் கொடுக்கவில்லை. "உனக்குத் தெரிந்த நான்கு பேரிடமாவது

விவேக் ஷன்பாக்

இதைச் சொல்லலாமே. போகட்டும், நம் பில்டிங்கில் இருக்கும் வீடுகளுக்குப் போய் இதற்கு எதிராகப் பேசலாமே."

"அய்யோ கண்ணு, அரசியல் மாற்றம் யாருடைய கருத்தாலும் ஏற்படுவதல்ல. இது உனக்குப்புரியாது. நீ நன்றாகப் படித்து காலேஜை முடி. பிறகு இதை எல்லாம் செய்வாயாம்." கம்பீரமான விவாதத்திற்கு இடையே கண்ணு என்று சொல்வது அவளுக்கு விருப்பமில்லை என்பது தெரிந்திருந்தாலும் அது வாய்தவறி வந்தது.

"ஆகாமல் என்ன. எல்லாம் புரியும்." ரேகா கொதிக்கத் தொடங்கினாள்.

"உங்கள் என்றால் அதில் யார்யார் இருக்கிறார்களப்பா?" விஜி கிண்டலாகக் கேட்டாள். உங்களுக்குப் புரியாது என்பது சகல பெண் குலத்தை நோக்கி என்பதை நிராகரிக்கப் போதுமான அளவு போராடவேண்டி இருந்தது.

ரேகாவின் அரசியல்நிலைப்பாடு அவள் ஹீரோ சுரேந்தரிட மிருந்து வந்திருக்கலாம் என்று ஊகித்து அவனை அடித்து நொறுக்க இது ஒரு வாய்ப்பு என்று தோன்றியது. இந்தப் பக்கம் இரண்டு பூ போட்டால் அந்தப் பக்கமும் இரண்டு போடாமல் சும்மா இருக்கக் கூடாது என்று முடிவு செய்தேன். நான் பொறுமையாக இருந்ததால் அன்று அவை எல்லாம் அத்தோடு முடிந்தது.

மறுநாள் அலுவலகத்தில் கூட வேலை செய்யும் குணசேகர் எதற்கு தான் சுப்பனின் கட்சிக்கு ஓட்டுப்போடுகிறேன் என்று லஞ்ச் டேபிள் மீது உரையாடும் போது அழகாக நியாயப்படுத்திக் கொண்டான்.

"எனக்கு இரண்டு பெண்பிள்ளைகள் இருக்கிறார்கள். அவர்கள் உடுத்தும் ஆடையைப் பார்க்கவேண்டும் நீங்கள். வீட்டிலிருந்து புறப்பட்டால் திரும்பி வரும்வரை உயிரைக் கையில் பிடித்துக் கொண்டிருக்கவேண்டும். அதைப் பிள்ளைகளிடம் சொல்ல முடியுமா? மனைவியும் அவர்கள் பக்கம். எல்லாம் ஒன்றாகச்சேர்ந்து பிழிந்துவிடுவார்கள் என்னை. வீட்டில் கூட சொல்லமுடியாத என் உணர்வுகளை ஒரு அரசியல் கட்சி வெளிப்படையாகச் சொல்கிறது என்றால் என் வாக்கு அவருக்குத்தான்" அவன் கதையும் நியாயப்படுத்துதலும் அந்தக் கணம் மனத்தில் பதிந்ததுபோல இருந்தது.

இதைக் கேட்டுக்கொண்டிருந்த வினோத் "குணாபாய், இதே கதைதான் என் வாட்ஸ் அப் க்ரூப்பூக்கும் வந்திருந்தது. வீட்டில் பெண் பிள்ளைகளை வைத்திருப்பவர்கள் இதை உங்கள் கதை என்று நான்கு பேருக்குச் சொல்லுங்கள் என்ற

செய்தியுடன். வார்ரேவாஹ்! எவ்வளவு நன்றாகச் சொன்னீர்கள். உங்கள் பக்திக்கு சமனானது இல்லை." என்று குணசேகரின் பலூனில் ஊசி குத்தினான்.

"எங்கே இருந்து வந்தாலும் சிந்தனை சரியாக இருக்கிறது தானே?' குணசேகர் தன்னை நியாயப்படுத்திக்கொள்ளத் தொடங்கினான்.

வினோத் எளிதில் விடுபவனல்ல. "உடுத்தும் உடையைப் போல தனிப்பட்ட விஷயத்தில் அரசியல்செய்து சூழலில் துர்நாற்றத்தை நிரப்பக் கூடாது.சன்னல் கதவுகளை எவ்வளவு மூடிக்கொண்டாலும் வீட்டுக்குள் நாற்றம் அடிக்கும்."

"இதுவரை பல கட்சிகள் பரப்பியிருக்கும் மணத்தால் அது கவனத்திற்கு வராது விடுங்கள்."

குணசேகர் லகுவாகச் சொன்னவகைக்கு எல்லோரும் சிரித்தார்கள். அடுத்து வாதம்இல்லை என்று வினோத் அமைதியானான்.

இந்த விவாதத்தைப்பற்றி வீட்டில் சொல்லும் உத்தேசம் எனக்கு இருக்கவில்லை. ஆனால் அதேநாள் நகரத்தில் போக்கிரியொருத்தன் பெண்ணொருத்தியைப் பட்டப் பகலிலேயே கிண்டல் செய்து பொதுமக்களிடமிருந்து உதை வாங்கியிருந்தான். காரணம் கேட்டால் அவள் உடுத்தியிருந்த ஆடையால் கிளர்ச்சியடைந்தேன் என்றான். இதைவிட தேசியச் செய்தி கிடைக்காத டிவி சானல்காரர்களின் விவாதம் இதைச்சுற்றியே சுழன்று கொண்டிருந்தது. அதைப் பார்க்கும் போது குணசேகரனின் நினைவு வந்து மதிய லஞ்ச் டேபல் மீது நடந்ததைச் சுற்றி வளைத்து, கொஞ்சம் பிசைந்து மென்மை யாக்கிச் சொன்னேன்.

சொல்லிக்கொண்டிருந்த போதே இன்னும் அணையாமல் இருந்த முதல்நாள் நெருப்புக்கங்குக்கு காற்று வீசுகிறேன் என்பது தெரிந்தது. முன்பு ஒருமுறை குணசேகரன் குடும்பத்துடன் வீட்டிற்கு வந்துபோயிருந்ததால் அறிமுகமில்லாதவன் அல்ல. விஜியும் ரேகாவும் அவனை வறுத்து எடுத்தார்கள். பொறுமையாக, தெரிவு செய்த சொற்களால் வறுக்கும்போது பெண்களை அடக்கும் மனநிலை, இரகசியமாக ஆண்களின் உயர்வெண்ணம் போன்ற தாளிப்புகள் இருக்கும். இப்படிப்பட்ட பொறுக்கிகளுக்கு என் சம்மதம் இருக்கலாம் என்ற தொனி அதில் இருந்தது. விஜி தன் கசின் அனகாவின் கதையை இதற்குள் கலந்து சர்ச்சையின் போக்கை முழுமையாக மாற்றிவிட்டாள்.

அனகாவின் கணவனின் வியாபாரம் இப்போது நன்றாக வளர்ந்திருக்கிறதாம். கையில் நான்குகாசு சேர்ந்தவுடன் அந்த சம்பளத்தை நானே தருகிறேன், டீச்சர் வேலையை விட்டுவிடு என்று தினமும் நச்சரிக்கிறானாம். சேலை அல்லாமல் வேறு ஆடை உடுத்தக் கூடாதாம். அவன் அரசியல் செய்திகளைப் பேசினால் வாந்தி வரும். எப்படி அசிங்கமா பேசுகிறான் தெரியுமா என்கிறாள். தனக்கு எல்லாம் தெரியும் என்று நினைக்கிறான். ஒருமுறை எதிர்த்துப் பேசியதற்கு கோபப்பட்டு அவன் ஃபோனில் நீண்ட ஒரு மெசேஜைக் காட்டி, அதை அவளுக்கு ஃபார்வர்ட் செய்து, அவள் ஃபோனைப் பறித்து அங்கே இருந்த எல்லா நம்பருக்கும் அனுப்பிவைத்தானாம். பைத்தியக்காரத்தனமான மெசேஜ்டீ. எனக்கு எவ்வளவு அவமானம் ஆனது தெரியுமா. அவனுடன் படுப்பது என்றால் மிகவும் அசிங்கமாத்தோணும். கைபட்டாலே போதும் வாந்திவரும். என்னசெய்வது என் தலையெழுத்து என்று மிகவும் அழுதாள்."

"ஆனந்தன் தானே அவள் புருஷன், சிகப்பு பைக்கில் வருவானே? அம்மாடி, அவன் இப்படி மாறிவிட்டானா?"

"மாறுவதல்ல. அப்படிப்பட்டவர்கள் இருப்பதே அது போலத்தான். ஆரம்பத்திலேயே தெரிந்திருக்க வேண்டும்?"

"எப்படித் தெரிந்து கொள்வது?"

"அவ்வப்போது பொங்கி வரும் தேசபக்தியைக் கட்டுப் படுத்த நெஞ்சை நிமிர்த்தி மூச்சிரைப்பார்கள்."

"புதிய எதிரிகளை எப்போதும் தேடிக்கொண்டிருப் பார்கள்."

"தாடையை உப்பவைத்துக்கொண்டு கண்டிப்பாக சங்கு ஊதுவார்கள்."

"இவற்றில் தெரியாவிட்டால் அவர் பேச்சுகளை கவன மாகக் கேட்க வேண்டும்."

அம்மாவும் மகளும் சேர்ந்துகொண்டு அதுபோல ஒரு பட்டியலைத் தயார்செய்யத் தொடங்கினார்கள்.

"அப்பா அம்மா ஒத்துக் கொண்டால் எனக்கு ஆட்சேபனை இல்லை."

"நாங்கள் முதலில் ஒழுங்காக இருக்கவேண்டும். பிறகு ஆண்களைக் குறை சொல்வதல்ல"

“எங்கே இருக்க வேண்டுமோ அங்கே இருக்க வேண்டும்.”

திடீரென்று ரேகா கம்பீரமாகச் சொன்னாள். “அம்மா, அனகா அவனை விட்டுவிட வேண்டும்.”

“பிள்ளைகள் இருக்கிறார்களே.”

“இருந்தால்?”

“பிள்ளைகள் பெண்கள் கழுத்தைச் சுற்றிக்கொண்ட கயிறு. கணவனை விட்டுக் குதித்தால் கயிறு இறுக்கும்.”

இருவர் பேச்சும் அங்கே நின்றது.

அவர்கள் இருவரும் எவ்வளவுதான் பொறுமையைக் காட்டிக் கொண்டாலும் உள்ளே எரிமலையின் சூடு மெல்லப் பரவத் தொடங்கியது. நான் ஆயுதத்தைத் துறந்து, எந்த சீண்டுதலுக்கும் வாய்விடாமல் டிவி திரைமீது கண்ணைப் பதியவைத்துக் கொண்டு மௌனமாக உட்கார்ந்து விட்டேன்.

கையில் இருக்கும் ரிமோட்டால் சேனலை மாற்றிக் கொண்டிருக்கும்போது ஒன்றில் விவாதம் என்ற பெயரில் பெண்கள் ஆடை, பாதுகாப்பு, பண்பாடு, கற்பழிப்பு வழக்குகளைச் சுற்றி பேச்சு நடந்துகொண்டிருந்தது. சாதாரணமாக இந்த சேனல் தவறுதலாக எதிர்ப்பட்டாலும் நொடிகூட அதை நாங்கள் பார்க்கமாட்டோம். எப்போதும்போல பல கட்சி, அமைப்புகளின் பேச்சாளர்கள் பிடியில்லாமல் வாய்க்கு வந்ததை கத்திக் கொண்டிருந்தார்கள். அங்கே இருந்த எதிர்க் கருத்துக் கொண்ட மக்களை நெருப்பில் எண்ணெய் ஊற்ற மட்டுமே பயன்படுத்திக் கொள்ளப்பட்டது. நான் அதே சேனலைப் பார்த்துக் கொண்டிருந்தேன்.

இரண்டே நிமிடத்தில் சேனலின் குப்பை கூடத்தை நிரப்பியது. அப்படிப்பட்ட சொற்களை என்றும் உச்சரிக்காத வீட்டில் கூட அதன் வெள்ளம் புரண்டோடியது. நிரந்தரமாக முழங்கிய அபத்தத்தால் அம்மா மகள் இருவரும் வெறுத்துப் போனார்கள். டிவி வீரர்களை அவர்கள்மீது ஏவவிட்டு நான் வேடிக்கை பார்ப்பதுபோல அவர்களுக்குத் தோன்றியதோ என்னவோ. திரை மீது கண்பதித்து உட்கார்ந்திருந்த என் நடிப்பிற்கு மேலும் எரிச்சலடைந்தார்கள்.

“ஏன் அந்த தரித்திரக்காரர்களின் பேச்சைக்கேட்டுக் கொண்டிருக்கிறாயா?”

“இரண்டு பக்க வாதமும் தெரியவேண்டுமல்லவா?”

“ஒருமுறை கேட்டால் புரியாதா? சுற்றிவளைத்து அதைத் தானே கக்குகிறார்கள்?”

“இவ்வளவு வெறுப்பு நல்லதல்ல. அவர்கள் பேச்சைக் கேட்பதில் என்ன தவறு? மற்றொரு பக்கமும் தெரிந்திருக்க வேண்டும்.”

“என்றும் இல்லாதது இப்ப என்ன! இரவு முழுக்க கேட்டுக்கிட்டு உக்காரு. என்னால் இன்னொரு நொடிகூட முடியாது.” விஜி படுக்கை அறைக்கு விரைந்தாள். அவள் பின்னால் ரேகா. திவாரி சொன்னார்: உனக்கு நீதான் நண்பன். முதலில் உன்னைக் காதலி. பிறகு பகிர்ந்துகொடு.

நான் பணியவில்லை. விவாதம் முடியும்வரை டிவி பார்த்து விட்டு, படுக்க உள்ளே போனேன். விஜி விளக்கை அணைத்து விட்டு, அந்தப் பக்கம் புரண்டு படுத்திருந்தாள். நான் படுக்கை மீது ஏறியதும் சொன்னாள். “அவர்கள் பீ தின்கிறார்கள் என்று தெரியும் தானே? எவ்வளவு தின்கிறார்கள் என்று பார்க்க வேண்டி இருந்ததோ?”

“சின்ன விஷயத்தை இருவரும் சேர்ந்து எப்படி பெரிசு பண்ணி விட்டீர்கள்.”

“சின்ன விஷயம்!”

அவள் கத்தலில் இருந்த வருத்தத்திற்கு கிளர்ச்சியடைந்தேன். கையோங்கிய நிலையின் அசிங்கமான சுகம் அது. பிடிவாதமாக டிவி பார்த்தது, ஊழலில் சிக்கிக்கொண்டாலும் மானங்கெட்டு அடைந்த வெற்றிபோல இருந்தது. வாக்குவாதத்தின் மற்றொரு பக்கத்தைப் பார்ப்பதில் என்ன தவறைப் பார்க்கமுடியும்? அவர்கள் தடியால் அவர்களையே அடித்திருந்தேன். பேச்சின் கடுமையான மோதலுக்கு இடையே “நீ எதற்கு சிரிக்கிறாய்?” என்று சிடுசிடுத்தாளே. உங்களுடையது வெறும் பேச்சு, வெளியே உண்மை நிலை வேறாக இருக்கிறது என்ற உணர்வு என் முகத்தின் மீது தோன்றி, சின்னச்சிரிப்பொன்று என்னை அறியாமல் மூண்டிருக்க வேண்டும். அப்படியொரு சிரிப்பு மூளவேண்டிய வஞ்சகத்தனம் மற்றொரு பக்கத்திலிருந்துதான் வந்திருக்க வேண்டும். இல்லை என்றால் பியூசி கிளாஸ்மேட் சூசனின் விஷயத்தை அன்றைய தருணத்தில் சொல்லியிருக்க மாட்டேன். கோவாவிலிருந்து வந்த அவள் கல்லூரிக்கு ஸ்கர்ட் அணிந்து வந்த ஒரேஒரு பெண். எந்தப் பெண்ணையும் ஏறெடுத்துப் பார்க்கத் துணிச்சல் இல்லாத எங்கள் வகுப்புப் பையன்கள் அவளுடன் பேசமட்டும் தயங்கவில்லை. இதைக்கேட்டு எரிச்சலைடைந்து

“ஸ்கர்ட் போட்டுக்கொண்டு வந்தால் இளக்காரமா, த்தூ” என்று இருவரும் தாக்கத் தயாரானபோது என் முகத்தின் மீது சிரிப்பு இருந்திருக்கலாம். ரிங் மாஸ்டர் புலியை நன்றாகக் குச்சியால் குத்திக்குத்தி கிளரச்செய்து, கர்ஜிப்பை அலட்சியப்படுத்தி, அதன் மீதான தன் பிடிப்பை வெளிப்படுத்தும் காட்சி நினைவிற்கு வந்தது. அதையே சிந்தித்துக் கொண்டு படுத்திருந்தவனுக்கு வெகு நேரம் உறக்கம் வரவில்லை.

அடுத்த சில நாட்கள் அதிசயமான இறுக்கத்தில் கழிந்தன. மறைமுகமான பேச்சுகளிலும், தனியாகப் பேசிக்கொள்வதிலும், எதிர்க் கருத்துகளை வெளிப்படுத்தும் உரிமையின் முக்காடுக்குள் உரசல்கள் தொடர்ந்தன. ஒரு மாலை ரேகா, “எந்தக் காரணத்திற்கும் சுப்பனுக்கு ஓட்டுப் போடக்கூடாது” என்று கட்டளையிட்டாள்.

“சரி, நீ எப்படிச்சொல்லலாம் அதை.” என் பணிவு பிள்ளைகளுடன் குஸ்தி போடும்போதுகாட்டும் போலி பலவீனத்தைப்போல இருந்தது. நான் அவளை கம்பீரமாக எடுத்துக் கொள்ளவில்லை என்று முகத்தைச் சுழித்துக் கொண்டாள். கிளறிக் கேட்டபோது கல்லூரியில் ஆடை அணிவதைக் குறித்துப் பரவிய புரளிகள் வெளிவந்தன. அடுத்த மாதத்திலிருந்து அதை அமல்படுத்துவார்கள் என்ற அரசல்புரசலான பேச்சுகள் மாணவியர்களைச் சீண்டி இருந்தன. “கல்லூரி ஆட்சிஅமைப்பில் சுப்பனை ஆதரிப்பவர்கள் இருக்கிறார்களாம். அவர்கள் இலக்கு யார் என்று எங்களுக்குத் தெரியும். அப்படி ஏதாவது நடைமுறைக்குக் கொண்டுவந்தால் நாங்கள் யாரும் சும்மா இருக்கமாட்டோம். இப்படிப்பட்டவைகளை எல்லாம் துளிர் விடும்போதே கிள்ளி எறியவேண்டுமென்றால் தேர்தலை விட நல்லதருணம் இல்லை” என்றாள்.

தேர்தலுக்கும் ஆடை அணிவதற்கும் இருக்கும் தொடர்பை சுரேந்திரன் குறிப்பிட்டுச் சொல்லி இருக்கலாம் என்று என் சந்தேகம். அமைப்பின் கண்ணுக்குத் தெரியாத இழைகள் எப்படிப் பரவிக் கொண்டிருக்கும், மேலும் எந்தப்பொறி எதைப் பற்றவைக்கும் என்பதை அறிந்து கொள்வது அவளால் சாத்தியப்படும் என்று எனக்குத் தோன்றவில்லை. இது அவனுடைய வேலைதான். தன் ஓட்டு எல்லாவற்றையும் நிர்ணயிக்கும் என்பதைப்போல வெகுளியாகப் பார்க்கும் ரேகாவுக்கு மற்ற எல்லா வாதங்களும் வெறுப்பூட்டுவதாக இருக்கலாம் என்று அமைதியானேன்.

வாக்குஅளிக்கும் நாளன்று குடும்பத்துடன் ஒன்றாகப் புறப்பட்டோம். எங்கள் வாக்குச்சாவடி இருந்த பள்ளி வீட்டிலிருந்து

பத்து நிமிட நடை. புறப்பட்டவுடன் ரேகா "அப்பா தெரியும்தானே" என்று எச்சரித்தாள்.

சிரித்துக் கொண்டே கேட்டேன், "உன் ஓட்டு யாருக்கு?"

"யாருக்கும் போடமாட்டேன் என்று சொன்னேனே. யாருக்குப் போடுவேன் என்பது இரகசியம்."

"இவன் ஏதாவது சுப்பனுக்குப் போட்டால் இவனை விட்டுவிடுவேன். நீ என்ன சொல்கிறாய்?" என்று சொல்லும்போது விஜி ஆதரவுக்கு என்பதைப்போல மகள் முகத்தைப் பார்த்தாள்.

"நானும் உன்னுடன் வருகிறேன், துரோகிகளுடன் ஒரே வீட்டில் எப்படி இருப்பது? முடிச்சை அவிழ்த்து விட்டால் கயிறு இறுக்காது."

"உண்மையாலும் அனகா பாவம்."

"குடும்பத்தைப் பாதுகாக்க வாக்கை இரகசியமாக வைப்பது." நான் பேசியதற்கு இருவரும் சிரித்தார்கள். லகுவாகச் சொல்லி இருந்தாலும் ஒவ்வொரு ஓட்டுக்கும் என்னவெல்லாம் சுற்றிக் கொண்டிருக்கும் என்று நினைத்தேன். ஒவ்வொரு ஓட்டின் சுளையை விடுவித்துப்பார்த்தால் ஒவ்வொன்றிலிருந்தும் எப்படிப்பட்ட கதைகள் வெளிப்படலாம். மனைவியுடன் படுக்கும் ஒழுக்கத்தின் நிம்மதியும், அசிங்கமான கணவனுக்கு உடம்பை ஒப்புவிக்கும் கட்டாய நெருக்கடியும் அடங்கி இருக்கலாம். ரோஷம், சம்மதம், பக்தி, துரோகம் போன்ற எதிர்மறைகள் இருக்கலாம். சாராயத்திற்கும் காசுக்கும் கொடுத்துவிட்ட வாக்குக்கு எப்படிப்பட்ட ஏமாற்றமும், இயலாமையும் அப்பிக் கொண்டிருக்குமோ. கண்ணுக்குத் தெரியாமல் உள்ளே இருக்கும் எதற்காக அந்தப் பேச்சோ. மேற்பார்வைக்கு தெரிவதைப் போல அது எளிதானதல்ல என்பதென்னவோ உண்மை. முன்பு இப்படி இருக்கவில்லை. இவை எல்லாம் நடப்பது இப்போதுதான். சமீபத்தில்.

பூத் இருந்த பள்ளியை அடைந்து, வரந்தாவில் மூன்று பேரும் வரிசையில் நின்றோம். பெரிய போஸ்டரில் வேட்பாளர்களின் பெயரும் சின்னமும் இருந்தன. இரண்டாவது பெயரே சங்கர் ராவ்.

முதலில் ரேகா உள்ளே போனாள். பிறகு விஜி. கடைசியாக நான் போனபோது மூன்றுபேரும் அந்தப் பெரியஅறைக்குள் வாக்களிப்பின் பல கட்டங்களில் இருந்தோம். சுற்றிலும் அட்டைப் பலகையால் மறைத்துவைத்த எந்திரத்தின் அருகேசென்று ரேகா வாக்களித்ததை கவனித்தேன். அவள் தலை உச்சியைத் தவிர

சகீனாவின் முத்தம் 187

வேறெதுவும் தெரியவில்லை. பிறகு விஜி. அவள் வெளியே போனபிறகு என் வாய்ப்பு வந்தது.

கைவிரலுக்கு மை பூசிக்கொண்டு அட்டை சதுரத்திற்குள் போய் ஒருவனே நின்றபோது ஒருநொடி கலங்கிவிட்டேன். என்னைத் தவிர மற்ற யாருக்கும் நான் செய்வது தெரியாது என்ற புரிதல் நெருடலாக இருந்தது. அந்த சுதந்திர உணர்வால் கை தடுமாறியது. நெஞ்சம் நடுங்கியது. மேலே இருந்து கீழேவரை எந்திரத்தின் முகப்பில் வரிசையாகப் பெயர்களும் சின்னங்களும்.

நான் அமைதியாகநின்றிருந்தேன். கவனித்த அதிகாரியொருவர் ‘சார்’ என்று எச்சரித்தார். “ஏதாவது பிரச்சினையா ?”

இல்லை என்று தலையசைத்துப் பொத்தானை அழுத்திவிட்டேன். பிறகு அதைக் குறித்து யோசிக்காமல் வியர்த்த முகத்தைச் சுமந்துகொண்டு அங்கே இருந்து வெளியே நடந்தேன். என் அதிர்ந்த முகத்தைக் குடும்பத்தார் பார்த்து விடுவார்கள் என்று நொடி நின்று சுதாரித்துக் கொணடேன். விஜியும் ரேகாவும் பள்ளி கேட் அருகே எனக்காகக் காத்துக் கொண்டிருந்தார்கள்.

வாரத்திற்குப்பிறகு வாக்கு எண்ணிக்கை நடந்தது. சுப்பன் வெற்றிபெற்றிருந்தான். டிவிக்கு முன்னால் உட்கார்ந்த ரேகா “கசுமாலாம். அவனுக்கு ஓட்டுப்போட்டவர்கள் அவனை விட கசுமாலங்கள்” என்று கனன்று கொண்டிருந்தாள். அவளுக்கு விஜியின் ஆதரவும் கூட. ரேகாவின் வாடியமுகத்தைப் பார்த்து எனக்குப் பாவமாக இருந்தது.

“அம்மா, சுப்பனுக்கு ஓட்டுப்போட்ட இத்தனை இலட்சம் பேரில் பாதிக்குமேல் ஆண்களாக இருப்பார்கள். திருமணம் ஆனவர்கள் கால்வாசிப்பேர் இருப்பார்கள். அவர்கள் மனைவிகளின் பாடு என்னவாகும் ?”

“அனகாவின் கணவனைப் போல எல்லாவற்றையும் திறந்து வைப்பது ஒரு வகை. எதை சகித்துக் கொண்டிருக்கிறோம் என்பதாவது தெரிந்திருக்கும். இரகசியமாக சாணி திங்கும் துரோகிகள் மிகவும் அசிங்கம். வாய் நாற்றமடித்தாலும் திங்கவில்லை என்று வெட்கமில்லாமல் பொய்சொல்லி சாதிப்பார்கள்.”

இப்போது, வாக்குஅட்டைகளை மீண்டும் சந்தனப் பெட்டியில் சேர்த்து, பெட்டியைப் படுக்கைமீது வீசும்போது “சாணியும் ஆண்டிசெப்டிக்” என்று அமைச்சர் ஒருவர் சொன்னதை நினைத்து வந்த வேடிக்கையான சிரிப்பை அடக்கிக் கொண்டேன். அதே நொடியில் சமீபத்தில் விஜியின் செயல் மின்னலைப்போல பள்ளென்று நொடி மின்னிப்போனது. அந்த மின்னல் ஒளியில்

கண்ட தொடர்நிகழ்வுகளில் பேருந்தில் கையை இழுத்துக் கொண்டதும் இருந்தது. நான் கையை வலுக்கட்டாயமாகப் பிடித்திருந்தால்? பிடித்திருக்க வேண்டும். அந்நியனின் கை பட்டால் பேருந்தில் கலாட்டா செய்யலாம். மக்கள் அவனை உதைக்கவும் செய்யலாம். கணவன் கையைப் பிடித்தால்?

தாக்கும் நினவுகளால் அசந்துபோய், கட்டில் மீதிருந்த பொருட்களை அங்கங்கே ஒதுக்கி வைத்து கொஞ்சம் கால் நீட்ட இடம் செய்து கொள்ளத் தொடங்கினேன். கட்டில் மீது மல்லாக்கச் சாய்ந்த பிறகு முதுகுச் சதைகள் தளர்ந்து இதமானபோது எவ்வளவு அயர்வாக இருந்தது என்று தெரிந்தது. விலாப்பகுதியையும், தொடையையும் அழுத்தும் பொருட்களைப் புறக்கணித்து அங்கே காலை நீட்டினேன். கூரையை வெறித்துப் பார்த்துக் கொண்டிருந்தபோது , மனிதனின் முழுவாழ்க்கையை இரண்டு மணி நேர சினிமாவில் காண்பிப்பது போல பீரோவை ஒழுங்காக வைக்கும் செயலின் வழியாக என் வாழ்க்கையைக் காட்டலாம் என்று தோன்றியது. பிளாஷ்பேக்கின் பொத்தானை அழுத்த வேண்டியது எல்லாம் இருக்கின்றன. பதவி சான்றிதழ், தாலி, அப்பா அம்மாவின் படம், நீலாவின் கடிதம், வாக்கு அட்டைகள், கதைக்கு புஷ்டி அளிக்கும் முக்கியக்காட்சிகளில் முதலாவது தாலிபாக்கியம். பிறகு ரேகாவைத் தேடிப்புறப்பட்டது, பிறகு வாக்களித்தது. இடைவேளைக்கு முன்பு சிலிர்ப்பான எதைக் காட்டலாம்? ரமணனை எங்கே பொருத்துவது? தினசரி சத்தமில்லாமல் நெருங்கும், நித்திய கருமங்களின் அருகிலேயே கண்ணுக்குத் தெரியாமல் எப்போதும் இருக்கும் சோகத்தின் அறிகுறிகளைப் பிடிக்க வேண்டும். அதை சரியாகப் புரிந்துகொள்ள முடியாத இயலாமையையும். அங்கிள்களின் கொடுமைக்கு பொருத்தமான பாத்திரம் இருக்க வேண்டும். காதல் பைத்தியப் பையன் தேவையா? இனம்புரியாத பயத்தை விதைத்து நம்மைப் பிளந்து களத்தில் இறக்கிய அரசியலை எப்படிச் சித்தரிப்பது? ஒவ்வொன்றும் புரியும் என்று நம்பியவர்களுக்காக ரேகா மாயமாகப் போனது எங்கே என்பதற்கு தீர்வு காண வேண்டுமே. ஊகிக்கவும் முடியாத சாத்தியக் கூறுகள் சிலிர்ப்பான திருப்பத்தைக் கொடுக்க முடியும். நீலாவின் கடிதம் ரேகா கைக்குக்கிடைத்து, அவள் நீலாவைத் தேடிப்போயிருந்தால்? முதலில் இதுஒரு அசாத்தியமான சங்கதி என்று தோன்றி னாலும் காட்சிகளை ஊகித்துக்கொண்டே போகும்போது நடக்கக் கூடியது என்று தோன்றியது. ரேகாதன் வாழ்க்கையை உருவாக்கிக்கொள்ளப் போனாளோ என்ன? அதற்கு சுரேஷின் ஊக்கமும் இருக்கலாம். அவன் பத்திரிகைக்கு இது பெரிய செய்தி. நேற்று மதியம் தாயும் மகளும் அறையில் பேசிக்கொண்டிருந்த

பேச்சின் மர்மம் என்ன? விஜிக்கு என்னென்ன தெரியும்? ரேகா ரமணனை தேடிக்கொண்டு போயிருந்தால்?

அல்லது ... அல்லது ... என் கற்பனை மேலும் அசாதாரணப் பாதையைப் பிடித்தது. ரேகா சுரேஷிடம் நீலாவின் கடிதத்தைப் பற்றிச் சொல்லி இருந்தால்? அந்தத் திருடன் நீலவையும் உருவாக்கவும் முடியும். அந்தப் போலி நீலாவை உறுதிப்படுத்த எந்த வழியும் இல்லை என்று அவனுக்குத் தெரியும். யாரும் அவளைப் பார்த்ததில்லை. பத்திரிகை, தொடர்பு பலத்தால் எதையும் சாதிக்க முடியலாம். சாகசம் மற்றும் கிளர்ச்சிக்குத் தவிக்கும், நீதி அநீதியின் நஞ்சேரிய எங்கள் வீட்டு வஞ்சகி அந்தப் போலியை அழைத்து வந்து எங்கள் தோட்டத்தைத் தாரை வார்த்துக் கொடுத்தால்? நான்கு ஏக்கர் செழிப்பான தோட்டத்தின் மகத்துவம் சுரேஷுக்கு நன்றாகவே தெரிந்திருக்கும். மற்றும் பரம்பரை சொத்தின் உள் சுளிவுகளும் கூட.

சாய்ந்த இடத்திலேயே மெல்ல கண் சொக்கியது.

விழித்தபோது எவ்வளவு நேரம் தூங்கினேன் என்பது தெரியவில்லை. தொடர்ந்து இரண்டு இரவுகள் பேருந்தில் சரியாகத் தூக்கம் இல்லை. மதியம் சாப்பிடாவிட்டாலும் பசியை உறக்கம் வென்றிருந்தது. வீடு அமைதியாக இருந்ததால் விஜியும் ரேகாவும் இன்னும் திரும்பவில்லை என்று தெரிந்தது. அறையில் வெளிச்சம் குறைவாக இருந்தது. சினிமாவின் காட்சிகளை யோசித்துக் கொண்டிருந்தது நினைவாகி, இத்தனை பொருட்களுக்கு நடுவில் உடலை நீட்டிப்படுத்திருப்பதை டாப்ஷாட் ஆகக் காட்டலாம் என்று தோன்றியது. மேலே இருந்து சட்டென்று பார்த்தால் அது ரமணனின் கடிதம்போல தெரியலாம். கட்டில் ஒன்று நீண்ட சதுரத் தாளைப் போல, அதன்மீது தாறுமாறாகக் கிடப்பவை என்னையும் சேர்த்து எல்லாம் பொருளையும் காணக் காத்திருக்கும் காக்கைக் கால் குருவிக் கால் எழுத்துகளைப் போல.

கதவைத் தட்டும் சத்தம். அப்போதே ஒருமுறை இப்படி சத்தம் வந்து விழித்துக்கொண்டது நினைவிற்கு வந்தது. வந்தவர்கள் போலீஸ்காரர்களாக இருந்தால் களவு போனதின் பட்டியலைக் கேட்பார்கள். மனத்தில் தோன்றிய எந்த விளக்கங்களும் சரியெனத் தோன்றவில்லை.

எதுவும் களவு போகவில்லை.

என்ன களவானதோ தெரியவில்லை.

இன்னும் தேடிக்கொண்டிருக்கிறோம். என்னவென்று தெரிந்தால் நானாகவே காவல்நிலையத்திற்கு வருகிறேன்.

என் வாக்குமூலத்தால் அவர்கள் முகத்தில் தோன்றக் கூடிய குழப்பம், அவநம்பிக்கையை எண்ணிக்கொண்டு அதுபிறகு எப்படிப் பட்ட சூழ்நிலையைத் தோற்றுவிக்கலாம் என்று கவலைப் பட்டேன்.

வந்தவர்கள் போலீஸ்காரர்கள் அல்லாமல் அன்றுவந்த அங்கள்களாக இருந்தால்? அல்லது போலீஸ்காரர்கள் வந்த காரணம் மாறாக இருந்தால்? அல்லது அவர்கள் யாருமல்லாமல் புதியவர்களாக இருந்தால்?

எழுந்து அறையின் விளக்கைப் போட்டேன்.

மறுபடியும் கதவைத்தட்டும் ஒலி. அவர்கள் பொறுமை யின்மையைச் சபித்துக்கொண்டே கதவை நோக்கிச் சென்றேன்.